சிறைப்பட்ட மாந்தர்க்கு விடுதலை

நம்மை அவர்களுடைய பற்களுக்கு இரையாக
ஒப்புக்கொடாதிருக்கிற கர்த்தருக்கு ஸ்தோத்திரம்.

வேடருடைய கண்ணிக்குத் தப்பின குருவியைப்போல நம்முடைய ஆத்துமா
தப்பிற்று, கண்ணி தெறித்தது, நாம் தப்பினோம்.

நம்முடைய சகாயம் வானத்தையும் பூமியையும்
உண்டாக்கின கர்த்தருடைய நாமத்தில் உள்ளது.
சங்கீதம் 124

மார்க் டியூரி

db

டெரர் புக்ஸ்

சிறைப்பட்ட மாந்தர்க்கு விடுதலை புத்தகத்தின் நான்காம் பதிப்பு

Title: *Liberty to the Captives (Tamil)*

Freedom from Islam and Dhimmitude through the Cross

Description: Melbourne: Deror Books, 2022.

ISBN: 978-1-923067-03-5

மார்க் டியூரியின் மற்ற புத்தகங்கள் மற்றும் படைப்புகளைப் பற்றி மேலும் அறிய markdurie.com என்ற இணையதளத்தை அணுகவும்.

சிறைப்பட்ட மாந்தர்க்கு விடுதலை என்னும் புத்தகத்தை பல்வேறு மொழிகளில் பெற luke4-18.com என்ற இணையதளத்தை அணுகவும்.

Deror Books, Melbourne Australia

www.derorbooks.com

பொருளடக்கம்

முன்னுரை

முன்பு இஸ்லாமியர்களாக இருந்த ஏராளமானவர்கள் முன்னெப்போதும் இல்லாத அளவிற்கு இன்று கிறிஸ்துவைப் பின்பற்றத் தொடங்கியிருக்கிறார்கள். இவர்களில் பலர் நிராகரிக்கப்படுகிறவர்களாகவும், உலகக் கவலையை அதிகமாகப் பற்றிக் கொண்டவர்களாகவும் உள்ளார்கள் என்பது வருந்தத்தக்கது. முதல் இரண்டு ஆண்டுகளுக்குள்ளாகவே இவர்களில் 80% பேர் பின்வாங்கிப் போவதாக சில தேசிய கிறிஸ்தவத் தலைவர்கள் தெரிவித்திருக்கிறார்கள். இதற்கு நாம் செய்ய வேண்டியதாக தேவன் சொல்வதென்ன?

2002-ஆம் ஆண்டில், திம்மா பற்றியும், கிறிஸ்தவர்கள் எப்படி இஸ்லாம் மற்றும் இஸ்லாமியர்களைப் பற்றிய பயமின்றி இருக்க முடியும் என்பது பற்றியும் Dr. மார்க் டியூரி அவர்கள் போதிக்கத் தொடங்கினார். வழக்கமாக அந்தப் போதனைகளின் நிறைவில் ஊழியம் செய்வதற்கான நேரம் இருக்கும். அந்த நேரத்தில் ஜெபம் செய்வதற்கு முன்பாக வரும் அநேகர் தேவனுடைய வல்லமையான கிரியை எப்படி அவர்களுக்கு விடுதலையையும், ஊழியம் செய்வதற்கான வல்லமையையும் கொடுத்தது என்று சாட்சியாகப் பகிர்ந்து கொள்வதுண்டு.

அதன் பின்னர், நான் இஸ்லாம் என்னும் ஆவிக்குரிய அடிமைத்தனத்திலிருந்து மக்களை விடுவிக்க உதவும் போதனைகளை ஆயத்தம் செய்ய ஆரம்பித்தேன். இவ்விரு போதனைகளையும் சேர்த்து இந்தப் புத்தகத்தில் கொடுத்துள்ளேன்.

உலகெங்கும் சென்று சுவிசேஷ ஊழியம் செய்பவர்கள் சிறைப்பட்ட மாந்தர்க்கு விடுதலை என்னும் இப்புத்தகத்தைப் பயன்படுத்துவது நல்லது, இது உலகின் பல மொழிகளில் மொழிப் பெயர்க்கப்பட்டிருக்கிறது.

2010-ம் ஆண்டில், முதன்முதலாக சிறைப்பட்ட மாந்தர்க்கு விடுதலை என்னும் புத்தகம் வெளியிடப்பட்டதிலிருந்து, அதில் திருத்தங்கள் செய்து மாற்றுவது அவசியம் என்பது மிகத் தெளிவாக இருந்தது. அப்போதுதான் அது, பயனாளர்களின், குறிப்பாக, இஸ்லாமிய பின்னணியிலிருந்து வரும் விசுவாசிகளைக் கொண்ட ஐக்கியங்களின் தேவைகளுக்கு ஏற்றாற்போல் இருக்கும். இந்த நான்காம் பதிப்பை அநேக மாற்றங்களுடனும், புதிய அத்தியாயங்களுடனும் பெரிதளவில் திருத்தம் செய்து கொடுத்திருக்கிறேன்.

குரானிலிருந்து குறிப்பிடப்படும் பகுதிகள் Q என்று குறிக்கப்பட்டிருக்கும்: உதாரணமாக, Q9:29 என்பது சுரா 9:29-ஐக் குறிக்கும். இந்த ஆதாரங்களின் விளக்கமான குறிப்புகளை அறிய மார்க் டியூரி எழுதிய மூன்றாம் தெரிவு என்னும் புத்தகத்தைப் பார்க்கவும்.

இந்தப் புத்தகத்தை உலகளாவிய சபைக்குக் கொடுக்க நினைக்கும் நான், சகலவிதமான வெறுப்பு மற்றும் தவறான அபிப்பிராயங்களை எதிர்க்கும் அதே நேரத்தில் எல்லா மதங்களையும், உலகக் கண்ணோட்டங்களையும் விமர்சிக்கும் யோசனையும் இருக்க வேண்டும் என்பதை வலியுறுத்த விரும்புகிறேன். தங்கள் மனசாட்சி மற்றும் அறிவின்படி, இஸ்லாமிய மதப் போதனைகளை ஏற்றுக்கொள்வதை அல்லது ஏற்றுக்கொள்ளாததைப் பற்றிய சொந்தக் கருத்துக்களைக் கொண்டிருக்க இஸ்லாமியர்களும், இஸ்லாமியர் அல்லாதவர்களுக்கும் உரிமை உண்டு.

luke4-18.com-ல் உள்ள எந்த உபகரணங்களையும் பதிவிறக்கம் செய்து, அச்சிட்டு, பகிர்ந்து கொள்ள கிறிஸ்தவ ஊழியங்களுக்கு அனுமதி உண்டு.

இந்தப் புத்தகத்தின் pdf, பயிற்சிக் கையேடு பதிப்பு மற்றும் சிறைப்பட்ட மாந்தர்க்கு விடுதலை-யின் மற்ற உபகரணங்களை luke4-18.com என்னும் வலைதளத்தில் காணலாம்.

இந்தப் பயிற்சி எப்படி மக்களுக்கு உதவியாக இருந்தது என்பதைப் பற்றி நீங்கள் அனுப்பி வைக்கும் சாட்சிகள் மற்றும் இதனை மேம்படுத்துவதற்கான ஆலோசனைகளுக்கு நான் எப்போதும் நன்றியுள்ளனாக இருப்பேன்.

இப்புத்தகத்தைப் பற்றிய விமர்சனங்களைக் கொடுத்து, இதனைத் திருத்தம் செய்ய உதவிய ஆலோசனைகளைப் பகிர்ந்து கொண்ட அநேக சகோதர, சகோதரிகளுக்கு என் மனமார்ந்த நன்றியைத் தெரிவித்துக் கொள்கிறேன். இத்திட்டத்தை உற்சாகப்படுத்த உங்களை வரவேற்கிறேன். பொருளாதார மற்றும் ஜெபப் பங்காளர்களுக்கு நான் நன்றிக் கடன்பட்டுள்ளேன். அவர்களுடைய உதவியின்றி இப்புத்தகத்தை என்னால் வழங்கியிருக்கவே முடியாது.

"பிதா என்னை அனுப்பியது போல நானும் உங்களை அனுப்புகிறேன்" மற்றும் "புறப்பட்டுப் போய் சகல ஜாதிகளையும் சீஷராக்குங்கள்!" என்ற கிறிஸ்துவின் வார்த்தைகள் என் காதுகளில் ரீங்காரமிட்டுக் கொண்டிருக்கின்றன. சிறைப்பட்ட மாந்தர்க்கு விடுதலை என்னும் இப்புத்தகம் இந்தப் பணியில் ஒரு வல்லமையான கருவியாக இருந்து, உலகளாவிய சபைக்கு ஆசீர்வாதமாகத் திகழ வேண்டும் என்பதே அறுவடையின் ஆண்டவரை நோக்கி நான் செய்யும் ஜெபமாக இருக்கிறது.

மார்க் டியூரி

ஜூன் 2022

1

இஸ்லாமைக் கைவிட வேண்டியதன் அவசியம்

"கிறிஸ்து நம்மை உண்டாக்கின சுயாதீன நிலைமையிலே!"

கலாத்தியர் 5:1

ஓர் அவசரத் தேவை

முன்பு இஸ்லாமியராக இருந்து பின்னர் கிறிஸ்தவ விசுவாசத்தைப் பற்றிக் கொண்ட ஒருவரின் சாட்சி இது. அவர் இஸ்லாமைக் கைவிட்டு வந்ததும் மிகப்பெரிய விடுதலையை அனுபவித்ததாகக் கூறுகிறார்:

நான் மேற்கத்திய நாடுகளில் ஒன்றில் இருந்த ஒரு இஸ்லாமியக் குடும்பத்தில் வளர்ந்து வந்தேன். தவறாமல் மசூதிக்குச் சென்று எங்கள் பிரார்த்தனைகளை அரேபிய மொழியில் கற்று வந்தோம். அதைத் தவிர நான் வளர்ந்து வரும்போது எனக்குப் பெரிதாக ஏதும் மதப்பற்று இருக்கவில்லை. அந்நிலையில், பல்கலைக்கழகத்திற்குப் படிக்கச் சென்ற எனக்கு, தேடும் ஒரு காலக்கட்டம் வந்தது. அந்தக் காலக்கட்டத்தின் நிறைவில், உண்மையில் இயேசு கிறிஸ்து யார் என்பதை அறிந்து கொண்டேன், அவர் என் ஆத்துமாவை இரட்சித்தார்.

அந்தப் பல்கலைக்கழக வளாகத்தில் இருந்த ஒரு கிறிஸ்தவ மாணவர் குழுவில் ஈடுபடத் தொடங்கினேன். ஒவ்வொரு வாரமும் ஒவ்வொரு மாணவர் வேதத்திலிருந்து செய்திகளைப் பகிர்ந்து கொண்டார்கள். நான் கிறிஸ்தவனாக மாறி ஒருவருடத்திற்கும் குறைவாகத்தான் ஆகியிருந்தது என்றாலும் செய்தி கொடுக்கச் சொல்லி அவர்கள் என்னிடமும் கேட்டுக் கொண்டார்கள். அதன்படி, நான் செய்தி பகிர்ந்து கொள்ளவிருந்த நாள் மாலை வேளையில் சற்று நேரம் ஜெபிக்கலாம் என்று நினைத்து, அந்த வளாகத்தில் இருந்த ஒரு நூலகத்திற்குச் சென்றேன். நான் தேர்ந்தெடுத்திருந்த செய்தி, "இயேசு எனக்காக மரித்தார்; நான் அவருக்காக மரிக்க ஆயத்தமா?" என்பதாகும்.

நான் ஜெபிக்கத் தொடங்கியபோது, வினோதமான ஒரு காரியம் நடந்தது. என் தொண்டை இறுகிக் கொண்டது, என் கழுத்தை யாரோ நெரிப்பது போல இருந்தது, மூச்சுத் திணறியது. இந்த உணர்வு தொடர்ந்தால் என் பதட்டம் அதிகரித்தது. அப்போது, "இஸ்லாமை விட்டுவிடு! இஸ்லாமை விட்டுவிடு!" என்று ஒரு சத்தம் கேட்டது. அந்தச் சத்தம் கர்த்தருடையது

3

என்று கண்டுகொண்டேன். அதே நேரத்தில் என் மனம், "ஆண்டவரே, நான் இஸ்லாமிய மதத்தில் மெய்யாக ஈடுபாடு கொண்டிருக்கவில்லையே, சமீபகாலமாக அதன் ஒழுங்குகளின்படி நடக்கவுமில்லையே" என்று யோசித்துக் கொண்டிருந்தது.

இருப்பினும், அந்த மூச்சுத் திணறல் உணர்வு தொடரவே, நான் "இயேசுவின் நாமத்தில் இஸ்லாமை விட்டுவிடுகிறேன்" என்று அறிக்கையிட்டேன். நான் நூலகத்தில் இருந்ததால் இவை அனைத்துமே அமைதியாக நடந்து கொண்டிருந்தன. உடனே என் தொண்டைப் பகுதியில் இருந்த அழுத்தம் விலகியது. ஒரு பெரிய விடுதலை உணர்வு வந்துவிட்டது! தொடர்ந்து செய்தி ஆயத்தத்திற்காக ஜெபித்தேன். அந்தக் கூட்டத்தில் கர்த்தர் மெய்யாகவே தம் வல்லமையை வெளிப்படுத்தினார். மாணவர்கள் முழங்காலில் நின்றும், முகங்குப்புற விழுந்தும் கர்த்தரை நோக்கிக் கதறி தங்களை ஒப்புக்கொடுத்தார்கள்.

இன்று உலகத்தில் இருக்கும் பெரும்பாலானவர்களின் அவசரத் தேவைகளில் ஒன்று, இஸ்லாமை விட்டுவிடுவதாகும். அது ஏன் அவசியமானது, அதை எப்படிச் செய்வது என்பதை இந்தப் புத்தகம் உங்களுக்கு விளக்கும். மேலும் இப்புத்தகம், கிறிஸ்தவர்கள் இஸ்லாமின் கட்டுப்படுத்தும் ஆவிக்குரிய தாக்கத்திலிருந்து விடுதலை பெறுவதற்கான தகவலையும், ஜெபத்தையும் கொண்டுள்ளது.

ஷஹாதா மற்றும் **திம்மா** என்னும் இரு உடன்படிக்கைகள் (அல்லது ஒப்பந்தங்கள்) மூலமாகவே இஸ்லாமின் ஆவிக்குரிய வல்லமை செயல்படுகிறது என்பது இப்புத்தகத்தின் முக்கிய கருத்து. **ஷஹாதா** இஸ்லாமியர்களையும், **திம்மா** இஸ்லாமியர் அல்லாதவர்களையும் இஸ்லாமிய சட்டம் தீர்மானிக்கும் நிபந்தனைகளுடன் கட்டி வைக்கின்றன.

நீங்கள் முக்கியமாக அறிந்து கொள்ள வேண்டியவை:

- முன்பு இஸ்லாமியராக இருந்து பின்னர் கிறிஸ்தவத்தைப் பின்பற்றத் தொடங்கிய ஒருவர் எப்படி **ஷஹாதா** மற்றும் அதனுடன் தொடர்புடைய எல்லாவற்றின் மீதான உடன்படிக்கையின் விசுவாசத்தைக் கைவிட்டு அதிலிருந்து விடுவிக்கப்பட முடியும்.

- இஸ்லாமிய சட்டமாகிய **ஷாரியா**-வின்படி, **திம்மா** மூலமாக இஸ்லாமியர் அல்லாதவர் மீது திணிக்கப்படும் இழிவுபடுத்தும் தாழ்ச்சியிலிருந்து ஒரு கிறிஸ்தவர் எப்படித் தன்னை விடுவித்துக் கொண்டு, சுதந்திரம் கோர முடியும்.

இவ்விரு உடன்படிக்கைகளையும் கைவிடுவதன் மூலம் கிறிஸ்தவர்கள் தங்கள் உரிமையான சுதந்திரத்தைப் பெற்றுக்கொள்ள முடியும். (இந்த நோக்கத்திற்காக, இப்புத்தகத்தின் பிற்பகுதியில் இஸ்லாமைக் கைவிடுவதற்கான ஜெபங்கள் கொடுக்கப்பட்டுள்ளன.)

இரு உடன்படிக்கைகள்

இஸ்லாம் என்னும் அரபு வார்த்தைக்கு "பணிதல்" அல்லது "சரணடைதல்" என்று அர்த்தம். முஹம்மதுவின் விசுவாசம் உலகிற்கு இரண்டு விதமான பணிவுகளைக் கொடுக்கிறது. ஒன்று, இஸ்லாமை ஏற்றுக்கொண்டு மதம் மாறுபவரின் பணிதல்;

மற்றொன்று, மதம் மாறாமலே இஸ்லாமிய ஆதிக்கத்திற்கு உட்படும் இஸ்லாமியர் அல்லாதவரின் பணிதல் ஆகும்.

மதம் மாறியவரின் உடன்படிக்கை ***ஷஹாதா*** எனப்படும் இஸ்லாமிய விசுவாசப் பிரமாணம் ஆகும். இதில், அல்லாஹ், முஹம்மதுவின் தீர்க்கதரிசனத்துவம் மற்றும் இவற்றுடன் தொடர்புடைய அனைத்தும் ஆகிய மூன்றின் ஒன்றிணைப்பின் மீது கொண்டுள்ள விசுவாசத்தை அறிக்கையிடுவார்கள்.

இஸ்லாமிய அரசியல் ஆதிக்கத்திற்கு உட்படும் இஸ்லாமியர் அல்லாதவரின் உடன்படிக்கை ***திம்மா*** ஆகும். இது, இஸ்லாமிய மதத்திற்கு மாறாமலே இஸ்லாமின் விதிமுறைகளுக்கு உட்பட வற்புறுத்தப்படும் கிறிஸ்தவர்கள் மற்றும் பிறரின் நிலையைத் தீர்மானிக்கும் இஸ்லாமிய சட்டமாக இருக்கிறது.

ஷஹாதா-வை அறிக்கையிடுதல் அல்லது ***திம்மா***-வை ஏற்றுக்கொள்ளுதல் மூலம் பணியச் சொல்லி வறுபுறுத்தும் இஸ்லாமின் கோரிக்கை தடை செய்யப்பட வேண்டும்.

கிறிஸ்துவைப் பின்பற்றும்படி இஸ்லாமிய விசுவாசத்தை விட்டு வந்தவர்கள் இஸ்லாமைக் கைவிட வேண்டும் என்பதை அநேக கிறிஸ்தவர்கள் எளிதில் புரிந்துகொள்ளலாம். ஆனால், ஒருபோதும் இஸ்லாமியர்களாகவே இருந்திராத கிறிஸ்தவர்களும் இஸ்லாமிய ஆதிக்கத்தின் ஆவிக்குரிய தாக்கத்தின் கீழ் இருக்கிறார்கள் என்பதை அறிந்தால் அநேக கிறிஸ்தவர்கள் ஆச்சர்யப்படுவார்கள். இதனைத் தடுக்க, அவர்கள் தனிப்பட்ட விதத்தில் ***திம்மா*** உடன்படிக்கைக்கு எதிராக நின்று, இஸ்லாமியர் அல்லாத தங்கள் மீது இஸ்லாமிய மதம் திணிக்க முற்படும் பயத்தையும், தாழ்ச்சியையும் நிராகரிக்க வேண்டும்.

இறையாண்மை மாற்றம்

இறையாண்மை என்பது “அல்லாவுக்கு மட்டுமே உரியது” என்று அநேக இஸ்லாமிய போதகர்கள் வலியுறுத்துகிறார்கள். இதன் அர்த்தம், ***ஷாரியா*** சட்டம் நீதி அல்லது அதிகாரத்தின் மற்ற கொள்கைகள் மீது ஆதிக்கம் செலுத்த வேண்டும் என்பதாகும்.

கிறிஸ்துவைப் பின்பற்றுகிறவர்களுக்கு ஆவிக்குரிய இறையாண்மையின் மற்ற வடிவங்களைக் கைவிட வேண்டிய உரிமையும், கடமையும் உண்டு என்பதே இப்புத்தகம் வலியுறுத்தும் முக்கிய கருத்து ஆகும்.

ஒரு கிறிஸ்தவரைப் பொறுத்தவரை, கிறிஸ்துவிடம் திரும்புதல் என்பது, கிறிஸ்துவின் ஆவியைத் தவிர தன்னுடைய ஆத்துமாவின் மீது இருக்கும் எல்லா ஆவிக்குரிய ஆளுமைகளையும் நிராகரித்துக் கைவிட வேண்டும் என்பதாகும். கிறிஸ்துவின் மீதான விசுவாசத்திற்குள் வருவதை ஒரு ராஜ்யத்திலிருந்து மற்றொரு ராஜ்யத்திற்கு மாற்றம் செய்யப்படுவதாக பவுல் கொலோசெயருக்கு எழுதிய நிருபத்தில் விவரிக்கிறார்:

> இருளின் அதிகாரத்தினின்று நம்மை விடுதலையாக்கி, தமது அன்பின் குமாரனுடைய ராஜ்யத்திற்கு உட்படுத்தினவருமாயிருக்கிற பிதாவை ஸ்தோத்திரிக்கிறோம். [குமாரனாகிய] அவருக்குள், அவருடைய இரத்தத்தினாலே, பாவ மன்னிப்பாகிய மீட்பு நமக்கு உண்டாயிருக்கிறது. (கொலோசெயர் 1:13-14).

ஒரு ராஜ்யத்திலிருந்து மற்றொரு ராஜ்யத்திற்கு மாற்றம் செய்யப்படும் இந்தக் கொள்கையின் பிரயோகமே இப்புத்தகத்தில் முன்வைக்கப்படும் ஆவிக்குரிய திட்டமாகும். கிறிஸ்தவ விசுவாசி தான் மீட்கப்பட்டதன் மூலம் கிறிஸ்துவின் ஆளுகையின் கீழ் வந்துவிடுகிறார். அதனால், அவர் இனி "இருளின் ஆதிக்கத்தின்" கொள்கைகளுக்கு உட்பட்டவர் அல்ல.

விசுவாசிகள் தங்களுடைய பிறப்புரிமையான இந்த சுதந்திரத்தைப் பெற்றுக்கொள்ள, இஸ்லாமிய மதத்தின் கோரிக்கைகளுக்கு எதிராக, தாங்கள் ***எதிலிருந்து*** மாற்றம் செய்யப்பட்டிருக்கிறோம், ***எதற்குள்*** மாற்றம் செய்யப்பட்டிருக்கிறோம் என்பதைப் புரிந்து கொள்ள வேண்டும். இதைப் பற்றிய அறிவை வழங்கி, அதைப் பிரயோகிப்பதற்கான உதவியை இந்தப் புத்தகம் வழங்குகிறது.

பட்டயம் தீர்வல்ல

ஆதிக்கம் செலுத்த வேண்டும் என்ற இஸ்லாமிய மதத்தின் சித்தத்தை எதிர்க்க பல வழிகள் உண்டு. அரசியல் மற்றும் சமுதாய செய்கைகள், மனித உரிமைகள் ஆதரவு, கல்வி ஆய்வு, மற்றும் சத்தியத்தை அறிவிக்க ஊடகத்தைப் பயன்படுத்துதல் போன்ற பல வழிகளில் அதைச் செய்யலாம். ஒருசில சமுதாயங்கள் மற்றும் தேசங்களில் சில நேரங்களில் இராணுவத்தின் மூலம் செயல்பட வேண்டியதாக இருக்கலாம் என்றாலும், இஸ்லாமிய ***ஜிஹாத்***-ற்கான இறுதித் தீர்வு பட்டயம் அல்ல.

முஹம்மது தம் விசுவாசத்தை உலகெங்கும் கொண்டு செல்லுமாறு தம் சீஷர்களுக்குக் கட்டளையிட்டபோது, இஸ்லாமியர் அல்லாதவர்களுக்கு மூன்று வாய்ப்புகளைக் கொடுக்குமாறு சொன்னார். முதலாவது, மாறுவது (***ஷஹதா***); இரண்டாவது, அரசியல் சரணடைதல் (***திம்மா***); மற்றும் மூன்றாவது, பட்டயம்: அதாவது, குரான் போதிப்பது போல கொலை செய்தும், கொலை செய்யப்பட விட்டுக்கொடுத்தும் தங்கள் ஜீவனைக் காக்கப் போராடுதல் (Q9: 111; Q2:190-193, 216-217; Q9:5, 29 பார்க்கவும்).

ஜிஹாத்தை இராணுவத்தின் மூலம் எதிர்ப்பது வெளியரங்கமாக வெற்றிகரமானதாக இருக்கும் என்றாலும் ஆவிக்குரிய ஆபத்தைக் கொண்டு வரும். ஐரோப்பிய கிறிஸ்தவர்கள் தங்களைக் காக்க இஸ்லாமியரின் தாக்குதலை எதிர்க்கத் துவங்கியபோது, ஆயிரம் வருடங்களுக்கு மேலாக அவர்கள் பட்டயத்தை எடுக்க வேண்டியதாயிற்று. ஐபீரிய தீபகற்பத்தை மீட்க அவர்கள் நடத்திய ரிகான்க்வெஸ்டா என்னும் மீட்புப் போர் நிறைவடைய சுமார் 800 ஆண்டுகளாயிற்று. கி.பி.846-ல் அரேபியர்கள் ரோமாபுரியைச் சூறையாடி ஏழு வருடங்களே ஆகியிருந்தது; இஸ்லாமியர்கள் அந்தாலூசியாவை (ஐபீரிய தீபகற்பம்) ஆக்கிரமித்துக் கைப்பற்றி நூறு ஆண்டுகளுக்கு மேல் ஆகியிருந்தது; அந்நிலையில் ***ஜிஹாத்***-இடமிருந்து கிறிஸ்தவ சபைகளையும், நகரங்களையும் காப்பாற்ற தங்கள் ஜீவனைக் கொடுப்பவர்களுக்கு நிச்சயம் பரலோக பாக்கியம் கிடைக்கும் என்று போப் லியோ IV கி.பி.853-ல் வாக்குப்பண்ணினார். ஆனால்,

இந்த முறை இஸ்லாமின் யுக்திகளைப் பின்பற்றி இஸ்லாமியருக்கு விரோதமாகப் போராடும் முயற்சியாகவே இருந்தது: யுத்தத்தில் மரிப்பவர்களுக்குப் பரலோக பாக்கியம் கிடைக்கும் என்று சொன்னவர் இயேசு அல்ல, மாறாக அது முஹம்மதுவின் வாக்கு.

இருப்பினும், இஸ்லாமிய மதத்தினுடைய அதிகாரத்தின் மூலகாரணம் இராணுவமோ அல்லது அரசியலோ அல்ல, மாறாக அது ஆவிக்குரிய ஒன்று. இஸ்லாம் தான் வென்ற இடங்களிலெல்லாம் இராணுவ சக்திகளின் உதவியுடன் ***ஷஹாதா*** மற்றும் ***திம்மா***-வை ஏற்படுத்தியதன் மூலம் ***ஷாரியா*** சட்டங்களை உண்டாக்கியது; இச்சட்டங்கள் உண்மையில் ***ஆவிக்குரிய*** கோரிக்கைகளைக் கொண்டவையாக இருக்கின்றன. அதனால், இஸ்லாமிலிருந்து மக்களை விடுவித்து, இஸ்லாமை எதிர்க்க இங்கு கொடுக்கப்பட்டிருக்கும் விபரங்கள் ஆவிக்குரியவையாக இருக்கின்றன. அவை, கிறிஸ்தவ விசுவாசிகள் மக்களுக்கு விடுதலையின் பாதையைக் காண்பிப்பதற்காக சிலுவையைப் பற்றி வேதாகமத்தின் அடிப்படையில் அறிந்து, அந்த அறிவைப் பயன்படுத்த உதவும் விதத்தில் வடிவமைக்கப்பட்டிருக்கின்றன.

"மனித பலத்தினால் அல்ல"

தானியேல் தீர்க்கதரிசியின் புத்தகத்தில் ஒரு உறுதியான தீர்க்கதரிசனம் கொடுக்கப்பட்டிருக்கிறது, அது கிறிஸ்துவுக்கு அறுநூறு ஆண்டுகளுக்கு முன்பு ஆட்சி செய்த ஒரு அதிபதியைப் பற்றியது; அவனுடைய ஆட்சி மகா அலெக்சாண்டரின் சாம்ராஜ்யத்திற்குப் பின்னர் உண்டாகும் ராஜ்யங்களிலிருந்து தோன்றுவதாக இருந்தது:

> அவர்களுடைய ராஜ்யபாரத்தின் கடைசிக்காலத் திலோவென்றால், பாதகருடைய பாதகம் நிறைவேறும்போது, மூர்க்க முகமும் சூதான பேச்சுமுள்ள சாமர்த்தியமான ஒரு ராஜா எழும்புவான். அவனுடைய வல்லமை பெருகும்; ஆனாலும் அவனுடைய சுயபலத்தினாலல்ல, அவன் அதிசயமானவிதமாக அழிம்புண்டாக்கி, அநுகூலம் பெற்றுக் கிரியை செய்து, பலவான்களையும் பரிசுத்த ஜனங்களையும் அழிப்பான். அவன் தன் உபாயத்தினால் வஞ்சகத்தைக் கைகூடி வரப்பண்ணி, தன் இருதயத்தில் பெருமை கொண்டு, நிர்விசாரத்தோடிருக்கிற அநேகரை அழித்து, அதிபதிகளுக்கு அதிபதியாயிருக்கிறவருக்கு விரோதமாய் எழும்புவான், ஆனாலும் அவன் கையினாலல்ல வேறுவிதமாய் முறித்துப்போடப்படுவான். (தானியேல் 8:23-25).

இந்த அதிபதியின் பண்புகளும், தாக்கமும் குறிப்பிடத்தக்க விதத்தில் முஹம்மது-வையும், இஸ்லாமின் தன்னிகரற்ற உணர்வு, வெற்றிக்கான ஆர்வம், வஞ்சகத்தின் பயன்பாடு, மற்றவர்களின் பலத்தையும் செல்வத்தையும் பறித்து அதை அதிகாரம் பெறப் பயன்படுத்துதல், தவறான பாதுகாப்பு உணர்வு கொண்ட நாடுகளை மீண்டும் மீண்டும் தோற்கடித்தல், தேவகுமாரனும், சிலுவையிலறையப்பட்டு

எல்லாருக்கும் கர்த்தருமான இயேசுவை எதிர்த்தல் மற்றும் கிறிஸ்தவ, யூத சமுதாயங்களை நாசமாக்கிய சரித்திரம் ஆகியவற்றைக் கொண்ட அவருடைய பாரம்பரியத்தையும் ஒத்திருக்கிறது.

இஸ்லாமிய ஆதாரங்கள் தெரிவிப்பதிலிருந்து, இந்தத் தீர்க்கதரிசனம் முஹம்மது-வையும், முஹம்மது-வின் ஒழுக்க வாழ்க்கை மற்றும் பாரம்பரியத்தின் ஒழுக்க மற்றும் ஆவிக்குரிய சிதைபாடுகளிலிருந்து தோன்றிய இஸ்லாமிய மதத்தையும் குறிப்பதாக இருக்குமா? இந்தப் பாரம்பரியம் தெளிவானதாக உள்ளது. அது முஹம்மது-வைக் குறிக்கிறது என்றால், தானியேலின் தீர்க்கதரிசனம் இறுதியில் இந்த "ராஜாவின்" அதிகாரத்தின் மேல் கிடைக்கும் வெற்றியைப் பற்றிய நம்பிக்கையைக் கொடுக்கிறது. அதேசமயம், அந்த வெற்றி "மனித வல்லமையினால்" கிடைக்காது என்ற எச்சரிப்பும் அதில் உள்ளது. "பயங்கரமான தோற்றமுடைய" இந்த ராஜாவை மேற்கொண்டு விடுதலை பெறுவது அரசியல், இராணுவ அல்லது பொருளாதார வழிகளில் சாத்தியமாகாது.

இஸ்லாமிய மதம் மற்றவர்கள் மேல் ஆதிக்கம் செலுத்தும் உரிமையைக் கோருவதால் இந்த எச்சரிப்பு நிச்சயமாக உண்மையே. அவர்களின் இந்த உரிமைகோரலுக்குப் பின்னால் இருக்கும் அதிகாரம் ஆவிக்குரியது, அதனைப் பயனுள்ள விதத்தில் எதிர்த்து, நிலைத்திருக்கும் விடுதலையை ஆவிக்குரிய வழிகளில் மட்டுமே பெற்றுக்கொள்ள முடியும். இராணுவ வல்லமை போன்ற மற்ற வழிகளில் எதிர்ப்பது இஸ்லாமிய மதத்தின் ஆதிக்கம் செலுத்தும் ஆவலின் அறிகுறிகளை சமாளிக்க வேண்டுமானால் உதவலாமே அன்றி, அவற்றால் பிரச்சனையை வேரறுக்க முடியாது.

கிறிஸ்துவின் வல்லமையும், அவருடைய சிலுவையுமே இஸ்லாமின் இழிவான உரிமைகோரல்களிலிருந்து நிலையாக மற்றும் இறுதியாக விடுதலை பெறுவதற்கான திறவுகோல்களாக இருக்க முடியும். இந்த உணர்த்துதலுடன்தான் இந்தப் புத்தகம் எழுதப்பட்டுள்ளது. மனித ஆத்துமாவில் ஆதிக்கம் செலுத்த வேண்டும் என்ற இஸ்லாமின் திட்டத்தின் இரண்டு அம்சங்களிலிருந்து விடுதலை காண விசுவாசிகளை ஆயத்தப்படுத்துவதே இதன் நோக்கமாகும்.

2

சிலுவையின் மூலம் விடுதலை

“சிறைப்பட்டவர்களுக்கு விடுதலையையும் ... பிரசித்தப்படுத்த ... அவர் என்னை அனுப்பினார்.”
லூக்கா 4:18

ரேசா என்ற இளைஞன் இஸ்லாமை விட்டு விலகி இயேசு கிறிஸ்துவைப் பின்பற்றத் தீர்மானிக்கிறான். ஒருநாள் மாலைக் கூட்டத்தில், அவன் இஸ்லாமை நிராகரித்து ஜெபிக்க வேண்டும் என்று சொல்கிறார்கள். மனமுவந்து அதைச் செய்யத் தொடங்குகிறான். இருப்பினும், ஜெபத்தின்போது, “நான் முஹம்மதுவின் முன்மாதிரியைக் கைவிடுகிறேன்” என்ற வார்த்தைகளைச் சொல்ல முயன்றபோது, ‘முஹம்மது’ என்னும் வார்த்தையை மட்டும் அவனால் சொல்ல முடியவில்லை. அது அவனுக்கு மிகுந்த ஆச்சர்யத்தைக் கொடுத்தது. அதிர்ச்சியாகவும் இருந்தது. ஏனென்றால் அவன் இஸ்லாமியக் குடும்பத்தில் வளர்ந்தவனாக இருந்தாலும், இஸ்லாமிய மதத்தில் அவனுக்கு ஈடுபாடு இல்லாதிருந்தது. அதைப் பின்பற்றுவதை விட்டு நீண்டகாலமும் ஆகியிருந்தது. அப்போது அவனுடைய கிறிஸ்தவ நண்பர்கள் அவனைச் சூழ்ந்து கொண்டு, இயேசு கிறிஸ்துவுக்குள் அவனுக்கு இருக்கும் அதிகாரத்தை நினைவுபடுத்தும் விதத்தில் பேசி அவனை உற்சாகப்படுத்துகிறார்கள். அதன் பின்னர் அவனால் அந்த ஜெபத்தைத் தடையின்றி செய்து முடிக்க முடிந்தது. முஹம்மதுவின் முன்மாதிரியைக் கைவிடுகிறேன் என்று சொல்லி முடித்தான்.

அன்றிரவுக்குப் பின் ரேசா-வின் வாழ்க்கையில் இரண்டு மாற்றங்கள் ஏற்பட்டன. முதலாவது, வாழ்நாள் முழுவதும் அவனுக்கிருந்த பிரச்சனையான அதிக கோபம் அவனை விட்டு நீங்கியது; இரண்டாவதாக, இஸ்லாமை விட்டு வந்தவர்கள் மத்தியில் சுவிசேஷம் அறிவிக்கவும், அவர்களை சீஷராக்கவும் தொடங்கினான். இஸ்லாமைக் கைவிட்ட அன்றிரவிலேயே சுவிசேஷம் அறிவித்தல் மற்றும் சீஷராக்குதலுக்கான அபிஷேகத்தையும் பெற்றுக்கொண்டான். அதுவே அவன் பயனுள்ள விதத்தில் ஊழியம் செய்யக் காரணமாயிற்று. சுவிசேஷத்திற்கு ஊழியம் செய்ய அவன் விடுவிக்கப்பட்டான்.

இந்த அத்தியாயம் சாத்தானின் அதிகாரத்திலிருந்து விடுதலையாவது எப்படி என்பதைப் பற்றியது. இது, இஸ்லாமியக் கட்டுகளில் கவனம் செலுத்தும் மற்ற அத்தியாயங்களுக்கு அடித்தளமாக இருக்கும்.

இந்த அத்தியாயத்தில் கற்பிக்கப்படும் கோட்பாடுகளை வெவ்வேறு சூழ்நிலைகளில் பயன்படுத்தலாம், இஸ்லாமுக்கு மட்டும்தான் பயன்படுத்த வேண்டும் என்றில்லை.

இயேசு போதிக்கத் தொடங்கினார்

பவுல் ரோமருக்கு எழுதிய நிருபத்தில், “மகிமையான சுயாதீனத்தை” பற்றிப் பேசுகிறார் (ரோமர் 8:21). “மகிமையான சுயாதீனம்” என்பது ஒவ்வொரு கிறிஸ்தவனின் பிறப்புரிமையாக இருக்கிறது. அது ஒரு மாபெரும் ஈவு; அது, இயேசுவை நம்பிப் பின்பற்றும் எல்லோருக்கும் தேவன் கொடுக்க விரும்பும் விலையேறப்பெற்ற சுதந்தரமாக இருக்கிறது.

இயேசு தம் போதிக்கும் ஊழியத்தைத் தொடங்கியபோது, முதன்முதலில் பொதுவெளியில் விடுதலையைப் பற்றிதான் போதித்தார். இயேசு யோவான் ஸ்நானனிடம் ஞானஸ்நானம் பெற்று, சாத்தானால் வனாந்தரத்தில் சோதிக்கப்பட்ட பின்பு இது நடந்தது. வனாந்தரத்திலிருந்து வந்தவுடனே இயேசு சுவிசேஷத்தைப் பிரசங்கிக்கத் தொடங்கினார். அதை அவர் எப்படிச் செய்தார்? முதலாவது அவர் தம்மை அறிமுகப்படுத்திக் கொண்டார். இயேசு தம் சொந்த ஊரான நாசரேத்தில் இருந்த ஒரு ஜெப ஆலயத்தில், எழுந்து நின்று, ஏசாயா புத்தகத்தின் 61-ஆம் அதிகாரத்திலிருந்து வாசிக்க ஆரம்பித்தார்:

> “கர்த்தருடைய ஆவியானவர் என்மேலிருக்கிறார்; தரித்திரருக்குச் சுவிசேஷத்தைப் பிரசங்கிக்கும்படி என்னை அபிஷேகம்பண்ணினார்; இருதயம் நருங்குண்டவர்களைக் குணமாக்கவும், சிறைப்பட்டவர்களுக்கு விடுதலையையும், குருடருக்குப் பார்வையையும் பிரசித்தப்படுத்தவும், நொறுங்குண்டவர்களை விடுதலையாக்கவும், கர்த்தருடைய அநுக்கிரக வருஷத்தைப் பிரசித்தப்படுத்தவும், என்னை அனுப்பினார்”,
>
> என்று எழுதியிருக்கிற இடத்தை அவர் கண்டு, வாசித்து, புஸ்தகத்தைச் சுருட்டி, பணிவிடைக் காரனிடத்தில் கொடுத்து, உட்கார்ந்தார். ஜெப ஆலயத்திலுள்ள எல்லாருடைய கண்களும் அவர்மேல் நோக்கமாயிருந்தது. அப்பொழுது அவர் அவர்களோடே பேசத்தொடங்கி: உங்கள் காதுகள் கேட்க இந்த வேதவாக்கியம் இன்றையத்தினம் நிறைவேறிற்று என்றார்.” (லூக்கா 4:18-21).

இயேசு அங்கிருந்தவர்களிடம், தாம் மனிதர்களை விடுதலையாக்க வந்ததாகச் சொன்னார். ஏசாயாவுக்குக் கொடுக்கப்பட்ட விடுதலையின் வாக்குத்தத்தம் “இன்று” நிறைவேறிற்று என்றார். சிறைப்பட்டவர்களுக்கு விடுதலை கொடுக்கக் கூடிய ஒருவரை அன்று நாசரேத் மக்கள் சந்தித்தார்கள். அதோடு, தாம் பரிசுத்த ஆவியினால் அபிஷேகிக்கப்பட்டிருப்பதாகவும் சொன்னார்: அவரே அபிஷேகிக்கப்பட்டவரும், மேசியாவும், தேவனால் தெரிந்துகொள்ளப்பட்ட ராஜாவும், அவர்களுக்கு வாக்குப்பண்ணப்பட்ட இரட்சகருமாவார்.

விடுதலை பெறுவதைத் தெரிவு செய்யுமாறு இயேசு அவர்களுக்கு அழைப்புவிடுத்தார். அவர் அவர்களுக்கு நற்செய்தியைக் கொண்டு வந்தார்: அது, ஏழைகளுக்கு நம்பிக்கையும், சிறைப்பட்டவர்களுக்கு விடுதலையும், குருடருக்குப் பார்வையும், ஒடுக்கப்பட்ட அனைவருக்கும் விடுதலையுமாக இருந்தது.

இயேசு தாம் சென்ற இடமெல்லாம் மக்களுக்கு விடுதலை கொடுத்தார் – பலவிதங்களில் அது உண்மையான விடுதலையாக இருந்தது. சுவிசேஷப் புத்தகங்களில் இயேசு அநேகருக்கு நன்மை செய்வதைப் பற்றிக் கேள்விப்படுகிறோம்: அவர் நம்பிக்கையற்றவர்களுக்கு நம்பிக்கைக் கொடுத்தார், பசியாயிருந்தவர்களுக்கு ஆகாரம்

கொடுத்தார், பிசாசினால் பிடிக்கப்பட்டிருந்தவர்களை விடுதலையாக்கினார் மற்றும் வியாதிப்பட்டவர்களை சுகமாக்கினார்.

இன்றும் இயேசு மக்களுக்கு விடுதலை கொடுக்கிறார். தாம் கொடுக்கும் விடுதலையை ஒவ்வொரு கிறிஸ்தவனும் அனுபவித்து மகிழ வேண்டுமென்று இயேசு அவர்களுக்கு அழைப்புவிடுக்கிறார்.

ஜெப ஆலயத்தில் தாம், “கர்த்தருடைய அநுக்கிரக வருஷத்தை” பிரசித்தப்படுத்துவதாக இயேசு அறிவித்தபோது, தேவன் தம் தயவை அவர்களுக்குக் காண்பிக்க முன்வந்த ஒரு விசேஷித்த நேரம் அது என்று அவர்களிடம் சொல்வதாக இருந்தது. அதாவது, தேவன் மனிதர்களை விடுவிக்க வல்லமையோடும், அன்போடும் வருகிறார், அதனால் அவர்களால் விடுதலையடைய முடியும் என்று இயேசு சொன்னார்.

இந்தப் புத்தகத்தை வாசிக்கும் நேரமே நீங்கள் தேவனுடைய கிருபையையும், விடுதலையையும் அனுபவிக்கும் விசேஷித்த நேரம் என்ற நம்பிக்கையுடன் விசுவாசிப்பீர்களா?

தெரிவு செய்ய வேண்டிய நேரம்

நீங்கள் ஒரு கூண்டில் பிடிபட்டிருக்கிறீர்கள், அந்தக் கூண்டு பூட்டப்பட்டுவிட்டது என்று வைத்துக் கொள்ளுங்கள். தினமும் ஆகாரமும், தண்ணீரும் சரியாக அந்தக் கூண்டிற்கே கொண்டு வரப்படுகிறது. ஆகவே உங்களால் உயிர்வாழ முடியும், ஆனாலும் ஒரு கைதியாக இருக்கிறீர்கள். யாரோ ஒருவர் வந்து அந்தக் கூண்டின் கதவைத் திறந்து விடுகிறார். இப்போது உங்கள் முன் இரண்டு தெரிவுகள் உண்டு: ஒன்று, நீங்கள் தொடர்ந்து அந்தக் கூண்டினுள்ளேயே இருக்கலாம் அல்லது கூண்டை விட்டு வெளியே வந்து அங்கு வாழ்க்கை எப்படி இருக்கிறது என்று பார்க்கலாம். கூண்டைத் திறந்துவிட்டால் மட்டும் போதாது, அதிலிருந்து வெளியே வர நீங்கள்தான் தீர்மானிக்க வேண்டும். அப்படி நீங்கள் விடுதலையடைவதைத் தெரிவு செய்யவில்லை என்றால், இன்னும் நீங்கள் கூண்டிற்குள் அடைக்கப்பட்டிருப்பது போலத்தான் இருக்கும்.

பவுல் கலாத்தியருக்கு இவ்வாறு எழுதினார்: “ஆனபடியினாலே, நீங்கள் மறுபடியும் அடிமைத்தனத்தின் நுகத்துக்குட்படாமல், கிறிஸ்து நமக்கு உண்டாக்கின சுயாதீன நிலைமையிலே நிலைகொண்டிருங்கள்” (கலாத்தியர் 5:1). இயேசு கிறிஸ்து நம்மை விடுதலையாக்க வந்தார், அவர் கொடுக்கும் விடுதலையை அறிந்து கொண்டோமா னால், நாம் தெரிவு செய்ய வேண்டிய ஒன்று உண்டு. விடுவிக்கப்பட்டவர்களாக வாழ்வதைத் தெரிவு செய்வோமா?

நம்முடைய விடுதலையைப் பெற்றுக்கொள்ள நாம் விழித்திருக்க வேண்டுமென்று பவுல் கூறுகிறார். விடுதலையோடு வாழ்வதற்கு விடுதலையாவது என்றால் என்ன என்பதை அறிந்து, நம் விடுதலைக்கு உரிமைகோரி, பின்னர் அந்த விடுதலையோடு நடக்க வேண்டும். இயேசுவைப் பின்பற்றும்போது, “அடிமைத்தனத்தின் நுகத்தை” புறக்கணித்து, “உறுதியாக நிற்பது” எப்படி என்பதைக் கற்றுக்கொள்ள வேண்டும்.

எல்லோரும் விடுதலையாவதைத் தெரிவு செய்து, பின்னர் விடுவிக்கப்பட்டவர்களாக வாழ உதவும் விதத்தில் இந்தப் போதனை அமைக்கப்பட்டுள்ளது.

அடுத்த சில பகுதிகளில், சாத்தானின் பங்கு, நாம் எப்படி சாத்தானின் அதிகாரத்திலிருந்து தேவனுடைய ராஜ்யத்திற்கு மாற்றப்படுகிறோம் மற்றும் நமக்கிருக்கும் ஆவிக்குரிய போராட்டம் ஆகியவற்றைப் பற்றி கற்றுக்கொள்வோம்.

சாத்தானும் அவனுடைய ராஜ்யமும்

நம்மை அழிக்க நினைக்கும் ஒரு எதிரி நமக்கு உண்டு என்று வேதாகமம் கூறுகிறது. அவன் பெயர் சாத்தான். அவனுக்கு உதவி செய்ய அநேகர் உண்டு. அந்த உதவியாளர்களில் சிலர் பிசாசுகள் என்றழைக்கப்படுன்றனர்.

சாத்தான் மனிதர்களுக்கு என்ன செய்கிறான் என்று யோவான் 10:10-ல் விவரிக்கும் இயேசு அவனைத் "திருடன்" என்கிறார்: "திருடன் திருடவும் கொல்லவும் அழிக்கவும் வருகிறானேயன்றி வேறொன்றுக்கும் வரான். நானோ அவைகளுக்கு ஜீவன் உண்டாயிருக்கவும், அது பரிபூரணப்படவும் வந்தேன்." இதிலிருக்கும் வல்லமையான முரண்பாட்டைப் பாருங்கள்! இயேசு ஜீவன் கொடுக்கிறார் – அது பரிபூரண ஜீவனாயிருக்கும்; சாத்தானோ இழப்பையும், நஷ்டத்தையும், மரணத்தையும் கொண்டுவருகிறான். சாத்தான் "ஆதிமுதற்கொண்டு மனுஷ கொலைபாதகனாயிருக்கிறான்" (யோவான் 8:44) என்றும் இயேசு சொல்கிறார்.

புதிய ஏற்பாட்டில் உள்ள சுவிசேஷப் புத்தகங்கள் மற்றும் நிருபங்களின்படி, சாத்தானுக்கு இந்த உலகத்தின் மேல் மெய்யாகவே அதிகாரமும், வல்லமையும் உண்டு, ஆனால் அது மட்டுப்படுத்தப்பட்டிருக்கிறது. அவனுடைய ராஜ்யம் "இருளின் ராஜ்யம்" (கொலோசெயர் 1:13) எனப்படுகிறது. அவன் இவ்வாறு அழைக்கப்படுகிறான்:

- "இந்த உலகத்தின் அதிபதி" (யோவான் 12:31)
- "இப்பிரபஞ்சத்தின் தேவன்" (2 கொரிந்தியர் 4:4)
- "ஆகாயத்து அதிகாரப் பிரபு" (எபேசியர் 2:2)
- "கீழ்ப்படியாமையின் பிள்ளைகளிடத்தில் இப்பொழுது கிரியைசெய்கிற ஆவி" (எபேசியர் 2:2)

உலகம் முழுவதும் சாத்தானின் கட்டுப்பாட்டிற்குள் இருப்பதாக அப்போஸ்தலனாகிய யோவான் போதிக்கிறார்: "நாம் தேவனால் உண்டாயிருக்கிறோமென்றும், உலகமுழுவதும் பொல்லாங்கனுக்குள் கிடக்கிறதென்றும் அறிந்திருக்கிறோம்" (1 யோவான் 5:19).

"உலகமுழுவதும் பொல்லாங்கனுக்குள் கிடக்கிறதென்று" நாம் அறிந்திருப்போமானால், உலகின் எல்லா கலாச்சாரங்களிலும், கருத்துவாதங்களிலும், மதங்களிலும் சாத்தானின் கிரியைகள் இருப்பதற்கான சான்றுகளைப் பார்த்து ஆச்சர்யப்படமாட்டோம். சாத்தான் சபையில் கூட முனைப்பாக செயல்படுகிறான்.

இந்தக் காரணத்தினால், இஸ்லாமில் இருக்கக் கூடிய பொல்லாங்கனின் தாக்கத்தையும், அதன் உலகக் கண்ணோட்டத்தையும், அதன் ஆவிக்குரிய அதிகாரத்தையும் நாம் கருத்தில் கொள்ள வேண்டும். ஆனால் அதற்கு முன் பொதுவாக பொல்லாங்கனிடமிருந்து விடுவிக்கப்படுவது எப்படி என்பதைப் பற்றிப் பார்ப்போம்.

மாபெரும் மாற்றம்

பவுலின் இறையியல் உலகக் கண்ணோட்டத்தைப் பற்றிய ஒரு திட்டவரையை ட்ரினிடி காலேஜ் ஆக்ஸ்ஃபோர்டின் ஆராய்ச்சியாளர் திரு. J.L. ஹௌல்டன் அவர்கள் எழுதினார்:

> … அவனுக்கு மனிதனைக் குறித்த உணர்த்துதல்கள் இருந்தன. மனிதன் பாவத்தினாலும், தானாக விருப்பப்பட்டும் தேவனை விட்டு விலகியதோடு … இந்தப் பிரபஞ்சத்தின் பின்னணியில் இருந்து, சட்டத்தை தேவனுக்குக் கீழ்ப்படியும் வழியாக அல்லாமல், தங்கள் கொடுங்கோலாட்சிக்கு ஒரு கருவியாகப் பயன்படுத்துகிற பிசாசின் வல்லமைகளின் கீழ் அடிமைப்பட்டுக் கிடக்கிறான். இப்படி மனிதன் தேவனை விட்டு விலகியிருப்பது மனுக்குலம் முழுவதிலும் நடக்கிறது – அது இஸ்ரவேலருக்கு மட்டும் உரியது அல்லது புறஜாதிகளுக்கு மட்டும் உரியது என்று சொல்ல முடியாது. அது, ஆதாமின் பிள்ளையாக வந்த மனிதனின் நிலையாக உள்ளது..[1]

தொடர்ந்து ஹௌல்டன், பவுலின் உலகக் கண்ணோட்டத்தின்படி மனிதர்கள் இந்த அடிமைத்தனத்திலிருந்து மீட்கப்பட வேண்டும் என்று விளக்குகிறார்: "பிசாசின் வல்லமைகளைப் பொறுத்தவரை, மனிதனுக்குத் தேவை அவற்றின் கட்டுப்பாட்டி லிருந்து விடுவிக்கப்படுவதே ஆகும்." கிறிஸ்து தம் மரணமும் உயிர்த்தெழுதலுமே இந்த மீட்புக்கு மிகவும் அவசியமானது. இதுவே பாவம் மற்றும் மனுக்குலத்தை கட்டி வைத்திருக்கும் பொல்லாங்கனின் வல்லமையிலிருந்து வெற்றியைக் கொடுத்திருக்கிறது.

கிறிஸ்தவர்களாகிய நாம் இன்னும் "இந்த இருண்ட உலகில்தான்" (எபேசியர் 6:12; பிலிப்பியர் 2:15-உடன் ஒப்பிடவும்) வாழ்கிறோம் என்பதால், நாமும் சாத்தானின் அதிகாரம் மற்றும் ஆளுகையின் கீழ் வந்துவிடுகிறோமா? இல்லை! நாம்தான் இயேசுவின் ராஜ்யத்திற்கு மாற்றப்பட்டுவிட்டோமே!

இயேசு ஒரு தரிசனத்தில் தம்மைப் பவுலுக்கு வெளிப்படுத்தி, அவரைப் புறஜாதியாரிடம் போகச் சொன்னபோது, "அவர்கள் இருளைவிட்டு ஒளியினிடத்திற்கும், சாத்தானுடைய அதிகாரத்தைவிட்டு தேவனிடத்திற்கும் திரும்பும்படிக்கு அவர்களுடைய கண்களைத் திறக்கும்பொருட்டு" அவரை அனுப்புவதாகச் சொன்னார் (அப்போஸ்தலர் 26:18). இவ்வார்த்தைகள் மூலம், கிறிஸ்துவின் இரட்சிப்பைப் பெறும் முன்னர் மக்கள் சாத்தானின் அதிகாரத்தின் கீழ் இருக்கிறார்கள் என்று அறிகிறோம். ஆனால் கிறிஸ்துவின் மூலம் அவர்கள் பொல்லாங்கனின் அதிகாரத்திலிருந்து விடுவிக்கப்பட்டு, இருளின் வல்லமையிலிருந்து தேவனுடைய ராஜ்யத்திற்கு மாற்றப்படுகிறார்கள்.

அவர்களுக்காகத் தாம் ஜெபிக்கும் விதத்தை பவுல் கொலோசெயருக்கு எழுதிய நிருபத்தில் விளக்குகிறார்:

> "ஒளியிலுள்ள பரிசுத்தவான்களுடைய சுதந்தரத்தில் பங்கடைவதற்கு, நம்மைத் தகுதியுள்ளவர்களாக்கினவரும், இருளின் அதிகாரத்தினின்று நம்மை விடுதலையாக்கி, தமது அன்பின் குமாரனுடைய ராஜ்யத்திற்கு உட்படுத்தின வருமாயிருக்கிற பிதாவை ஸ்தோத்திரிக்கிறோம். [குமாரனாகிய] அவருக்குள், அவருடைய இரத்தத்தினாலே, பாவமன்னிப்பாகிய மீட்பு நமக்கு உண்டாயிருக்கிறது" (கொலோசெயர் 1:12-14).

---

1. J. L. ஹௌல்டன், *பால்'ஸ் லெட்டர்ஸ் ஃப்ரம் ப்ரிசன்,* பக்.18

ஒருவர் இன்னொரு நாட்டிற்குக் குடிபெயர்ந்து செல்லும்போது, அந்தப் புதிய நாட்டின் குடியுரிமைக்காக விண்ணப்பிப்பார். ஆனால், அதைச் செய்வதற்கு அவர்கள் தங்கள் முந்தின குடியுரிமையை விட்டுவிட வேண்டும். கிறிஸ்துவுக்குள் நமக்குக் கிடைக்கும் இரட்சிப்பும் அப்படித்தான்: நீங்கள் தேவனுடைய ராஜ்யத்திற்குள் நுழையும்போது ஒரு புதிய குடியுரிமையைப் பெறுகிறீர்கள், அப்போது உங்களுடைய பழைய குடியுரிமையை விட்டுவிடுகிறீர்கள்.

இயேசு கிறிஸ்துவின் மீது விசுவாசம் வைத்து முழுமையாக மாற்றப்படுவதை விருப்பத்துடன் செய்ய வேண்டும். அதில் பின்வருவனவும் அடங்கும்:

- சாத்தானையும் எல்லாப் பொல்லாங்கையும் விட்டுவிட வேண்டும்.
- உங்கள் மீது அவபக்தியாக அதிகாரம் செலுத்தியவர்களுடன் உள்ள தவறான பிணைப்புகளை விட்டுவிட வேண்டும்.
- உங்கள் முன்னோர்கள் உங்களுக்காக செய்த எல்லா அவபக்தியான உடன்படிக்கைகளையும் அல்லது ஏதாவது ஒரு விதத்தில் உங்களை பாதித்தவற்றையும் கைவிட்டு, முறிக்க வேண்டும்.
- அவபக்தியான விசுவாசத்தினால் வந்த எல்லா அவபக்தியான ஆவிக்குரிய திறமைகளையும் கைவிட்டு விடவேண்டும்.
- உங்கள் வாழ்க்கையின் முழு உரிமைகளையும் இயேசு கிறிஸ்துவிடம் ஒப்படைத்து, இன்று முதல் அவரை உங்கள் இருதயத்தில் ஆண்டவராக ஆளுகை செய்யும்படி அழைக்க வேண்டும்.

யுத்தம்

ஒரு கால்பந்து வீரர் வேறொரு அணிக்கு மாற்றப்படுவார் என்றால் அவர் தன் புதிய அணிக்காகத்தான் விளையாட வேண்டும். பழைய அணிக்காக இனி விளையாட முடியாது. நாம் தேவனுடைய ராஜ்யத்திற்கு மாற்றப்படும்போது நடப்பது இதுதான்: சாத்தானின் அணிக்காக கோல் அடிப்பதை விட்டுவிட்டு, இயேசுவின் அணிக்காக விளையாட வேண்டும்.

வேதாகமத்தின்படி, தேவனுக்கும் சாத்தானுக்கும் இடையே ஒரு ஆவிக்குரிய போராட்டம் நடந்து கொண்டிருக்கிறது. இது வானமண்டலத்தில் தேவனுடைய ராஜ்யத்திற்கு விரோதமாக நடக்கும் ஒரு உள்நாட்டு போராட்டமாகும் (மாற்கு 1:15; லூக்கா 10:18; எபேசியர் 6:12). இரண்டு ராஜ்யங்களுக்கு இடையேயான அந்த யுத்தத்தில் யாரும் ஒளிந்து கொள்வதற்கான சமநிலையான இடம் கிடையாது. தாங்கள் ஒரு நீண்ட யுத்தத்தில் இருப்பதாக கிறிஸ்தவர்கள் காண்கிறார்கள், முடிவு தெரிந்துவிட்ட அந்த யுத்தத்தில் சிலுவையின் மூலம் ஏற்கனவே வெற்றி கிடைத்துவிட்டது, இப்போதே கிறிஸ்து வெற்றிபெற்றிருக்கிறார், நிச்சயமாக அவரே இறுதி வெற்றியும் பெறுவார்.

கிறிஸ்துவைப் பின்பற்றுகிறவர்கள் அவருடைய தூதர்களாக இருக்கிறார்கள். ஆகவே, அவர்கள் இப்போது அனுதினமும் அந்தகார யுகத்தின் அதிகாரங்களுடனான ஒரு யுத்தத்தில் இருக்கிறார்கள். கிறிஸ்துவின் மரணமும் உயிர்த்தெழுதலும் இந்த இருளுக்கு விரோதமான முழு அதிகாரத்தையும் நமக்குக் கொடுப்பதோடு, அந்த இருளை எதிர்த்து நிற்பதற்கான வல்லமையின் அடித்தளமாகவும் உள்ளன. இந்த யுத்தம், மனிதர்கள், சமுதாயங்கள், சமூகங்கள் மற்றும் தேசங்களை எல்லையாகக் கொண்டு நடக்கிறது.

இந்த யுத்தத்தில், சபை கூட ஒரு யுத்தகளமாக இருந்து, தன் வளங்களை தீய நோக்கங்களுக்காகப் பயன்படுத்தக் கூடும்.

இது மிகப்பெரிய தீவிரப் பிரச்சனையாகும். இருப்பினும், இந்தப் பொல்லாத பிரபஞ்சத்தின் வல்லமைகள் சிலுவையின் மூலமும், சிலுவை பெற்றுத்தந்த பாவமன்னிப்பின் மூலமும் முறியடிக்கப்பட்டு, இழிவுபடுத்தப்பட்டு, தோற்கடிக்கப்பட்டுவிட்டன என்று வெற்றியின் நிச்சயத்தை பவுல் விவரிக்கிறார்:

> உங்கள் பாவங்களினாலேயும், உங்கள் மாம்ச விருத்தசேதனமில்லாமையினாலேயும் மரித்தவர்களாயிருந்த உங்களையும் அவரோடேகூட உயிர்ப்பித்து, அக்கிரமங்களெல்லாவற்றையும் உங்களுக்கு மன்னித்து; நமக்கு எதிரிடையாகவும் கட்டளைகளால் நமக்கு விரோதமாகவும் இருந்த கையெழுத்தைக் குலைத்து, அதை நடுவிலிராதபடிக்கு எடுத்து, சிலுவையின்மேல் ஆணியடித்து; துரைத்தனங்களையும் அதிகாரங்களையும் உரிந்துகொண்டு, வெளியரங்கமான கோலமாக்கி, அவைகளின்மேல் சிலுவையிலே வெற்றிசிறந்தார். (கொலோசெயர் 2:13-15).

இந்த வேதப்பகுதி, ரோம வெற்றி அணிவகுப்பில் பயன்படுத்தப்படும் ஒரு உருவகத்தை "வெற்றிசிறந்தார்" என்னும் வார்த்தையில் பயன்படுத்துகிறது. எதிரியைத் தோற்கடித்த பின், வெற்றிபெற்ற தளபதியும் அவருடைய படையும் ரோமாபுரி நகரத்திற்குத் திரும்புவார்கள். அந்த வெற்றியைக் கொண்டாட தளபதி ஒரு பெரிய ஊர்வலத்தை தலைமை தாங்கி நடத்திச் செல்வார். அந்த ஊர்வலத்தில் தோற்கடிக்கப்பட்ட எதிரிகள் நகரத்தின் வீதிகள் வழியாக சங்கிலி போல அணிவகுத்துச் செல்லும்படி கட்டாயப்படுத்தப்படுவார்கள். அப்போது அவர்களுடைய ஆயுதங்களும், கவசங்களும் அவர்களிடமிருந்து எடுக்கப்பட்டிருக்கும். ரோமாபுரி மக்கள் அதைப் பார்த்து, வெற்றியாளர்களை உற்சாகப்படுத்தி, தோல்வியடைந்தவர்களை பரியாசம் செய்வார்கள்.

இந்த ரோம வெற்றி ஊர்வலத்தைப் பயன்படுத்தி பவுல் சிலுவையின் அர்த்தத்தை விளக்குகிறார். கிறிஸ்து நமக்காக மரித்தபோது, பாவத்தின் அதிகாரத்தை இல்லாமல் போகச் செய்துவிட்டார். நம்மீதான குற்றச்சாட்டுகள் சிலுவையில் அறையப்பட்டது போலாயிற்று: ரத்து செய்யப்பட்ட அந்தக் குற்றச்சாட்டுகள் இருளின் அதிகாரங்கள் பார்க்கும்படி தூக்கிப் பிடிக்கப்பட்டிருந்தன. இதனால், நம்மை அழிக்க நாடும் சாத்தானும் அவனுடைய பிசாசின் வல்லமைகளும் நம்மீதான தங்கள் அதிகாரத்தை இழந்துவிட்டன, ஏனென்றால் நம்மீது சுமத்த இப்போது ஒரு குற்றமும் இல்லை. அவை ரோம வெற்றி ஊர்வலத்தில் இருந்த எதிரிகளைப் போல தோற்கடிக்கப்பட்டதும், ஆயுதமிழந்ததும், வெளியரங்கமாக சிறுமைப்படுத்தப் பட்டதுமாக மாறின.

சிலுவையின் மூலம், இந்த இருண்ட பிரபஞ்சத்தின் அதிகாரங்களும் துரைத்தனங்களும் மேற்கொள்ளப்பட்டன. மேலும் இந்த வெற்றி தீய வல்லமைகளைப் பறித்துக் கொண்டு, ஆளுகை செய்வதற்கான அவற்றின் உரிமைகளை எடுத்துக் கொண்டுவிட்டது. அதில் மனிதர்கள் அந்த வல்லமைகளுடன் விருப்பத்துடனோ, விருப்பமில்லாமலோ, அறிந்தோ, அறியாமலோ செய்த ஒப்பந்தங்களால் வந்த உரிமைகளும் அடங்கும்.

இது வல்லமை மிக்க ஒரு கோட்பாடு: நமக்கு விரோதமாக சாத்தான் பயன்படுத்தும் ஒவ்வொரு தந்திரத்திற்கும் குற்றச்சாட்டிற்கும் எதிரான வெற்றியையும், விடுதலையையும் சிலுவை நமக்கு அருளிச் செய்கிறது.

அடுத்த இரண்டு பகுதிகளில், சாத்தானை குற்றஞ்சுமத்துகிறவனாகக் கண்டு, மனிதர்களுக்கு விரோதமாக அவன் பயன்படுத்தும் திட்டங்களைப் பற்றிப் பார்க்கவிருக்கிறோம். அதன் பின், சாத்தான் மனிதர்களைக் கட்டிவைக்கும் ஆறு வழிகளான பாவம், மன்னியாமை, வார்த்தைகள், ஆத்தும காயங்கள், பொய்கள் (அவபக்தியான நம்பிக்கைகள்) மற்றும் முன்னோர்களின் பாவம் மற்றும் அதனால் வரும் சாபம் ஆகியவற்றைப் பற்றிப் படிப்போம். சாத்தானின் ஒவ்வொரு திட்டத்திற்கும் ஒரு பரிகாரம் கொடுக்கப்பட்டிருக்கிறது: அது, கிறிஸ்தவர்கள் தங்கள் விடுதலையை உரிமைகோரி, இந்தத் தாக்கங்களைத் தங்கள் வாழ்க்கையிலிருந்து முறிப்பதற்கான வழியாக இருக்கும். இஸ்லாமின் அடிமைத்தனத்திலிருந்து எப்படி விடுதலையாவது என்பதை அறிய முற்படும் நமக்கு இவையனைத்தும் முக்கியமான பிரச்சனைகளாக இருக்கின்றன.

குற்றஞ்சுமத்துகிறவன்

சாத்தானிடம் நமக்கு விரோதமாகப் பயன்படுத்தும் யுக்திகள் உண்டு. இந்த யுக்திகளை அறிந்து, புரிந்து கொண்டு, அவற்றிற்கு விரோதமாக நிற்க ஆயத்தமாவது அவசியம். நாம் நம் சுதந்திரத்தைப் பயன்படுத்தவும், அதனை வாழ்க்கையில் அனுபவிக்கவும் வேண்டும். அதற்கு, முதலாவது கவனிப்பது நல்லது: கிறிஸ்தவர்கள் சாத்தானின் தந்திரங்களை அறிந்து கொள்வதும், அவற்றை எதிர்க்க ஆயத்தமாயிருப்பதும் நல்லது.

கிறிஸ்தவர்கள் "விழித்திருக்க வேண்டும்" என்று பவுல் எபேசியர் 6:18-ல் எழுதுகிறார். அதுபோல, பேதுருவும் "தெளிந்த புத்தியுள்ளவர்களாயிருங்கள், விழித்திருங்கள்; ஏனெனில், உங்கள் எதிராளியாகிய பிசாசானவன் கெர்ச்சிக்கிற சிங்கம்போல் எவனை விழுங்கலாமோ என்று வகைதேடிச் சுற்றித்திரிகிறான்" (1 பேதுரு 5:8) என்று கிறிஸ்தவர்களை எச்சரிக்கிறார். நாம் எதற்கு விழித்திருக்க வேண்டும்? சாத்தானின் குற்றச்சாட்டுகளுக்கு நாம் விழித்திருக்க வேண்டும்.

வேதாகமம் சாத்தானை "குற்றஞ்சாட்டுகிறவன்" என்று அழைக்கிறது (வெளிப்படுத்தின விசேஷம் 12:10). எபிரெய மொழியில் "சாத்தான்" என்பதற்கு "குற்றஞ்சாட்டுகிறவன்" அல்லது "எதிரி" என்று அர்த்தம். இந்தச் சொல், ஒரு நீதிமன்றத்தில் சட்டப்படியான எதிரியைக் குறிக்கப் பயன்படுத்தப்பட்டது. இதேவிதமாகத்தான் "சாத்தான்" என்னும் சொல் 109-ஆம் சங்கீதத்தில் பயன்படுத்தப்படுகிறது: "அவனுக்கு மேலாகத் துஷ்டனை ஏற்படுத்திவையும், சாத்தான் அவன் வலதுபக்கத்தில் நிற்பானாக. அவன் நியாயம் விசாரிக்கப்படும்போது குற்றவாளியாகக்கடவன்" (சங்கீதம் 109:6-7). இதையொத்த ஒரு காட்சியில், "சாத்தான்" என்னும் உருவம் பிரதான ஆசாரியனாகிய யோசுவாவின் வலதுபாரிசத்தில் நின்று, தேவனுடைய தூதனுக்கு முன்பாக அவன்மேல் குற்றஞ்சாட்டினான் என்று சகரியா 3:1-3 குறிப்பிடுகிறது. தேவனுக்கு முன்பாக சாத்தான் யோபுவின் மீது குற்றஞ்சாட்டி (யோபு 1:9-11), அவனைச் சோதிக்க அனுமதி கேட்கும் இடத்திலும் இதே வார்த்தைப் பயன்படுத்தப்படுகிறது.

சாத்தான் *யாரிடம்* நம்மைப் பற்றிக் குற்றஞ்சுமத்துகிறான்? அவன் நம்மைப் பற்றி தேவனிடம் குற்றம் சொல்கிறான் என்பதை நாமறிவோம். மற்றவர்களிடமும் அவன் நம்மைப் பற்றி குற்றம் சொல்கிறான்; மற்றவர்களின் வார்த்தைகள் மற்றும் நம்முடைய சொந்த எண்ணங்கள் மூலம் நம்மைப் பற்றி நம்மிடமே குற்றம் சொல்கிறான். இந்தக் குற்றச்சாட்டுகளால் நாம் புண்பட்டு, அவற்றை நம்பி, அவற்றால் அச்சுறுத்தப்பட்டு, மட்டுப்படுத்தப்பட வேண்டும் என்பதே அவனது எண்ணம்.

சாத்தான் எதைப் பற்றி நம்மேல் குற்றஞ்சுமத்துகிறான்? நம்முடைய பாவங்களையும், நம் வாழ்க்கையின் எந்தப் பகுதியை ஏதோ ஒரு விதத்தில் அவனிடம் ஒப்புவித்திருக்கி றோமோ அந்தப் பகுதியைப் பற்றியும் குற்றம் சுமத்துகிறான்.

சாத்தான் நம்மேல் குற்றஞ்சாட்டும்போது, அவனுடைய குற்றச்சாட்டுகள் பொய்யுடன் கலந்திருக்கும் என்பதைப் புரிந்து கொள்ள வேண்டும். இயேசு சாத்தானைப் பற்றி இவ்வாறு சொன்னார்:

அவன் ஆதிமுதற்கொண்டு மனுஷ கொலை பாதகனாயிருக்கிறான்; சத்தியம் அவனிடத்திலில்லா தபடியால் அவன் சத்தியத்திலே நிலை நிற்கவில்லை; அவன் பொய்யனும் பொய்க்குப் பிதாவுமாயிருக் கிறபடியால் அவன் பொய் பேசும்போது தன் சொந்தத்தில் எடுத்துப் பேசுகிறான் (யோவான் 8:44).

சாத்தானின் பொய் சொல்லும் யுக்திகள் எப்படிப்பட்டவை, அவன் நம்மைக் குற்றப்படுத்தும்போது உறுதியாக நிற்பது எப்படி? நாம் அவனுடைய தந்திரங்களை அறிந்து கொண்டால் நிச்சயம் உதவியாக இருக்கும். உதாரணமாக, 1 கொரிந்தியர் நிருபத்தில், மன்னிக்கும் பழக்கம் நமக்கு அவசியம் என்று பவுல் கிறிஸ்தவர்களுக்கு வலியுறுத்துகிறார். அது ஏன் முக்கியமானது? "சாத்தானாலே நாம் மோசம்போகாத படிக்கு அப்படிச் செய்தேன்; அவனுடைய தந்திரங்கள் நமக்குத் தெரியாதவைகள் அல்லவே" (2 கொரிந்தியர் 2:11) என்பதால் நாம் மன்னிக்க வேண்டும் என்று பவுல் கூறுகிறார். சாத்தான் என்ன செய்ய நினைக்கிறான் என்பதை நாம் அறிந்து கொள்ள முடியும்; மன்னிக்காமல் இருப்பதைப் பற்றி சாத்தான் நம்மைக் குற்றப்படுத்துவான் என்பதை நாம் அறிந்திருந்தால், மற்றவர்களை உடனுக்குடன் மன்னித்துவிடுவோம். அப்போது அவனுடைய குற்றச்சாட்டுகளால் நாம் பாதிக்கப்படாமல் இருக்கலாம்.

சாத்தானிடம் மற்ற திட்டங்களும் உண்டு. விசுவாசிகள் மேல் குற்றஞ்சுமத்த அவன் பயன்படுத்தும் முக்கியமான தந்திரங்களில் ஆறு தந்திரங்களைக் குறிப்பிட்டு, அவற்றை எதிர்த்து நிற்பது எப்படி என்பதைப் பற்றிப் பார்ப்போம். அந்த ஆறு தந்திரங்கள்:

- பாவம்
- மன்னியாமை
- ஆத்தும காயங்கள்
- வார்த்தைகள் (செய்கைகள்)
- அவபக்தியான நம்பிக்கைகள் (பொய்கள்)
- முன்னோர்களின் பாவம் மற்றும் அதனால் வரும் சாபங்கள்

சாத்தான் நம்மீது கோரும் உரிமைகளைக் கண்டறிந்து, அவற்றை நிராகரிப்பதே ஆவிக்குரிய விடுதலையைக் காண்பதற்கான முக்கிய படியாகும் என்பதை இங்கு அறிந்து கொள்வோம். அவனுடைய குற்றச்சாட்டுகளில் கொஞ்சம் உண்மை இருந்தாலும், அவை முற்றிலும் பொய்யாக இருந்தாலும் இது பொருந்தும்.

திறந்த வாசல்கள் மற்றும் கால் பதிக்கும் இடங்கள்

இந்த ஆறு பகுதிகளையும் ஒவ்வொன்றாகப் பார்க்கும் முன்னர், சாத்தான் மனிதர்களுக்கு விரோதமாக கோரும் சில உரிமைகளின் பெயர்களை அறிமுகப்படுத்த

வேண்டும். இந்த உரிமைகளைப் பயன்படுத்தி அவன் மனிதர்களை ஒடுக்குகிறான். அவற்றில் முக்கியமான இரண்டு பெயர்கள் "திறந்த வாசல்கள்" மற்றும் "கால் பதிக்கும் இடங்கள்" ஆகும்.

திறந்த வாசல் என்பது, ஒருவரைத் தவறாகப் பயன்படுத்தவும், ஒடுக்கவும் சாத்தான் பயன்படுத்தும் அவரது அறியாமை, கீழ்ப்படியாமை, அல்லது கவனமின்மை மூலம் சாத்தான் நுழைய அவர் கொடுக்கும் நுழைவு வாயில் ஆகும். இயேசு சாத்தானை "திருடன்" என்று விவரித்தது நினைவிருக்கலாம்; அவன் திருடவும், கொல்லவும், அழிக்கவும் வாய்ப்புத் தேடிச் சுற்றித்திரிகிறான் (யோவான் 10:10). பாதுகாப்பான வீட்டில் கதவுகள் திறந்திருக்காது: எல்லாக் கதவுகளும் நன்றாக பூட்டப்பட்டிருக்கும்.

கால் பதிக்கும் இடம் என்பது, ஒரு மனிதனின் ஆத்துமாவில் தனக்கு ஒப்புக்கொடுத் திருக்கும் இடம் என்று சாத்தான் உரிமைகோரும் பகுதியாகும் – அது, நமக்குள் தன்னுடையது என்று சாத்தான் குறித்து வைத்திருக்கும் ஒரு பகுதி.

கோபத்திற்கு இடம் கொடுப்பதன் மூலம் ஒரு கிறிஸ்தவர் பிசாசுக்கு இடம் கொடுக்க முடியும் என்று பவுல் குறிப்பிடுகிறார்: "நீங்கள் கோபங்கொண்டாலும் பாவஞ்செய்யா திருங்கள், சூரியன் அஸ்தமிக்கிறதற்கு முன்னாக உங்கள் எரிச்சல் தணியக்கடவது; பிசாசுக்கு இடங்கொடாமலும் இருங்கள் (எபேசியர் 4:26-27). "கால்பதிக்கும் இடம்" என்பதற்கான கிரேக்கப் பதம் *டோபோஸ்* ஆகும், அதற்கு "குடியேறிய இடம்" என்பது பொருள். *டோபோஸ்* என்பது ஆக்கிரமிக்கப்பட்ட ஒரு பகுதியைக் குறிக்கவும் முக்கியமாகப் பயன்படுத்தப்படுகிறது. கிரேக்கத்தில் "ஒரு *டோபோஸ்* கொடு" என்று சொன்னால், "வாய்ப்புக் கொடு" என்று அர்த்தம். ஒருவர் கோபம் பாவமாக மாறும் என்பதை உணர்ந்து அதை அறிக்கையிட்டு விட்டுவிடுவதற்குப் பதிலாக கோபத்துடன் சுற்றிக் கொண்டிருந்தால், அவர் சாத்தானுக்கு ஆவிக்குரிய இடம் கொடுக்கிறார் என்று அர்த்தம் என பவுல் கூறுகிறார். அதன் பின்னர் சாத்தான் அந்த இடத்தை தீய நோக்கங்களுக்குப் பயன்படுத்துவான். கோபத்தைப் பிடித்து வைத்துக் கொண்டிருப்பவர் சாத்தான் கால்பதிக்க இடம் கொடுப்பது உறுதி.

யோவான் 14-ல், சாத்தானுக்குத் தம்மிடம் ஒன்றுமில்லை என்று இயேசு குறிப்பிடும் போது, சட்டப்படியான உரிமைகளைக் குறிக்கும் வார்த்தைகளைப் பயன்படுத்துகிறார்:

இனி நான் உங்களுடனே அதிகமாய் பேசுவதில்லை. இந்த உலகத்தின் அதிபதி வருகிறான். அவனுக்கு என்னிடத்தில் ஒன்றுமில்லை. நான் பிதாவில் அன்பாயிருக்கிறே னென்றும், பிதா எனக்கு, கட்டளையிட்டபடியே செய்கிறேன் என்றும், உலகம் அறியும்படிக்கு இப்படி நடக்கும் (யோவான் 14:30-31).

இயேசு, "சாத்தான் என் ஆளுமையில் கட்டி வைக்கக் கூடிய பகுதி எதுவுமே இல்லை"[2] என்று சொல்வதாக இந்த வேதப்பகுதியைப் பற்றிய தம் வர்ணனையில் ஆர்ச் பிஷப் திரு. J.H. பெர்னார்ட் எழுதுகிறார். D.A. கார்சன் பின்வருமாறு விளக்குவது போல, இந்த மரபு வழக்கு சட்டரீதியான ஒன்று.

அவன் என்னை ஒன்றும் செய்ய முடியாது என்பது "அவனுக்கு என்னிடத்தில் ஒன்றுமில்லை" என்பதன் மரபு வழக்காகும். இது, சட்டச் சூழல்களில் அடிக்கடிப் பயன்படுத்தப்படும் எபிரெய மரபு வழக்காகும். இதற்கு, "அவன் என்னிடம் எந்த

2. J. H. பெர்னார்ட், *எ க்ரிடிக்கல் அன்ட் எக்சஜெடிக்கல் கமென்ட்ரி ஆன் த காஸ்பெல் அக்கார்டிங் டு ஜான்*, தொகுதி 2, பக். 556

> உரிமையும் கோர முடியாது" அல்லது "அவனுக்கு என்மேல் எந்த அதிகாரமும் கிடையாது" என்று அர்த்தம். … இயேசுவுக்கு விரோதமாக நியாயமான குற்றச்சாட்டுகள் இருந்தால் மட்டுமே பிசாசு இயேசுவிடம் ஒன்றை வைத்துக்கொள்ள முடியும்.[3]

ஏன் சாத்தானால் இயேசுவிடம் ஒன்றும் வைத்துக்கொள்ள முடியவில்லை? ஏனென்றால் இயேசு பாவமற்றவராக இருந்தார். இயேசு "பிதா எனக்குக் கட்டளையிட்டபடியே செய்கிறேன்" (யோவான் 14:31; யோவான் 5:19 பார்க்கவும்) என்று சொல்கிறார். இதனால்தான், சாத்தான் இயேசுவின் மீது சட்டப்படி உரிமை கேட்கத்தக்க எதுவும் இயேசுவிடம் இல்லை. சாத்தான் கால்பதிக்கும் எந்த இடமும் இயேசுவிடம் இல்லை.

பாவமற்றவரான இயேசு சிலுவையில் அறையப்பட்டார். இது சிலுவையின் வல்லமைக்கு மிக முக்கியமானது. இயேசு பாவமற்றவராக இருந்ததால், அவர் சிலுவையில் அறையப்பட்டது நியாயமான தண்டனைதான் என்று சாத்தானால் சொல்ல முடியாது. கர்த்தருடைய மேசியாவின் மரணம் மற்றவர்களுக்காக செலுத்தப்பட்ட பாவமற்ற பலியே தவிர, சாத்தானால் இயேசுவுக்கு விரோதமாக கொடுக்கப்பட்ட நியாயமான தண்டனை அல்ல. கிறிஸ்து தம்மில் ஏதேனும் ஒரு பகுதியில் சாத்தானுக்கு இடம் கொடுத்திருப்பார் என்றால், அவருடைய மரணம் பாவத்திற்கான நியாயமான தண்டனையாக இருந்திருக்கும். மாறாக, இயேசு பாவமற்றவராக இருந்ததால், அவருடைய மரணம் முழு உலகத்தின் பாவங்களுக்காக செலுத்தப்பட்ட பயனுள்ள பலியாக இருக்கிறது.

நம் வாழ்வில் இருக்கும் திறந்த வாசல்கள் மற்றும் கால்பதிக்கும் இடங்களைப் பற்றி என்ன செய்யலாம்? திறந்த வாசல்களை மூடி கால்பதிக்கும் இடங்களை நீக்கலாம். நம்முடைய ஆவிக்குரிய விடுதலைக்கு உரிமைகோர, இந்தப் படிகள் அவசியம். நம் வாழ்க்கையில் இருக்கும் திறந்த வாசல்களை மூடி, கால்பதிக்கும் இடங்களை நீக்குவதை முறையாகச் செய்வது அவசியம்.

அதை எப்படிச் செய்வது? இந்த ஆறு பகுதிகளையும் ஒன்றன்பின் ஒன்றாகக் காண்போம். இஸ்லாம் எப்படி மக்களைக் கட்டி வைத்திருக்கிறது என்பதை மனதில் கொண்டால், இவையனைத்தும் முக்கியமானவையாக இருக்கும்.

பாவம்

நாம் செய்த பாவங்கள் திறந்த வாசலாக இருந்தால், சாத்தான் நம் வாழ்க்கையில் உரிமைகொள்ள இடம்கொடுத்த அந்தப் பாவங்களிலிருந்து மனந்திரும்பி திறந்த வாசலை அடைக்கலாம். இதைச் செய்வதற்கான திறவுகோல் சிலுவையின் வல்லமையே. நம் இரட்சகராகிய கிறிஸ்துவிடம் வேண்டுதல் செய்யும்போது, தேவனுடைய பாவமன்னிப்பைப் பெற்றுக்கொள்ள முடியும். யோவான் எழுதியிருப்பது போல, "இயேசு கிறிஸ்துவின் இரத்தம் சகல பாவங்களையும் நீக்கி நம்மைச் சுத்திகரிக்கும்" (1 யோவான் 1:7). நம்முடைய பாவங்கள் கழுவப்பட்ட பிறகு பாவத்திற்கு நம்மீது எந்த அதிகாரமும் இருக்காது. பவுல் எழுதியிருப்பது போல, "அவருடைய இரத்தத்தினாலே நாம் நீதிமானாக்கப்பட்டிருக்கிறோம்" (ரோமர் 5:9). இதனால், தேவன் நம்மை நீதிமான்களாகப் பார்க்கிறார் என்றாகிறது. நாம் மனந்திரும்பி கிறிஸ்துவிடம் வரும்போது, அவரோடு கூட அடக்கம் பண்ணப்படுகிறோம்: அதாவது, நம்முடைய அடையாளம் இயேசுவில் இருக்கிறது. அதன் பின்னர் சாத்தான் நமக்கு விரோதமாக

---

3. D. A. கார்சன், *த காஸ்பெல் அக்கார்டிங் டு ஜான்*, பக். 508-9.

எந்த நியாயமான குற்றச்சாட்டையும் வைக்க முடியாத ஒரு நபராக மாறிவிடுகிறோம். நம்முடைய பாவம் "மூடப்பட்டுவிட்டதால்" (ரோமர் 4:7), சாத்தானுக்கு நம்மிடம் ஒன்றுமில்லாமல் போகிறது. நமக்கு விரோதமான அவனுடைய குற்றச்சாட்டுகள் மற்றும் உரிமைகோரல்களிலிருந்து நாம் விடுவிக்கப்படுகிறோம்.

இது நடைமுறையில் எப்படி இருக்கும்? ஒருவர் எப்போதும் பொய் சொல்லும் பழக்கத்தை விடமுடியாமல் போராடிக் கொண்டிருக்கிறார் என்றால், பொய் சொல்வது தேவனுடைய பார்வையில் தவறானது என்பதை அவர் உணர்ந்து, அறிக்கையிட்டு, பொய் சொல்வதிலிருந்து மனந்திரும்பி, கிறிஸ்து செய்து முடித்த கிரியையினால் பாவமன்னிப்பின் நிச்சயத்தைப் பெற்றுக் கொள்ள வேண்டும். இதைச் செய்யும்போது, பொய்யை நிராகரித்து, அதைக் கைவிட்டுவிடலாம். அதேசமயம், ஒருவர் விரும்பிப் பொய் சொல்லிக் கொண்டிருந்து, அதைப் பயனுள்ளதாகக் கருதி, அதை விட்டுவிடும் எண்ணமே இல்லாமல் இருப்பார் என்றால், பொய்யிலிருந்து விடுதலை பெற்றுக்கொள்ள அவருக்கு கொடுக்கப்படும் எந்த வாய்ப்பும் வீணாகத்தான் போகும். சாத்தான் இந்த கால்பதிக்கும் தருணத்தை அந்த நபருக்கு விரோதமாக பயன்படுத்திக் கொள்வான்.

பாவத்திலிருந்து மனந்திரும்பி, பாவம் செய்வதை விட்டு, கிறிஸ்துவின் சிலுவையை நம்பும்போது, பாவத்தினால் ஏற்படும் திறந்த வாசலை மூட முடியும். இவ்விதமாக, சாத்தான் நம்முடைய பாவங்களை நமக்கு விரோதமாகப் பயன்படுத்தும் உரிமையை அவனுக்குக் கொடுக்க மறுக்கிறோம்.

மன்னியாமை

நமக்கு விரோதமாக சாத்தான் பயன்படுத்த விரும்பும் மற்றொரு யுக்தி மன்னியாமல் இருப்பதாகும். இயேசு பிறரை மன்னிப்பதைப் பற்றி அடிக்கடிப் பேசினார். நாம் மற்றவர்களை மன்னிக்கவில்லை என்றால், தேவன் நம்மை மன்னிக்கமாட்டார் என்று சொன்னார் (மாற்கு 11:25-26; மத்தேயு 6:14-15).

மன்னியாமை நம்மை இன்னொருவரின் தவறுடன் அல்லது ஒரு வேதனையான சம்பவத்துடன் கட்டிவைக்கிறது. இதனால் சாத்தான் கால்பதிக்க இடம் கொடுத்து, அவனுக்கு சட்டபூர்வமாக நம்மீதான உரிமையைக் கொடுத்துவிடுவோம். இதைப் பற்றி பவுல் கொரிந்தியருக்கு எழுதிய இரண்டாம் நிருபத்தில் குறிப்பிடுகிறார்:

> எவனுக்கு நீங்கள் மன்னிக்கிறீர்களோ, அவனுக்கு நானும் மன்னிக்கிறேன்; மேலும் எதை நான் மன்னித்திருக்கிறேனோ, அதை உங்கள்நிமித்தம் கிறிஸ்துவினுடைய சந்நிதானத்திலே மன்னித்திருக்கிறேன். சாத்தானாலே நாம் மோசம்போகாதபடிக்கு அப்படிச் செய்தேன்; அவனுடைய தந்திரங்கள் நமக்குத் தெரியாதவைகள் அல்லவே. (2 கொரிந்தியர் 2:10-11).

நாம் மன்னிக்காமல் இருப்பது எப்படி சாத்தான் நம்மை வஞ்சிக்கக் காரணமாகிறது? அவன் நம் மன்னியாமையை நமக்கு விரோதமாக நம்மில் கால்பதிக்கும் வாய்ப்பாக எடுத்துக்கொள்வான். பவுல் சொல்வது போல, நாம் அவனுடைய "தந்திரங்களை அறிந்தவர்களாக" இருந்தால், மன்னியாமல் இருந்தவர்களை மன்னித்து அவன் நம்மீது கால்பதித்திருப்பதை அகற்ற வேண்டும்.

மன்னிப்பதில், பிறரை மன்னிப்பது, தேவனுடைய மன்னிப்பைப் பெறுவது மற்றும் சிலசமயங்களில் நம்மை நாமே மன்னிப்பது ஆகிய மூன்று பரிமாணங்கள் உண்டு. மன்னிப்பு சிலுவை[4] என்னும் இச்சின்னம் இந்த மூன்று அம்சங்களையும் நினைவில் கொள்ள உதவும். கிடைமட்ட கோடு பிறரை மன்னிக்க வேண்டும் என்பதையும், நேர்மட்ட கோடு தேவனுடைய மன்னிப்பைப் பெறுவதையும் நினைவுறுத்துகின்றன. நடுவில் உள்ள வட்டம் நம்மை நாமே மன்னிக்க வேண்டுமென்று சொல்கிறது.

ஒருவரை மன்னிப்பதால், அவர் செய்தவற்றை மறந்துவிடுகிறோம் அல்லது அவரை விட்டுவிடுகிறோம் என்று அர்த்தமாகி விடாது. அதன் பின் அவரை நம்பலாம் என்றும் அர்த்தமல்ல. பிறரை மன்னிப்பது என்பது, தேவனுக்கு முன்பாக அவர்கள் மீது குற்றஞ்சாட்டும் உரிமையை விட்டுவிடுவதாகும். நமக்கு விரோதமாக தவறு செய்தவரை அவருக்கு விரோதமாக எந்த உரிமையும் கோராமல் அவரை விடுவிக்கிறோம். அவர்களை தேவனுடைய நீதியான நியாயத்தீர்ப்புக்கு ஒப்புக்கொடுத்து, பிரச்சனையை தேவனிடம் விட்டுவிடுகிறோம். மன்னித்தல் என்பது ஒரு உணர்ச்சி அல்ல, மாறாக அது ஒரு தீர்மானம்.

தேவனிடமிருந்து மன்னிப்பைப் பெற்றுக்கொள்வது போலவே, அதைக் கொடுப்பதும் முக்கியம். ஏனென்றால் நாம் மன்னிக்கப்பட்டிருக்கிறோம் என்பதை அறியும்போது மன்னிப்பது எல்லாவற்றையும் விட வல்லமைமிக்கதாகி விடுகிறது (எபேசியர் 4:32).

இந்தப் பயிற்சிக் கையேட்டின் இறுதியில் உள்ள கூடுதல் உதவி உபகரணங்கள் பகுதியில் "மன்னிப்பின் ஜெபம்" ஒன்று கொடுக்கப்பட்டுள்ளது.

ஆத்தும காயங்கள்

ஆத்துமாவில் ஏற்படும் காயத்தினால் கால்பதிக்கும் இடங்கள் உண்டாகலாம். ஆத்தும காயங்கள் உண்மையில் சரீரத்தில் ஏற்படும் காயங்களை விட அதிக வேதனையாக இருக்கும். சரீரத்தில் காயம் ஏற்படும்போது ஆத்துமாவும் புண்பட வாய்ப்புண்டு. ஒருவர் அதிர்ச்சியூட்டும் பயங்கரமான ஒரு தாக்குதலை சந்திக்கிறார் என்று வைத்துக்கொள்வோம். அதன் பின் அவர் நீண்ட காலத்திற்கு பயத்தினால் கஷ்டப்பட வேண்டியதாக இருக்கும். சாத்தான் அந்த பயத்தை அவருக்கு விரோதமாகப் பயன்படுத்தி, அவரைக் கட்டிவைக்கவும், இன்னும் பயப்படும்படி அடிமைப்படுத்தவும் கூடும்.

ஒருமுறை நான் இஸ்லாமைப் பற்றி போதித்துக் கொண்டிருந்தபோது, சில வருடங்களுக்கு முன்னர் இஸ்லாமியப் பின்னணி கொண்ட சிலர் மூலமாக அதிர்ச்சியூட்டும் அனுபவத்திற்குள் சென்ற ஒரு தென்னாப்பிரிக்க பெண்மணி என்னை அணுகினார்கள். குருகுலத்தில் கேட்டுக் கொண்டதால், இந்தப் பெண்ணின் குடும்பத்தினர் இஸ்லாமிலிருந்து இரட்சிக்கப்பட்டு வந்திருந்த இரண்டு பேருக்கு இடம் கொடுத்து உபசரித்திருக்கிறார்கள். அதுவே ஒரு மிகக் கடினமான மற்றும் வேதனையான நேரத்தின் ஆரம்பமாகிவிட்டது. அப்படி அவர்கள் வீட்டில் தங்கிய அந்த விருந்தினர் தொடர்ந்து இந்தப் பெண்ணை பரியாசம் பண்ணி, குடும்பத்தினரிடம்

---

4. த ஃபர்கிவ்னஸ் க்ராஸ் இஸ் ஃப்ரம் செஸ்டர் அன்ட் பெட்ஸி கைல்ஸ்ட்ரா, *ரெஸ்டோரிங் த ஃபவுண்டேஷன்ஸ்*, பக். 98

கடுமையாக நடந்திருக்கிறார்கள். இந்தப் பெண்ணை சுவரில் தள்ளிவிடுவார்களாம், பன்றி என்று கூப்பிடுவார்களாம், போகும்போது இவருடைய முகத்தில் எச்சில் துப்பிச் செல்வார்களாம். வீடெங்கும் சிறு சிறு துண்டுப் பேப்பரில் அரபு மொழியில் சாபங்களை எழுதி ஆங்காங்கே சொருகி வைத்திருந்தார்கள். இந்தக் குடும்பத்தினர் சபையில் உதவி கேட்டபோது, இவர்கள் சொல்வதை யாரும் நம்பமாட்டார்கள். இறுதியில், அந்த 'விருந்தினரை' விட்டு விலக, வீடு மாற்றுவதைத் தவிர இவர்களுக்கு வேறு வழியில்லா மல் போயிற்று. இந்தப் பெண், "அந்த நேரத்தில், நாங்கள் பொருளாதாரத்திலும், ஆவிக்குரிய விதத்திலும், உணர்வுபூர்வமாகவும், சரீரப்பிரகாரமாகவும் எல்லாவற்றை யும் இழந்துவிட்டோம். ஒன்றுமே எங்களிடம் இல்லை. என்னால் என்னையே அதன் பின் நம்ப முடியவில்லை. என்னால் ஒரு பிரயோஜனமும் இல்லை என்பதாக உணர்ந்தேன், அந்த அளவுக்கு அவர்கள் என்னைத் தூசி போல நடத்தினார்கள்" என்று எழுதி வைத்திருந்தார். நான் இஸ்லாமியக் கட்டுகளைப் பற்றிப் பேசியதைக் கேட்ட பின், இந்தப் பெண் தனக்குள் இருந்த ஏராளமான பயங்களையும், தன்னைப் பற்றிய சந்தேகத்தையும் எதிர்த்து நின்று, நிராகரித்திருக்கிறார்கள். அந்த அதிர்ச்சியான அனுபவத்திலிருந்து மீண்டு, அச்சுறுத்தலை எதிர்த்து நின்று அதை விட்டுவிடும்படி நாங்கள் சேர்ந்து ஜெபித்தோம். அற்புதவிதமாக அந்தப் பெண்மணி விடுதலை பெற்றார்கள். "இந்தப் பரலோக நியமனத்திற்காக நான் தேவனைத் துதிக்கிறேன் ... விடுதலையாக உணரும் இத்தருணத்தில் கர்த்தருக்கு ஊழியம் செய்யும் பெண்ணாக இருக்க விரும்புகிறேன். கர்த்தருக்கு ஸ்தோத்திரம்!" என்று சொன்னார்கள். சில ஆண்டுகளுக்குப் பின், அவர்களிடமிருந்து இவ்வாறு கடிதம் வந்தது:

> நாங்கள் இன்னும் கர்த்தருக்கு ஊழியம் செய்து கொண்டிருக்கிறோம், முன்பை விட அவரை இன்னும் அதிகமாக நேசிக்கிறோம், இஸ்லாமிய கலாச்சாரம் மற்றும் நம்பிக்கைகளைப் பற்றி அதிகம் கற்றுக்கொண்டோம், இவையனைத்தின் மூலமும் பலமடைந்திருக்கும் எங்களால் கர்த்தருடைய அன்புடன் இஸ்லாமியர்களை நேசிக்க முடிகிறது. அவர்கள் ஒவ்வொருவரையும் இயேசு எந்த அளவிற்கு நேசிக்கிறார் என்பதை எங்கள் வாழ்க்கையின் மூலம் அவர்களுக்குக் காண்பிப்பதை ஒருபோதும் நிறுத்தமாட்டோம்.

மக்கள் ஆத்தும காயங்களால் கஷ்டப்படும்போது, சாத்தான் அவர்களிடம் அதிகமாகப் பொய் சொல்லுவான். அந்தப் பொய்கள் உண்மையல்ல என்றாலும், அவர்களின் வேதனை உண்மையாக இருப்பதால் அவர்கள் அந்தப் பொய்களை நம்பிவிடக் கூடும். இந்தப் பெண்ணைப் பொறுத்தவரை, இவர் தகுதியற்றவர், "எதற்கும் பயன்படாதவர்" என்பதே அந்தப் பொய்யாக இருந்தது.

இத்தகைய பொய்களிலிருந்து விடுவிக்க, பின்வரும் ஐந்து படிகளைப் பயன்படுத்தலாம்:

1. முதலில், அந்த நபர் தன் ஆத்துமாவில் இருப்பதை கர்த்தரிடம் ஊற்றி, தாங்கள் அனுபவிக்கும் வேதனை எப்படி இருக்கிறது என்று கர்த்தரிடம் சொல்ல வைக்க வேண்டும்.
2. பின்னர் அந்த அதிர்ச்சியிலிருந்து குணமாக்கும்படி இயேசுவிடம் ஜெபம் செய்ய வேண்டும்.
3. அவர்கள் தங்களை காயப்படுத்தினவர்களை மன்னிக்கும்படி வழிநடத்தலாம்.
4. அவர்கள் பயத்தையும், அதிர்ச்சியினால் வந்த மற்ற தீய விளைவுகளையும் விட்டுவிடும்படியும், தேவன் மீதான நம்பிக்கையை அறிக்கையிடும்படியும் வழிநடத்தலாம்.

5. வேதனையின் நேரத்தில் தாங்கள் நம்பிய பொய்களை அறிக்கை செய்து நிராகரித்துவிட வேண்டும்.

இவற்றைச் செய்தபின், சாத்தானின் தாக்குதலை இன்னும் வெற்றிகரமாக எதிர்க்க முடியும், ஏனென்றால் அவன் கால்பதித்த இடம் அவனிடமிருந்து பறிக்கப்பட்டிருக்கும்.

வார்த்தைகள்

வார்த்தைகள் சக்திவாய்ந்தவை. நம்முடைய வார்த்தைகளைப் பயன்படுத்தி, நம்மையும் மற்றவர்களையும் சிறைப்படுத்த முடியும். இதைப் பயன்படுத்தி சாத்தான் நம் வார்த்தை களை நமக்கு விரோதமாகவே பயன்படுத்துகிறான். இயேசு இவ்வாறு சொன்னார்:

மனுஷர் பேசும் வீணான வார்த்தைகள் யாவையும் குறித்து நியாயத்தீர்ப்பு நாளிலே கணக்கொப்புவிக்கவேண்டும் என்று உங்களுக்குச் சொல்லுகிறேன். ஏனெனில், உன் வார்த்தைகளினாலே நீதிமான் என்று தீர்க்கப்படுவாய்; அல்லது உன் வார்த்தைகளினாலே குற்றவாளி என்று தீர்க்கப்படுவாய் என்றார். (மத்தேயு 12:36-37).

இயேசு, நம் வார்த்தைகளை சபிப்பதற்கு அல்ல, ஆசீர்வதிப்பதற்குப் பயன்படுத்தச் சொன்னார்: "உங்கள் சத்துருக்களைச் சிநேகியுங்கள்; உங்களைப் பகைக்கிறவர்களுக்கு நன்மைசெய்யுங்கள். உங்களைச் சபிக்கிறவர்களை ஆசீர்வதியுங்கள்; உங்களை நிந்திக்கிறவர்களுக்காக ஜெபம்பண்ணுங்கள்." (லூக்கா 6:27-28).

வார்த்தைகளை கவனக்குறைவாக பேசக் கூடாது என்று இயேசு சொன்னது, பொருத்தனைகள், வாக்குறுதிகள், வாய்மொழி உடன்படிக்கைகள் போன்ற நம்முடைய சகலவித பேச்சுகளுக்கும் பொருந்தும். ஆணையிடக் கூடாது என்று இயேசு தம் சீஷர்களுக்குச் சொன்னதன் காரணத்தைக் கவனியுங்கள்:

நான் உங்களுக்குச் சொல்லுகிறேன் பரிச்சேதம் சத்தியம்பண்ணவேண்டாம்; ... உள்ளதை உள்ளதென்றும், இல்லதை இல்லதென்றும் சொல்லுங்கள்; இதற்கு மிஞ்சினது தீமையினால் உண்டாயிருக்கும். (மத்தேயு 5:34, 37)

எனவே, ஆணையிடுதல் கூடாது, ஏன்? அது "தீமையினால்", அதாவது சாத்தானிட மிருந்தே வருகிறது என்று இயேசு விளக்குகிறார். சாத்தான் நம் வார்த்தைகளை நமக்கு விரோதமாகவே பயன்படுத்தி நமக்குத் தீங்கு செய்ய விரும்புவதால், நம்மை ஆணையிட வைக்கிறான். இதன் மூலம் அவன் நமக்குள் கால்பதித்து, நம்மேல் குற்றஞ்சுமத்தும்படி இடம் கொடுக்கிறோம். நாம் பேசும் வார்த்தைகளின் வல்லமையை நாம் புரிந்து கொள்ளாவிட்டாலும் இது உண்மையே.

அப்படியானால், நாம் தேவனுடைய வழி அல்லாததும், நாம் சென்றிருக்கக் கூடாதது மான பாதையில் செல்லும்படி நம்மை மோசமான பாதையுடன் கட்டிவைத்த வார்த்தை களால் (அல்லது சடங்காச்சார செய்கைகளால்) ஆணையிடவோ, பொருத்தனையோ, வாக்குறுதியோ, உடன்படிக்கையோ செய்திருந்தால் என்ன செய்வது?

இஸ்ரவேலர்கள் "கவனமில்லாமல் ஆணையிட்டு" அந்த ஆணையினால் கட்டப்பட்டு விட்டால் என்ன செய்ய வேண்டுமென்று லேவியராகமம் 5:4-10 விளக்குகிறது. அந்த ஆணைக்கு நீங்கலாக ஒரு வழி கொடுக்கப்பட்டது. அந்த நபர் ஆசாரியரிடம் ஒரு பலியைக் கொண்டு வரவேண்டும், அவர் அதை இந்தப் பாவத்திற்கான பரிகாரமாக

23

வைப்பார். அப்போது அந்த நபர் தான் செய்த கவனமற்ற ஆணையிலிருந்து விடுவிக்கப்படுவார்.

நற்செய்தி இதுவே: நாம் செய்த அவபக்தியான வாக்குறுதிகள், ஆணைகள் மற்றும் பொருத்தனைகளிலிருந்து சிலுவையின் மூலம் விடுவிக்கப்படலாம். இயேசுவின் இரத்தம் "ஆபேலின் இரத்தம் பேசினதைப் பார்க்கிலும் நன்மையானவைகளைப் பேசுகிறது" என்று வேதாகமம் நமக்குப் போதிப்பது எத்தனை அருமையாக இருக்கிறது பாருங்கள்:

> நீங்களோ சீயோன் மலையினிடத்திற்கும், ...புது உடன்படிக்கையின் மத்தியஸ்த ராகிய இயேசுவினிடத்திற்கும், ஆபேலினுடைய இரத்தம் பேசினதைப் பார்க்கிலும் நன்மையானவைகளைப் பேசுகிற இரத்தமாகிய தெளிக்கப்படும் இரத்தத்தினிடத் திற்கும் வந்து சேர்ந்தீர்கள். (எபிரெயர் 12:22-24).

நாம் பேசின வார்த்தைகளால் நமக்கு விரோதமாக வந்த எல்லா சாபங்களையும் நீக்கும் அதிகாரம் இயேசுவின் இரத்தத்திற்கு உண்டு என்பதே இதன் அர்த்தம். குறிப்பாக, இயேசுவின் இரத்தத்தினால் வந்த உடன்படிக்கை பயம் அல்லது மரணத்துடன் நாம் செய்த எல்லா ஒப்பந்தங்களையும் மேற்கொண்டு, ரத்து செய்கிறது.

சடங்காச்சாரமான செய்கைகள்: இரத்த சம்பந்தமான ஒப்பந்தங்கள்

நம்மைக் கட்டி வைக்கக் கூடிய வார்த்தைகளின் வல்லமையைப் பற்றிப் பார்த்தோம். எபிரெய வேதத்தின்படி, ஒருவர் தன்னை கட்டி வைக்க ஒப்புக்கொடுக்கும் நிலையான வழி இரத்த சம்பந்தமான உடன்படிக்கை செய்து கொள்வதாகும். இதில் வார்த்தைகளும், சடங்காச்சாரமான செய்கைகளும் இருந்தன.

ஆதியாகமம் 15-ல், தேவன் ஆபிரகாமுடன் பிரசித்தி பெற்ற தம் உடன்படிக்கையை செய்தபோது, அது ஒரு பலியிடுதலோடு நடத்தப்பட்டது. ஆபிரகாம் ஒரு மிருகத்தைக் கொண்டு வந்து, அதைக் கொன்று, அதன் உடல் பாகங்களை நிலத்தில் பரப்பினார். அப்போது, தேவனுடைய பிரசன்னத்திற்கும், பங்கேற்புக்கும் அடையாளமாக புகையோடு கூடிய அக்கினி எழும்பி, மிருகத்தின் உடல் பாகங்களுக்கு நடுவே கடந்து சென்றது. இந்தச் சடங்கு, "உடன்படிக்கையை மீறினால், நானும் இந்த மிருகத்தைப் போலாகட்டும்" என்னும் சாபத்தை உண்டாக்கியது – அதாவது, "நானும் இந்த மிருகத்தைப் போல துண்டு துண்டாக வெட்டப்படட்டும்" என்று சொல்வது போலாகும்.

இது, எரேமியா தீர்க்கதரிசி மூலம் தேவன் கொடுத்த எச்சரிக்கையைப் பிரதிபலிக்கிறது:

> என் முகத்துக்குமுன் பண்ணின உடன்படிக்கையின் வார்த்தைகளை நிறைவேற் றாமல், என் உடன்படிக்கையை மீறின மனுஷரை நான் துண்டங்களின் நடுவாகக் கடந்துபோகும்படி அவர்களை இரண்டாகத் துண்டித்த கன்றுக்குட்டியைப்போல் ஆக்குவேன். கன்றுக்குட்டியின் துண்டுகளின் நடுவே கடந்துபோன யூதாவின் பிரபுக்களையும், எருசலேமின் பிரபுக்களையும், பிரதானிகளையும், ஆசாரியர் களையும், தேசத்தின் சகல ஜனங்களையும் அப்படிச் செய்து, நான் அவர்களை அவர்கள் சத்துருக்களின் கையிலும், அவர்கள் பிராணனை வாங்கத்தேடுகிறவர்

களின் கையிலும் ஒப்புக்கொடுப்பேன்; அவர்களுடைய பிரேதம் ஆகாயத்தின் பறவைகளுக்கும் பூமியின் மிருகங்களுக்கும் இரையாகும். (எரேமியா 34:18-20).

பில்லிசூனியத்தில் செய்யப்படும் சடங்குகளைப் போன்ற துவக்கச் சடங்குகள் இரத்தபலியின் மூலம் ஒருவரை சம்பந்தப்படுத்திக் கட்டி வைப்பதற்கு வழிவகுக்கும். அத்தகைய சடங்குகளில், உண்மையாக இரத்தத்தால் இல்லை என்றாலும், அடையாளமாக மரணம் துவக்கி வைக்கப்படும்: உதாரணமாக, தன்னைத் தானே அழித்துக் கொள்வதற்காக சாபம் கூறுதல், கழுத்தில் போடும் தாயத்து போன்ற மரணச் சின்னங்களை அணிதல், அல்லது ஒரு சடங்கின் மூலம் மரணம் போன்ற ஒன்றை நடித்துக் காட்டுதல், அதாவது சவப்பெட்டியில் படுத்துக்கொள்ளுதல் அல்லது யாராவது நெஞ்சில் குத்துவது போலச் செய்தல். (இஸ்லாமுடன் தொடர்புடை இத்தகைய சடங்கிற்கான உதாரணத்தை பின்னர் காண்போம்.)

மரணச் சடங்குகள் உட்பட இரத்த சம்பந்தமான கட்டுகள் ஒருவர் மீது மரண சாபத்தை வரவழைக்கும், சிலசமயங்களில் அவர்களுடைய சந்ததியும் பாதிக்கப்படும். இத்தகைய சடங்குகள் ஆவிக்குரிய ஒடுக்கத்திற்கு திறந்த வாசல்களை அமைத்துக் கொடுப்பதால் இவை ஆவிக்குரிய வகையில் மிகவும் ஆபத்தானவை. முதலில், இரத்த சம்பந்த சாபங்கள் அந்த நபரை அந்தச் சம்பந்தத்தின் நிபந்தனைகளுடன் கட்டுகின்றன, பின்னர் அந்த நபரைக் கொல்வதற்கு அல்லது அவர் மரிப்பதற்கான ஆவிக்குரிய அனுமதியைக் கொடுக்கின்றன.

இஸ்லாமின் ஆதிக்கத்தின் கீழ் பல தலைமுறைகளாக வாழ்ந்த ஒரு சமுதாயத்தைச் சேர்ந்த ஒரு பெண் கெட்ட கனவுகளால் மிகவும் கஷ்டப்பட்டுக் கொண்டிருந்தாள். கனவில், மரித்துப் போன அவளுடைய உறவினர்கள் வந்து மரித்தவர்களின் தேசத்திற்கு வருமாறு அவளை சைகைக் காட்டி அழைப்பார்கள். எவ்வித காரணமும் இல்லாத தற்கொலை எண்ணங்களும் அவளை ஆட்டிப்படைத்தன. அவற்றிற்கெல்லாம் ஒரு விளக்கமும் இல்லை. நான் அவளுடன் பேசி, அவளுக்காக ஜெபம் செய்தபோது, முந்தின தலைமுறையில் அவளுடைய குடும்பத்தில் இருந்த மற்றவர்களுக்கும் இப்படிப்பட்ட காரணமற்ற மரணக் கனவுகள் வந்து அவர்களை பெரிதும் அச்சுறுத்தியிருந்தன என்பது தெரியவந்தது. அவளுடைய முன்னோர்கள் இஸ்லாமின் ஆதிக்கத்தின் கீழ் வாழ்ந்ததாலும், ஒப்புக்கொடுக்கும் உடன்படிக்கையான ***திம்மா***-வுக்கு அவர்கள் கீழ்ப்பட்டிருந்ததாலும்தான் இவளை மரண பயம் ஆட்கொண்டிருந்தது என்பதை நான் கண்டுகொண்டேன். இப்போது கிறிஸ்தவர்களாகிவிட்ட அவளது முன்னோர்களில் ஆண்கள் ஒவ்வொரு வருடமும் ஒரு குறிப்பிட்ட சடங்கைச் செய்து வந்திருக்கிறார்கள். அப்போது அவர்கள் ***திம்மா*** நிபந்தனைகளின்படி இஸ்லாமியருக்கு ***ஜிஸ்யா*** வரி செலுத்தி வந்திருக்கிறார்கள். இந்தச் சடங்கின்போது, அவர்கள் இஸ்லாமுக்குத் தங்களை ஒப்புக்கொடுத்திருக்கும் சம்பந்தத்தை மீறினால் அவர்களுடைய தலை துண்டிக்கப்படும் என்பதற்கு அடையாளமாக கழுத்தில் அடித்து ஒரு அடையாளம் போட்டிருப்பார்கள். (அத்தியாயம் 6-ல் இந்தச் சடங்கைப் பற்றிப் பார்ப்போம்.) நான் அந்தப் பெண்ணுடன் சேர்ந்து, இதற்கு விரோதமாக ஜெபித்தேன். மரணத்தின் அதிகாரத்தைக் கடிந்துகொண்டு, தலை துண்டிக்கப்படுவதுடன் தொடர்புடைய குறிப்பிட்ட மரண சாபங்களை ரத்து செய்தேன். அந்த ஜெபம் இந்தச் சடங்கின் அதிகாரத்தை முறித்தது. அதனால் அவளுக்கு கெட்ட கனவுகள் மற்றும் மரண எண்ணங்களிலிருந்து பெரும் விடுதலையும் கிடைத்தது.

அவபக்தியான நம்பிக்கைகள் (பொய்கள்)

நமக்கு விரோதமாக சாத்தான் பயன்படுத்தும் முக்கிய யுக்திகளில் ஒன்று நாம் பொய்யை நம்பும்படிச் செய்வதாகும். இந்தப் பொய்களை நாம் ஏற்றுக்கொண்டு நம்பும்போது, அவன் நமக்கு விரோதமாக அவற்றைப் பயன்படுத்தி நம்மை குற்றப்படுத்துகிறான், குழப்புகிறான் மற்றும் வஞ்சிக்கிறான். சாத்தான் "பொய்யனும், பொய்க்குப் பிதாவுமாக" இருக்கிறான் என்பதை ஒருபோதும் மறந்துவிடாதீர்கள் (யோவான் 8:44). (இந்தப் அத்தியாயத்தின் ஆரம்பத்தில் குறிப்பிட்ட தென்னாப்பிரிக்கப் பெண்ணின் கதையில், அவள் ஒரு தகுதியும் அற்றவள் என்பதுதான் பொய்யாக இருந்தது.)

நாம் இயேசு கிறிஸ்துவின் சீஷர்களாக வளர்ந்து வரும்போது, முன்பு உண்மை என்று ஒப்புக்கொண்ட பொய்களை எப்படி அடையாளம் கண்டு நிராகரிப்பது என்று கற்றுக்கொள்கிறோம். இத்தகைய பொய்கள் அல்லது அவபக்தியான நம்பிக்கைகள், நாம் சொல்வது, யோசிப்பது, நம்புவது, யாரும் கவனிக்காதபோது நமக்கு நாமே பேசிக் கொள்வது மற்றும் யோசிப்பது போன்ற பலவிதங்களில் நம் வாழ்வில் தலைகாட்டுகின்றன. அவபக்தியான நம்பிக்கைகளுக்கான உதாரணங்கள்:

- "யாராலும் என்னை நேசிக்கவே முடியாது."
- "மக்கள் மாறவே மாட்டார்கள்."
- "எனக்குப் பாதுகாப்பே இல்லை."
- "என்னிடம் அடிப்படையில் ஏதோ தவறு இருக்கிறது."
- "நான் எப்படிப்பட்டவன் என்பதை மற்றவர்கள் கண்டுகொண்டால், என்னை நிராகரித்து விடுவார்கள்."
- "தேவன் என்னை மன்னிக்கவே மாட்டார்."

சில பொய்கள் நம் சமுதாயத்தின் கலாச்சாரத்தினால் வந்தவையாக இருக்கும்; உதாரணம், "பெண்கள் பலவீனமானவர்கள்", அல்லது "ஆண்களை நம்பமுடியாது." நான் ஆங்கிலக் கலாச்சாரத்தைச் (ஆங்க்லோ-சாக்ஸன்) சேர்ந்தவன், எங்கள் கலாச்சாரத்தில் உள்ள பொய்களில் ஒன்று, ஆண்கள் தங்கள் உணர்ச்சிகளை வெளிப்படுத்துவது தவறு என்பதாகும். "உண்மையான ஆண்கள் அழமாட்டார்கள்" என்ற ஆங்கிலப் பழமொழியே உண்டு. இதனை "மேல் உதட்டை அழுத்தி மூடியிருக்கிறான்" என்றும் சொல்வார்கள். ஆனால், இது உண்மையல்ல: சிலசமயங்களில் உண்மையான ஆண்களும் அழத்தான் செய்கிறார்கள்!

நாம் சீஷர்களாக வளர்ந்து வரும்போது, நம் காலச்சாரத்தில் உள்ள பொய்களுக்குச் சவால்விட்டு, அவற்றிற்கு பதிலாக உண்மைகளைக் கொண்டுவரக் கற்றுக்கொள்கி றோம்.

நினைவில் கொள்க: மிகவும் முழுமையான பொய், உண்மையாகத் தோற்றமளிக்கும் ஒன்றாக மட்டுமே இருக்கும். சிலசமயங்களில், அவபக்தியான ஒரு நம்பிக்கை உண்மை யல்ல என்று தெரிந்தும், நம் இருதயத்தில் அதை உண்மை என்று உணரக் கூடும்.

"நீங்கள் என் உபதேசத்தில் நிலைத்திருந்தால் மெய்யாகவே என் சீஷராயிருப்பீர்கள்; சத்தியத்தையும் அறிவீர்கள், சத்தியம் உங்களை விடுதலையாக்கும்" (யோவான் 8:31-32) என்று இயேசு நமக்குக் கற்றுக்கொடுத்திருக்கிறார்.

நாம் நம்பிக் கொண்டிருந்த பொய்களை அடையாளம் கண்டு அவற்றை நிராகரிக்க பரிசுத்த ஆவியானவர் நமக்கு உதவுகிறார் (1 கொரிந்தியர் 2:14-15). நாம் இயேசுவைப் பின்பற்றி, உலகத்தின் பொய்களை நிராகரிக்கக் கற்றுக்கொள்ளும்போது, நம்முடைய எண்ணங்கள் குணமடைந்து, மறுரூபமாகின்றன. இவ்விதமாக நாம் நம்முடைய மனதைப் புதுப்பித்துக் கொள்ளலாம் என்று பவுல் கூறுகிறார்:

> நீங்கள் இந்தப் பிரபஞ்சத்திற்கு ஒத்த வேஷந்தரியாமல், தேவனுடைய நன்மையும் பிரியமும் பரிபூரணமுமான சித்தம் இன்னதென்று பகுத்தறியத்தக்கதாக, உங்கள் மனம் புதிதாகிறதினாலே மறுரூபமாகுங்கள். (ரோமர் 12:2).

பொய்கள் சாத்தான் கால்பதிக்க இடம் கொடுக்கின்றன என்பதுதான் இதில் மோசமான செய்தி. ஆனால், சத்தியத்தை சந்திப்பதன் மூலம் இந்தக் கால்பதிக்கும் இடங்களை விட்டு விலகலாம் என்ற நற்செய்தியும் உண்டு. சத்தியத்தை அறிந்தவுடன், நாம் முன்பு ஏற்றுக்கொண்ட எந்தப் பொய்களையும் அறிக்கையிட்டு, நிராகரித்து, அவற்றைக் கைவிட வேண்டும்.

பொய்களைப் பற்றிச் செய்ய வேண்டிய ஒரு ஜெபம் இந்தக் கையேட்டின் கூடுதல் உதவி உபகரணப் பகுதியில் கொடுக்கப்பட்டுள்ளது.

தலைமுறை பாவங்களும், அதனால் வரும் சாபங்களும்

நமக்கு விரோதமாக சாத்தான் பயன்படுத்தும் மற்றுமொரு யுக்தி தலைமுறை பாவமாகும்: அவை நம் முன்னோர்களின் பாவங்களைக் குறிக்கிறது. இவை நம்மை மோசமாக பாதிக்கக் கூடிய சாபங்களைக் கொண்டு வருகின்றன.

சில குடும்பங்களில் குறிப்பிட்ட ஒரு பாவம் அல்லது தீய குணம் தலைமுறை தலைமுறையாகத் தொடர்வதைப் பார்த்திருப்போம். இதைப் பற்றிய ஒரு ஆங்கிலப் பழமொழி உண்டு: "மரத்திலிருந்து ஆப்பிள் வெகுதூரத்தில் விழுவதில்லை." குடும்பங்கள் சாத்தானுக்கு வாசலைத் திறந்து கொடுத்து, தங்கள் சந்ததியை பாதிக்கும் ஆவிக்குரிய சுதந்திரத்தை அவர்களுக்குக் கொடுக்க முடியும். ஆவிக்குரிய ஒடுக்கம் பல தலைமுறைகளைப் பாதிக்கக் கூடும். ஏனென்றால் ஒரு தலைமுறை அடுத்த தலைமுறையை பாவத்தினால் கட்டுகிறது, அதனால் வரும் சாபத்தினால் தீமை தலைமுறை தலைமுறையாக கடந்து செல்கிறது.

சில கிறிஸ்தவர்கள் இப்படிப்பட்ட தலைமுறை கடந்த ஆவிக்குரிய கட்டுகளை ஏற்றுக்கொள்ளாமல், அவை அறிவுபூர்வமானவை அல்ல என்கிறார்கள். அதற்கு பதிலாக, பெற்றோரின் நடத்தைதான் பிள்ளைகளை பாதிக்கிறது என்கிறார்கள். உதாரணமாக, தகப்பன் பொய் சொல்பவனாக இருந்தால், பிள்ளைகளும் அவனைப் பார்த்து அதையே செய்கிறார்கள், பொய்யராக கற்றுக்கொள்கிறார்கள்; அல்லது ஒரு தாய் தன் பிள்ளையை சபித்தால், அந்தப் பிள்ளைக்குத் தன்னைப் பற்றிய மோசமான எண்ணமே இருக்கும். இது அவர்கள் நடத்தையிலிருந்து கற்றுக் கொள்வதாகிறது. ஆனால், பெற்றோரிடமிருந்து கொடுக்கப்படும் ஆவிக்குரிய சொத்தும் உண்டு, அது நடத்தையிலிருந்து மாறுபட்டது.

உடன்படிக்கைகள், சாபங்கள் மற்றும் ஆசீர்வாதங்களைப் பற்றிய வேதாகம உலகக் கண்ணோட்டம் முற்றிலும் இந்தக் கண்ணோட்டத்தை ஒத்திருக்கிறது. தேவன் இஸ்ரவேல் தேசத்தினரை பல தலைமுறைகளைக் கொண்ட சமுதாயமாகக் கொண்டு,

அவர்களுடன் எப்படி ஒரு உடன்படிக்கையை ஏற்படுத்தினார் மற்றும் அவர்களுக்கும் அவர்களுடைய சந்ததிக்கும் பொருந்தும் ஆசீர்வாதங்கள் மற்றும் சாபங்களின் ஒரு அமைப்பில் எப்படி அவர்களை இணைத்தார் என்று வேதாகமம் விவரிக்கிறது – அது ஆயிரம் தலைமுறை வரையுள்ள ஆசீர்வாதங்களும், மூன்றாம் நான்காம் தலைமுறை வரையுள்ள சாபங்களுமாகும் (யாத்திராகமம் 20:5; 34:7).

இவ்விதமாக, தேவன் மனிதர்களைத் தலைமுறை தலைமுறையாகக் கையாண்டு வருவதால், சாத்தான் மனுக்குலத்திற்கு விரோதமாக தலைமுறை தலைமுறையாக உரிமைகோருகிறான் என்பதைப் புரிந்து கொள்வது எளிது! சாத்தான் "குற்றஞ்சுமத்துகிறவன்", அவன் நமக்கு விரோதமாக முடிந்த அளவிற்கு "இரவும் பகலும் தேவனுக்கு முன்பாக நம்மேல் குற்றஞ்சாட்டுகிறவனாக" இருக்கிறான் (வெளிப்படுத்தின விசேஷம் 12:10). நம் முன்னோர்களின் பாவத்தினாலும் அவன் நம்மேல் குற்றஞ்சுமத்துகிறான். உதாரணமாக, ஆதாம் ஏவாளின் பாவம் அவர்களுடைய சந்ததியின் மீது தலைமுறை தலைமுறையாக சாபங்களைக் கொண்டு வந்தது. அதில் பிள்ளைப்பேற்றின் வேதனையும் (ஆதியாகமம் 3:16); ஆண்கள் பெண்கள் மீது ஆதிக்கம் செலுத்துவதும் (ஆதியாகமம் 3:17-18); இறுதியாக வரும் மரணமும், அழிவும் அடங்கும் (ஆதியாகமம் 3:19). இப்படித்தான் "இந்த இருண்ட பிரபஞ்சம்" வேலை செய்கிறது. அதை அறிந்த சாத்தான் நமக்கு விரோதமாக அதைப் பயன்படுத்துகிறான்.

வேதாகமம் இந்தத் தீர்க்கதரிசனங்களில் ஒரு மாற்றத்தைக் கொடுக்கிறது. இனி தேவன் பிதாக்களின் பாவங்களைப் பிள்ளைகளிடம் கேட்காமல், அவனவன் தன்தன் பாவத்திற்கு கணக்கு ஒப்புவிக்கச் செய்வார்:

இதெப்படி, குமாரன் தகப்பனுடைய அக்கிரமத்தைச் சுமக்கிறதில்லையா என்று நீங்கள் கேட்டால், குமாரன் நியாயத்தையும் நீதியையும் செய்து, என் கட்டளைகளைக் கைக்கொண்டு, அவைகளின்படி செய்ததினால், அவன் பிழைக்கவே பிழைப்பான். பாவஞ்செய்கிற ஆத்துமாவே சாகும்; குமாரன் தகப்பனுடைய அக்கிரமத்தைச் சுமப்பதுமில்லை, தகப்பன் ராஜாவினுடைய அக்கிரமத்தைச் சுமப்பதுமில்லை; நீதிமானுடைய நீதி அவன்மேல்தான் இருக்கும், துன்மார்க்கனுடைய துன்மார்க்கமும் அவன்மேல்தான் இருக்கும். (எசேக்கியேல் 18:19-20).

இந்தத் தீர்க்கதரிசனம் மேசியாவின் காலத்திற்கானது, அதாவது இயேசு கிறிஸ்துவின் ராஜ்யத்திற்கானது என்று புரிந்து கொள்ள வேண்டும். இது, சாத்தானின் ஆதிக்கத்தின் கீழ் இயங்கும் "இந்தப் பொல்லாத பிரபஞ்சத்தில் ஏற்படும் அடிப்படை மாற்றம் அல்ல, மாறாக மாறுபட்ட ஒரு உலகத்தைப் பற்றிய வாக்குத்தத்தமாக இருக்கிறது. அந்த உலகம் தேவனுக்குப் பிரியமான குமாரனுடைய ராஜ்யத்தின் வருகையினால் மறுரூபமாக்கப்பட்டதாக இருக்கும். இந்த வாக்குத்தத்தம், புதிய உடன்படிக்கையின் கீழ் தேவன் அவனவனுடைய பாவத்தை அவனவனிடம் கேட்பார் என்பது மட்டுமல்ல, மக்களை அவர்களுடைய பெற்றோர் மற்றும் முன்னோர்களின் பாவத்தினால் கட்டி வைக்கும் சாத்தானின் அதிகாரம் இயேசு கிறிஸ்துவின் மரணம் மற்றும் உயிர்த்தெழுதலின் அதிகாரத்தினால் முறிக்கப்படுவதையும் குறிக்கிறது.

"பாவம், மரணம் ஆகியவற்றின் பிரமாணமாகிய" பழைய பிரமாணத்தின் உடன்படிக்கை ஒரு தலைமுறையிலிருந்து மற்றொரு தலைமுறைக்கு பாவம் கடத்தப்படுவதைப் பற்றிப்

28

பேசுகிறது என்பது உண்மைதான். ஆனால், சாத்தான் மனிதர்களை அவர்களுடைய பெற்றோரின் பாவங்களுடன் கட்டி வைக்க உரிமைகோர பயன்படுத்திய இந்தப் பழைய பிரமாணத்தை கிறிஸ்து மாற்றி, சிலுவையின் மூலம் அதை ஒன்றுமில்லாமல் அழித்துவிட்டார். இந்த விடுதலையைப் பெற்றுக்கொள்ளும் சகல உரிமையும் எல்லா கிறிஸ்தவர்களுக்கும் உண்டு.

அப்படியானால், தலைமுறை சாபங்களிலிருந்து எப்படி விடுதலை பெற்றுக்கொள்வது? இதற்கான பதில் வேதத்தில் உள்ளது. அடுத்தடுத்த தலைமுறையினர் தங்கள் முன்னோர்களின் பாவங்களால் வரும் விளைவுகளிலிருந்து விடுவிக்கப்பட "தங்களுடைய மற்றும் தங்கள் முன்னோர்களுடைய பாவங்களை அறிக்கையிட " வேண்டும் என்று தோரா விளக்குகிறது (லேவியராகமம் 26:40). அப்போது, தேவன் "அவர்கள் முன்னோர்களுடனான உடன்படிக்கையை நினைவுகூர்ந்து" அவர்களுக்கும் அவர்களுடைய தேசத்திற்கும் ஷேமத்தைக் கொடுப்பார் (லேவியராகமம் 26:45).

இதே முறையை நாமும் பயன்படுத்தலாம். அதற்கு,

- நம்முடைய மற்றும் நம் முன்னோர்களின் பாவங்களை அறிக்கையிட வேண்டும்.
- இந்தப் பாவங்களை நிராகரித்து, அவற்றைக் கைவிட வேண்டும்.
- இந்தப் பாவங்களால் வந்த எல்லா சாபங்களையும் முறிக்க வேண்டும்.

கிறிஸ்துவின் சிலுவையினால் இதைச் செய்யும் அதிகாரம் நமக்குக் கிடைத்திருக்கிறது. நம்மை எல்லா சாபங்களிலிருந்தும் விடுவிக்கும் வல்லமை சிலுவைக்கு உண்டு: "... கிறிஸ்து நமக்காகச் சாபமாகி, நியாயப்பிரமாணத்தின் சாபத்திற்கு நம்மை நீங்கலாக்கி மீட்டுக்கொண்டார்." (கலாத்தியர் 3:13)

இந்தப் பயிற்சிக் கையேட்டின் கூடுதல் உதவி உபகரணங்கள் பகுதியில் "தலைமுறை பாவத்திற்கான ஜெபம்" கொடுக்கப்பட்டுள்ளது.

அடுத்து வரும் பகுதியில், கிறிஸ்துவுக்குள் நமக்கு இருக்கும் அதிகாரத்தையும், அதை எப்படி குறிப்பிட்ட சூழ்நிலையில் பயன்படுத்துவது என்பதையும் பற்றிப் பார்ப்போம். சாத்தானின் யுக்திகளை முறியடிக்கும் ஐந்து படிகளையும் விவரிக்கவிருக்கிறோம்.

நம்முடைய ராஜ்ய அதிகாரம்

சீஷர்களுக்கு பரலோகத்திலும் பூலோகத்திலும் உள்ளவற்றை "கட்டவும்", "கட்டவிழ்க்கவும்" அதிகாரம் உண்டு என்று இயேசுவே அறிவுறுத்தினார். அதாவது, ஆவிக்குரிய மற்றும் இயல்பான உலகத்தில் நமக்கு அதிகாரம் உண்டு:

> பூலோகத்திலே நீங்கள் எவைகளைக் கட்டுவீர்களோ அவைகள் பரலோகத்திலும் கட்டப்பட்டிருக்கும்; பூலோகத்திலே நீங்கள் எவைகளைக் கட்டவிழ்ப்பீர்களோ அவைகள் பரலோகத்திலும் கட்டவிழ்க்கப்படும் என்று மெய்யாகவே உங்களுக்குச் சொல்லுகிறேன். (மத்தேயு 18:18; 16:19 பார்க்கவும்).

சாத்தான் மீதான நம் அதிகாரம் பற்றிய வாக்குத்தத்தம் உண்மையில் வேதாகமத்தின் துவக்க புத்தகமான ஆதியாகமம் 3:15-லேயே கொடுக்கப்பட்டுள்ளது. அதில் ஸ்திரீயின் வித்து "உன் தலையை நசுக்குவார்" என்று தேவன் சர்ப்பத்திடம் சொன்னார். இதைப் பற்றி பவுலும் பேசுகிறார்: "சமாதானத்தின் தேவன் சீக்கிரமாய்ச் சாத்தானை உங்கள் கால்களின் கீழே நசுக்கிப்போடுவார்." (ரோமர் 16:20).

இயேசு தம் சீஷர்களை, முதலில் பன்னிரண்டு பேரையும், பின்னர் எழுபத்திரண்டு போரையும் அனுப்பி வைத்தபோது, தேவனுடைய ராஜ்யத்தை அறிவித்து, பிசாசுகளைத் துரத்தும் அதிகாரத்தை அவர்களுக்குக் கொடுத்தார் (லூக்கா 9:1). பின்னர், சீஷர்கள் அந்தப் பணியை முடித்துத் திரும்பியபோது, "ஆண்டவரே, உம்முடைய நாமத்தினாலே பிசாசுகளும் எங்களுக்குக் கீழ்ப்படிகிறது" என்றார்கள். அதற்கு இயேசு, "சாத்தான் மின்னலைப்போல வானத்திலிருந்து விழுகிறதைக் கண்டேன்" என்றார் (லூக்கா 10:17-18).

சாத்தானின் யுக்திகளை முறியடித்து, அழிக்கும் அதிகாரம் கிறிஸ்தவர்களுக்கு உண்டு என்பது ஒரு அருமையான ஆறுதல் செய்தி. அதாவது, தீய நோக்கங்களுக்காக செய்யப்பட்ட எந்த உடன்படிக்கையின் வல்லமையையும் கிறிஸ்துவின் இரத்த உடன் படிக்கை இல்லாமல் போகச் செய்கிறது என்பதால், அவபக்தியான சம்பந்தங்களையும், பொருத்தனைகளையும் முறித்து, ரத்து செய்யும் அதிகாரம் விசுவாசிகளுக்கு உண்டு. இதுவே மேசியாவைப் பற்றிய சகரியாவின் தீர்க்கதரிசனங்களில் பிரதிபலிக்கும் வாக்குத்தத்தமாகும்:

> உனக்கு நான் செய்வதென்னவென்றால், தண்ணீரில்லாத குழியிலே அடைபட்டிருக்கிற உன்னுடையவர்களை நான் என் உடன்படிக்கையின் இரத்தத்தினாலே விடுதலைபண்ணுவேன். (சகரியா 9:11)

குறிப்பாகச் செய்யும் கோட்பாடு

விடுதலையை நாடும்போது, அவபக்தியான திறந்த வாசல்களையும், கால்பதிக்கும் இடங்களையும் கையாளவும், எதிர்க்கவும் குறிப்பாகச் செயல்பட வேண்டியது அவசியம். விக்கிரகங்களும், அவற்றைத் தொழுதுகொள்ளும் இடங்களும் முற்றிலுமாக அழிக்கப்பட வேண்டுமென்று பழைய ஏற்பாடு கட்டளையிடுகிறது. ஒரு விக்கிரகத்தின் ஆவிக்குரிய எல்லையைத் தேடி அழிப்பது எப்படி என்பதற்கான மாதிரி உபாகமம் 12:1-3-ல் கொடுக்கப்பட்டுள்ளது. அங்கு தேவன் தம் மக்களுக்கு மேடைகள் (தொழுகை இடங்கள்), சடங்காச்சாரம் செய்யும் இடங்கள், சடங்காச்சாரப் பொருட்கள் மற்றும் பலிபீடங்களை முற்றுமுடிய அழித்து ஒழிக்க வேண்டுமென்று கட்டளை கொடுக்கிறார்.

அறிக்கையிடும்போது நம் பாவங்களைக் குறிப்பிட்டுச் சொல்வது நல்லதாகவும் நமக்கு உதவுவதாகவும் இருக்கும். அதேவிதமாக, நம் ஆவிக்குரிய விடுதலையை உரிமைகோரும்போதும் குறிப்பாகச் சொல்லி ஜெபிப்பது அவசியம். இது, பாவமன்னிப்பு தேவைப்படும் ஒவ்வொரு பகுதியிலும் தேவனுடைய வெளிச்சத்தைப் பிரகாசிப்பதாக இருக்கும். அவபக்தியான தொடர்புகள் நுழைந்த இடங்கள் ஒவ்வொன்றாக நீக்கப்பட்டு, அவற்றின் நிபந்தனைகளும் விளைவுகளும் அகற்றப்பட வேண்டும். இதைக் குறிப்பாகச் செய்ய வேண்டும். பொதுவாக, சாத்தான் எந்த அளவுக்கு வல்லமையாக ஒரு யுக்தியைப் பயன்படுத்துகிறானோ அதை விட அதிகமாக அதன் வல்லமையை முறியடிப்பதில் நாமும் குறிப்பாக இருக்க வேண்டும்.

நம்முடைய வார்த்தைகள் மற்றும் செயல்களால் உண்டாக்கிக் கொண்ட அவபக்தியான அர்ப்பணிப்புகளிலிருந்து நம்மை நாமே விடுவித்துக் கொள்ள செய்யும் முயற்சிக்கு இந்தக் *குறிப்பாகச் செய்யும் கோட்பாடு* பொருந்தும். உதாரணமாக, ஒரு இரத்தபலி மூலமாக அமைதியாக இருப்பதற்கான பொருத்தனையுடன் தன்னைப் பிணைத்துக் கொண்ட ஒருவர் தான் செய்த பொருத்தனையை குறிப்பாக அழிப்பதற்கு மனந்திரும்பி,

அந்தச் சடங்கில் தான் பங்குபெற்றதை நிராகரித்து, அதைக் கைவிட வேண்டும். அதுபோல, ஒருவர் "நான் உயிரோடிருக்கும் வரை அவனை/அவளை மன்னிக்கவே மாட்டேன்" என்று சொன்னதன் மூலம் மன்னியாமை என்னும் பாவத்துடன் போராடிக் கொண்டிருந்தால், அவர் அந்தப் பொருத்தனையிலிருந்து மனந்திரும்பி, அந்த அர்ப் பணிப்பைக் கைவிட்டு, அதைச் சொன்னதற்காக தேவனிடம் மன்னிப்புக் கேட்க வேண் டும். தீமை அல்லது மரண அச்சுறுத்தல் காரணமாக, பாலியல் ரீதியாகத் தவறாக நடத் தப்பட்ட ஒருவர் அதைப்பற்றிப் பேசாமல் அமைதியாக இருந்துவிட்டால், அந்த அமை திப் பொருத்தனையைக் கைவிட்டு தங்கள் விடுதலையைக் கோர வேண்டும்: உதாரண மாக, "எனக்கு நடந்த இந்தக் காரியத்தைக் குறித்து அமைதியாக இருந்ததைக் கைவிடுகி றேன், அதைப் பற்றிப் பேசும் உரிமையைக் கோருகிறேன்" என்று சொல்ல வேண்டும்.

சூசன் என்ற ஒரு பெண் தன் பெற்றோர், கணவன் என தனக்கன்பான பலரை இழந்து விட்டாள். அதனால் தான் யாரையாவது நேசித்தால் அவர்கள் இறந்துவிடுவார்கள் என்று பயந்து, "நான் இனி யாரையுமே நேசிக்கமாட்டேன்" என்று தனக்குத்தானே பொருத்தனை செய்து கொள்கிறாள். அதன் பின்னர் மிகுந்த மனக்கசப்பு கொண்டவளா கவும், மற்றவர்களைப் பகைக்கிறவளாகவும் மாறிவிடுகிறாள். தன்னிடம் நெருங்கும் யாராக இருந்தாலும் அவர்களை தூஷித்து, சபிப்பாள். ஆனால், அவர் தன் எண்பதாவது வயதில் இயேசுவை அறிந்து ஒரு சபையில் இணைந்தார். அப்போது தனக்குக் கிடைத்த நம்பிக்கையினால், யாரையும் நேசிக்கமாட்டேன் என்று 50 வருடமாகத் தான் வைத்துக் கொண்டிருந்த அந்தப் பொருத்தனையை கைவிட்டார். அப்போது பயத்திலிருந்து விடுதலை பெற்று, சபையில் இருந்த மற்ற பெண்களிடம் ஆழமான மற்றும் அழகான நட்புறவு கொள்ளத் தொடங்கினார். அவருடைய வாழ்க்கையின் மீது இருந்த சாத்தானின் பிடி முறிக்கப்பட்டபோது, அவருடைய வாழ்க்கை முற்றிலுமாக மாறியது.

விடுதலைக்கான ஐந்து படிகள்

நமக்கு விரோதமான சாத்தானின் யுக்திகளை எதிர்த்து அழிக்க பயன்படும் ஐந்து படிகளைக் கொண்ட ஒரு எளிய ஊழிய மாதிரியை இங்கே கொடுக்கிறோம்.

1. அறிக்கையிட்டு மனந்திரும்புதல்

எல்லாப் பாவத்தையும் அறிக்கையிட்டு, இந்தப் பிரச்சனைக்கு ஏற்ற தேவனுடைய சத்தியத்தை அறிக்கையிடுவதுதான் முதல் படி. உதாரணமாக, உங்களுக்கு ஒரு அவபக்தியான நம்பிக்கை இருந்திருக்குமானால், அதை ஒரு பாவமாக அறிக்கையிட்டு, அதற்காக தேவனிடம் மன்னிப்புக் கேட்டு, அந்தப் பாவத்திலிருந்து மனந்திரும்ப வேண்டும். இந்தச் சூழ்நிலைக்கு ஏற்ற தேவனுடைய சத்தியத்தையும் அறிக்கையிடலாம்.

2. கைவிடுதல்

அடுத்தப் படி, கைவிடுதலாகும். இது, நீங்கள் ஒரு விஷயத்தை இனி ஆதரிப்பதில்லை, நம்புவதில்லை, ஒத்துப்போவதில்லை அல்லது அதனுடன் எந்தத் தொடர்பும் வைத்துக்கொள்வதில்லை என்று பொதுவெளியில் அறிக்கையிடுவதைக் குறிக்கிறது. உதாரணமாக, நீங்கள் ஒரு அவபக்தியான சடங்கில் பங்கு கொண்டிருந்தால், அந்தச் சடங்கைக் கைவிடும்போது, முன்பு அதற்கு அர்ப்பணித்திருந்ததிலிருந்து உங்களை

விடுவித்துக் கொள்கிறீர்கள் அல்லது அதை நீக்கிவிடுகிறீர்கள் என்று அர்த்தம். முன்பு விளக்கியபடி, இதைக் குறிப்பாகச் செய்வது அவசியம்.

3. முறித்தல்

ஒன்றின் வல்லமையை முறிக்க ஆவிக்குரிய உலகத்தின் மீது அதிகாரம் எடுப்பதுதான் இந்தப் படியாகும். உதாரணமாக, ஒரு சாபம் இருக்குமானால், "நான் இந்த சாபத்தை முறிக்கிறேன்" என்று அறிக்கையிடலாம். இயேசுவின் சீஷர்களுக்கு இயேசுவின் நாமத்தில் "சத்துருவின் சகல வல்லமைகளுக்கும் மேலான அதிகாரம் கொடுக்கப்பட்டிருக்கிறது" (லூக்கா 10:19). இப்படி முறிப்பதும் குறிப்பாகச் செய்யப்பட வேண்டும்.

4. துரத்துதல்

பிசாசுகள் ஒரு திறந்த வாசல் அல்லது கால்பதிக்கும் இடத்தைப் பயன்படுத்தி, ஒருவரைத் துன்புறுத்தும்போது, அந்தத் திறந்த வாசல்கள் அல்லது கால்பதிக்கும் இடங்களை அறிக்கையிட்டு, கைவிட்டு, முறித்த பின்னர் பிசாசுகளைத் துரத்தி கட்டளைக் கொடுக்க வேண்டும்.

5. ஆசீர்வதித்து நிரப்புதல்

ஒருவரைத் துன்புறுத்திய காரியத்திற்கு எதிரான காரியம் உட்பட எல்லா நல்ல விஷயங்களாலும் தேவன் அவரை நிரப்ப வேண்டுமென்று ஜெபித்து, அவரை ஆசீர்வதிப்பது இறுதிப் படியாகும். உதாரணமாக, அவர் பயம் மற்றும் மரணத்தினால் போராடிக் கொண்டிருந்தால், அவருக்கு ஜீவனையும், தைரியத்தையும் கூறி ஆசீர்வதிக்க வேண்டும்.

இந்த ஐந்துப் படிகளையும் எல்லா விதமாக கட்டுகளுக்கும் பயன்படுத்தலாம், ஆனால் இஸ்லாமிலிருந்து விடுபடுவதில்தான் இங்கு நாம் கவனம் செலுத்துகிறோம். ஆகவே, அடுத்து வரும் அத்தியாயங்களில், இந்தப் படிகளைப் பயன்படுத்தி எப்படி மக்களை இஸ்லாமின் கட்டுகளிலிருந்து விடுவிக்கலாம் என்று பார்க்கப் போகிறோம்.

3

இஸ்லாமைப் புரிந்து கொள்ளுதல்

"சத்தியத்தையும் அறிவீர்கள், சத்தியம் உங்களை விடுதலையாக்கும்."

யோவான் 8:32

இந்தப் பகுதிகளில், *ஷஹதா*-வையும், அது எப்படி இஸ்லாமியர்கள் முஹம்மதுவின் முன்மாதிரியைப் பின்பற்ற அவர்களை அடிமைப்படுத்துகிறது என்பது பற்றியும் சொல்லவிருக்கிறோம்.

இஸ்லாமியராக மாறுவது எப்படி

இஸ்லாம் என்னும் வார்த்தை அரபு மொழியைச் சேர்ந்தது, அதற்கு 'அடிபணிதல்' அல்லது 'அர்ப்பணித்தல்' என்று அர்த்தம். *இஸ்லாமியர்* என்பதற்கு அர்ப்பணித்தவர் என்று அர்த்தம், அவர் அல்லாஹ்-வுக்குத் தன்னை அர்ப்பணித்திருக்கிறார்.

இந்த அடிபணிதலுக்கும், அர்ப்பணித்தலுக்கும் அர்த்தமென்ன? குரானில், அல்லாஹ் எல்லாவற்றின் மேலும் முழுமையான அதிகாரம் கொண்ட சர்வவல்லமையுள்ள எஜமானராக சித்தரிக்கப்படுகிறார். இந்த எஜமானரிடம் கொண்டிருக்க வேண்டிய மனப்பான்மை அவருடைய அதிகாரத்திற்கு அடிபணிவதாகும்.

இஸ்லாமில் சேரும் ஒருவர் அல்லாவுக்கும், அவருடைய தூதரின் வழிகளுக்கும் அடிபணிய ஒப்புக்கொள்கிறார். இஸ்லாமிய விசுவாசப் பிரமாணமாகிய ஷஹதா-வை அறிக்கையிட்டு இந்த ஒப்புதல் அளிக்கப்படுகிறது:

> *அஷ்ஷாது அன் லா இலாஹா இல் அல்லாஹ்,*
> *வா அஷ்ஷாது அன்னா முஹம்மதுன் ரசுலு அல்லாஹ்*
>
> அல்லாவைத் தவிர வேறு தெய்வம் இல்லை என்று அறிக்கையிடுகிறேன்,
> முஹம்மது அல்லாவின் தூதுவர் என்பதையும் அறிக்கையிடுகிறேன்.

ஒருவர் *ஷஹதா*-வை ஏற்றுக்கொண்டு, அதை அறிக்கையிட்டால் அவர் இஸ்லாமியராகி விட்டார் என்று அர்த்தம்.

இதில் ஒருசில வார்த்தைகளே இருக்கின்றன என்றாலும், அதன் விளைவுகள் பெரிது. *ஷஹதா*-வை மனப்பாடம் செய்து சொல்வது முஹம்மது உங்கள் வாழ்க்கையின் வழிகாட்டியாக இருப்பார் என்னும் உடன்படிக்கையை அறிக்கையிடுவதாகும். 'அர்ப்பணித்தவர்' என்ற அர்த்தங்கொண்ட இஸ்லாமியராக இருப்பதற்கு வாழ்க்கையின் ஒவ்வொரு காரியத்திலும் வழிநடத்தும் முஹம்மதுவை அல்லாஹ்-வின் தனித்தன்மையுள்ள, கடைசித் தூதுவராக பின்பற்றுகிறோம் என்று அர்த்தமாகும்.

முஹம்மதுவின் வழிநடத்துதல் இரண்டு மூல ஆதாரங்களில் உள்ளது, இவையிரண்டும் சேர்ந்து இஸ்லாமிய வேதத்தை அமைக்கின்றன:

- *குரான்* என்பது அல்லாஹ்-விடமிருந்து முஹம்மதுவுக்குக் கொடுக்கப்பட்ட வெளிப்பாடுகளைக் கொண்ட புத்தகம்.

- *சுன்னா* என்பது முஹம்மதுவின் முன்மாதிரியைக் கொண்டது, அதில் உள்ளவை:

  - போதனைகள்: மக்கள் செய்ய வேண்டுமென்று முஹம்மது போதித்தவை

  - செயல்கள்: முஹம்மது செய்தவை

முஹம்மதுவின் முன்மாதிரி (*சுன்னா*) இரண்டு முக்கிய வடிவங்களில் இஸ்லாமியருக்குக் கொடுக்கப்பட் டிருக்கின்றன. ஒன்று, *ஹாதித்*-களின் தொகுப்பு, இவை முஹம்மது செய்ததாகவும், சொன்னதாகவும் நம்பப்படுகிற பாரம்பரிய வாக்குகளாகும். மற்றொன்று, *சிராக்கள்*, இவை முஹம்மதுவின் வாழ்க்கையை ஆரம்பம் முதல் இறுதி வரை சொல்வதாகக் கூறப்படும் அவரின் வாழ்க்கை சரிதைகளைக் கொண்டுள்ளன.

முஹம்மதுவின் ஆளுமை

ஷஹாதா-வினால் கட்டப்பட்டிருக்கும் யாருக்கும் முஹம்மதுவின் மாதிரியைப் பின்பற்றி, அவருடைய குணத்தைக் கொண்டிருக்கும் கடமை உண்டு. இவையனைத்தும் முஹம்மதுவே அல்லாஹ்-வின் தூதுவர் என்னும் *ஷஹாதா* அறிக்கையிடுதலைப் பின்தொடர்ந்து வருவதாகும். *ஷஹாதா*-வில் உள்ள இந்த வார்த்தைகளை மனப்பாடமாகச் சொல்வதால் உங்கள் வாழ்க்கையில் முஹம்மதுவின் வழிநடத்தலை யும், அவரைப் பின்பற்றும் கடமையையும் ஏற்றுக்கொள்கிறீர்கள் என்று அர்த்தம்.

குரானில், மிகச்சிறந்த முன்னுதாரணமாகக் கருதப்படும் முஹம்மதுவைப் பின்பற்றும் கடமை எல்லோருக்கும் உண்டு என்று சொல்லப்படுகிறது:

அல்லாஹ்வின் மீதும், இறுதி நாளின் மீதும் ஆதரவு வைத்து, அல்லாஹ்வை அதிகம் தியானிப்போருக்கு நிச்சயமாக அல்லாஹ்வின் தூதரிடம் ஓர் அழகிய முன்மாதிரி உங்களுக்கு இருக்கிறது. (Q33:21).

எவர் (அல்லாஹ்வின்) தூதருக்குக் கீழ்படிகிறாரோ, அவர் அல்லாஹ்வுக்குக் கீழ்படிகிறார்; யாராவது ஒருவர் (இவ்வாறு கீழ்படிவதை) நிராகரித்தால் (நீர் வருந்த வேண்டியதில்லை, ஏனெனில்) நாம் உம்மை அவர்களின் மேல் கண்காணிப்பவராக அனுப்பவில்லை. (Q4:80).

அல்லாஹ்வும் அவனுடைய தூதரும் ஒரு காரியத்தைப்பற்றிக் கட்டளையிட்டு விட்டால், அவர்களுடைய அக்காரியத்தில் வேறு அபிப்பிராயம் கொள்வதற்கு ஈமான் கொண்டுள்ள எந்த ஆணுக்கோ பெண்ணுக்கோ உரிமையில்லை; ஆகவே, அல்லாஹ்வுக்கும் அவனுடைய ரஸூலுக்கும் எவரேனும் மாறு செய்தால் நிச்சயமாக அவர்கள் பகிரங்கமான வழிகேட்டிலேயே இருக்கிறார்கள். (Q33:36)

முஹம்மதுவை பின்பற்றுகிறவர்கள் வெற்றிகரமாகவும் ஆசீர்வாதமாகவும் இருப்பார்கள் என்று குரான் குறிப்பிடுகிறது:

இன்னும் எவர்கள் அல்லாஹ்வுக்கும் அவனுடைய தூதருக்கும் கீழ்படிந்து அல்லாஹ்வுக்கு பயபக்தி கொள்கிறார்களோ அவர்கள் தாம் வெற்றி பெற்றவர்கள். (Q24:52)

யார் அல்லாஹ்வுக்கும் (அவன்) தூதருக்கும் கீழ்படிந்து நடக்கிறார்களோ அவர்கள் அல்லாஹ்வின் அருளைப்பெற்ற நபிமார்கள், ஸித்தீகீன்கள் (சத்தியவான்கள்) ஷுஹதாக்கள் (உயிர்த்தியாகிகள்) ஸாலிஹீன்கள் (நற்கருமங்களுடையவர்கள்) ஆகியவர்களுடன் இருப்பார்கள் - இவர்கள் தாம் மிக்க அழகான தோழர்கள் ஆவார்கள். (Q4:69)

முஹம்மதுவின் அறிவுறுத்தல்களையும் முன்மாதிரியையும் எதிர்ப்பது அவநம்பிக்கை எனப்படுகிறது. அது இவ்வுலக வாழ்க்கையில் தோல்விக்கும், மறு உலகத்தில் அக்கினிக்கும் நேராக நடத்தும். குரானில் பின்வரும் சாபங்கள் இஸ்லாமியர்கள் மீது கூறப்படுகின்றன:

எவனொருவன் நேர்வழி இன்னது என்று தனக்குத் தெளிவான பின்னரும், (அல்லாஹ்வின்) இத்தூதரை விட்டுப் பிரிந்து, முஃமின்கள் செல்லாத வழியில் செல்கின்றானோ, அவனை அவன் செல்லும் (தவறான) வழியிலேயே செல்லவிட்டு நரகத்திலும் அவனை நுழையச் செய்வோம்; அதுவோ, சென்றடையும் இடங்களில் மிகக் கெட்டதாகும். (Q4:115)

மேலும், (நம்) தூதர் உங்களுக்கு எதைக் கொடுக்கின்றாரோ அதை எடுத்துக் கொள்ளுங்கள்; இன்னும், எதை விட்டும் உங்களை விலக்குகின்றாரோ அதை விட்டும் விலகிக் கொள்ளுங்கள்; மேலும், அல்லாஹ்வை அஞ்சிக் கொள்ளுங் கள்.நிச்சயமாக அல்லாஹ் வேதனை செய்வதில் மிகக் கடினமானவன். (Q59:7)

வேதம் அருளப்பெற்றவர்களில் எவர்கள் அல்லாஹ்வின் மீதும், இறுதி நாளின் மீதும் ஈமான் கொள்ளாமலும், அல்லாஹ்வும், அவனுடைய தூதரும் ஹராம் ஆக்கியவற்றை ஹராம் எனக் கருதாமலும், உண்மை மார்க்கத்தை ஒப்புக் கொள் ளாமலும் இருக்கிறார்களோ. அவர்கள் (தம்) கையால் கீழ்ப்படிதலுடன் ஜிஸ்யா (என்னும் கப்பம்) கட்டும் வரையில் அவர்களுடன் போர் புரியுங்கள். (Q9:29)

(நபியே!) உம் இறைவன் மலக்குகளை நோக்கி: "நிச்சயமாக நான் உங்களுடன் இருக்கிறேன்; ஆகவே, நீங்கள் முஃமின்களை உறுதிப்படுத்துங்கள்; நிராகரிப்போரின் இருதயங்களில் நான் திகிலை உண்டாக்கி விடுவேன்; நீங்கள் அவர்கள் பிடரிகளின் மீது வெட்டுங்கள்; அவர்களுடைய விரல் நுனிகளையும் வெட்டி விடுங்கள்" என்று (வஹீ மூலம்) அறிவித்ததை நினைவு கூறும். இதற்கு காரணம்: நிச்சயமாக அவர்கள் அல்லாஹ்வுக்கும், அவனுடைய தூதருக்கும் விரோதம் செய்தார்கள். எவர் அல்லாஹ்வுக்கும், அவன் தூதருக்கும் விரோதம் செய்வாரோ - நிச்சயமாக அல்லாஹ் கடினமாகத் தண்டனை செய்பவனாக இருக்கிறான். (Q8:12-13)

ஆனால், முஹம்மதுவின் முன்மாதிரி பின்பற்றத்தக்க ஒன்றா? முஹம்மதுவின் வாழ்க்கையில் சில அம்சங்கள் நல்லதாகவும், இரசிக்கத்தக்கதாகவும், ஈர்ப்பதாகவும் இருந்தாலும், எந்தக் கலாச்சாரத்திலும் தவறு எனக் கருதப்படும் சிலவற்றையும் முஹம்மது செய்திருக்கிறார். *சிராஸ்* மற்றும் *ஹாதித்*-ல் முஹம்மது செய்திருக்கும்

எண்ணற்ற காரியங்கள் அதிர்ச்சி தருவதாக இருக்கின்றன. அவற்றில் கொலை, சித்ரவதை, கற்பழித்தல் மற்றும் பெண்களைத் தவறாக நடத்துதல், அடிமைப்படுத்துதல், திருட்டு, வஞ்சகம், மற்றும் இஸ்லாமியர் அல்லாதவர்களுக்கு விரோதமாகத் தூண்டிவிடுதல் போன்றவை அடங்கும்.

ஒரு தனிப்பட்ட நபராக முஹம்மது எப்படிப்பட்டவர் என்பதைக் காண்பிக்கும் வசனங்கள் நம்மை கலங்கச் செய்வதாக இருப்பதோடு, *ஷாரியா* மூலம் அது இஸ்லாமியரையும் பாதிப்பதாக உள்ளது. முஹம்மதுவின் முன்மாதிரி பின்பற்றுவதற்குச் சிறந்த முன்மாதிரி என்று குரானில் அல்லாஹ்வினால் அங்கீகரிக்கப்பட்டிருக்கிறது. ஆகவே, முஹம்மதுவின் வாழ்க்கையில் நடந்த தீமையானவை உள்ளிட்ட எல்லாச் சம்பவங்களும் இஸ்லாமியர்கள் பின்பற்றுவதற்கான தரமாக மாறுகின்றன.

குரான் – முஹம்மதுவின் தனிப்பட்ட ஆவணம்

குரான் மனுக்குலத்திற்கு அல்லாஹ்-வின் வழிநடத்துதலைப் பற்றிய பூரணமான வெளிப்பாடு என்று அதைப் பின்பற்றும் இஸ்லாமியர்கள் நம்புகிறார்கள். அது அவருடைய தூதுவர் முஹம்மது மூலமாகக் கொடுக்கப்பட்டிருக்கிறது. அந்தத் தூதுவரை ஏற்றுக்கொண்டால், அவருடைய செய்தியையும் ஏற்றுக்கொள்ள வேண்டும். ஆகவே, *ஷஹதா* குரானை நம்பி அதற்குக் கீழ்ப்படியும் கடமையை இஸ்லாமியருக்குக் கொடுக்கிறது.

குரான் உருவாக்கப்பட்ட விதத்தில் முக்கியமானது முஹம்மதுவும் குரானும் ஒரு உடல் அதன் தண்டுவடத்துடன் இணைந்திருப்பது போல ஒன்றுடன் ஒன்று இணைந்திருக்கின்றன. முஹம்மதுவின் போதனையும் முன்மாதிரியுமாகிய *சுன்னா* என்பது உடலாகவும், குரான் அதன் தண்டுவடமாகவும் இருக்கின்றன. இவற்றில் ஒன்று மற்றொன்று இல்லாமல் இருக்க முடியாது, ஒன்று இல்லாமல் மற்றொன்றை உங்களால் புரிந்து கொள்ளவும் முடியாது.

இஸ்லாமிய *ஷாரியா* – இஸ்லாமியராக இருப்பதற்கான 'வழி'

முஹம்மதுவின் போதனை மற்றும் முன்மாதிரியை ஒரு இஸ்லாமியர் பின்பற்ற குரானையும், *சுன்னா*-வையும் பார்க்கவேண்டும். இருப்பினும், இவையிரண்டும் பெரும்பாலான இஸ்லாமியருக்கு படிக்கவும், புரிந்து கொள்ளவும், பயன்படுத்தவும் கிடைப்பதில்லை. பெரும்பாலான இஸ்லாமியர்கள் முஹம்மதுவின் *சுன்னா* மற்றும் குரானை வாழ்வதற்கான விதிமுறைகளின் அமைப்பாக சீராகத் தொகுத்து ஒழுங்கமைக்கக் கூடிய ஒரு சிறு கூட்ட நிபுணர்களைச் சார்ந்திருக்க வேண்டும் என்பது ஆதி இஸ்லாமிய நூற்றாண்டுகளில் இருந்த மதத்தலைவர்களுக்கு தெளிவாகத் தெரிந்தது. ஆகவே, குரானையும், முஹம்மதுவின் *சுன்னா*-வையும் அடிப்படையாகக் கொண்டு இஸ்லாமிய சட்ட நிபுணர்களால் தொகுக்கப்பட்டதுதான் *ஷாரியா*, அது இஸ்லாமியராக வாழ்வதற்கான 'பாதை' அல்லது 'வழி' ஆகும்.

இஸ்லாமிய *ஷாரியா*-வை முஹம்மதுவின் *ஷாரியா* என்றும் அழைக்கலாம், ஏனென்றால் அது முஹம்மதுவின் போதனை மற்றும் முன்மாதிரியை அடித்தளமாகக் கொண்டிருக்கிறது. *ஷாரியா* என்னும் விதிமுறை அமைப்பு தனிப்பட்ட நபருக்கும், சமுதாயத்திற்குமான முழுமையான வாழும் முறையை வரையறுக்கிறது. *ஷாரியா* இல்லாமல் இஸ்லாம் இருக்க முடியாது.

முஹம்மதுவின் *சுன்னா*, *ஷாரியா* சட்டத்தின் அடித்தளமாக இருப்பதால், முஹம்மது செய்தவை மற்றும் சொன்னவையாக *ஹாதித்*-கள் மற்றும் *சிரா*-வில் பதிவு செய்யப்பட்டுள்ள விபரங்களில் கவனம் செலுத்துவதும், புரிந்து கொள்வதும் முக்கியம்.

முஹம்மதுவை அறியாமல் இருப்பது *ஷாரியா*-வை அறியாமல் இருப்பதாகும், அது இஸ்லாமிய நிபந்தனைகளின் கீழ் அல்லது இஸ்லாமின் தாக்கத்தின் கீழ் வாழும் மக்களின் மனித உரிமைகளை அறியாமல் இருப்பதாகும். முஹம்மது செய்தவற்றை இஸ்லாமியர்களும் செய்யுமாறு *ஷாரியா* சட்டம் கூறுகிறது, அதனால் இஸ்லாமியர் மற்றும் இஸ்லாமியர் அல்லாதோர் என எல்லா மக்களின் வாழ்க்கையும் பாதிக்கப்படுகிறது. முஹம்மதுவின் வாழ்க்கைக்கும், இன்றைய இஸ்லாமியர்களின் வாழ்க்கைக்கும் நேரடியாகத் தொடர்பு இல்லாதிருக்கலாம், ஆனால் அது மிகவும் சக்தி வாய்ந்ததாகவும், குறிப்பிடத்தக்கதாகவும் இருக்கிறது.

ஷாரியா-வைப் பற்றி கவனிக்க வேண்டிய இன்னொரு விஷயம், மக்களால் வகுக்கப்பட்டு மாற்றம் செய்யப்படக் கூடிய பாராளுமன்ற சட்டங்களுக்கு முரணாக இந்த *ஷாரியா* சட்டம் கடவுளால் கொடுக்கப்பட்டது என்று நம்பப்படுகிறது. ஆகவே, *ஷாரியா* பூரணமானதும், மாற்றம் செய்யப்படக் கூடாததாகவும் கருதப்படுகிறது. இருந்தபோதிலும், சில பகுதிகள் மாற்றக் கூடியவையாக உள்ளன. இஸ்லாமிய சட்ட நிபுணர்கள் *ஷாரியா*-வை எப்படிப் பிரயோகிப்பது என்பதைத் தீர்மானிக்க வேண்டிய விதத்தில் புதிய சூழ்நிலைகள் உருவாகிக் கொண்டிருக்கின்றன. ஆனால் இந்த மாற்றங்கள் முன்னேற்பாடு செய்யப்பட்ட, பூரணமான மற்றும் காலங்கடந்த ஒரு அமைப்பில் ஏற்படும் சிறு சிறு மாற்றங்களாகவே உள்ளன.

அடுத்து வரும் பகுதிகளில், எல்லோருக்கும் மேலானவர்களான இஸ்லாமியர்கள் வெற்றிகரமானவர்கள் என்னும் இஸ்லாமின் போதனையை ஆய்வு செய்யவிருக்கி றோம்.

"வெற்றிபெற வாருங்கள்"

குரானைப் பொறுத்தவரை, சரியான வழிநடத்தலின் விளைவு என்ன? அல்லாஹ்-வுக்கு அடிபணிபவர்கள் அவருடைய வழிநடத்தலை ஏற்றுக்கொள்கிறார்கள், அதன் விளைவு இவ்வுலக வாழ்க்கையிலும் மறுமையிலும் *வெற்றி*பெறுவதாகும். இஸ்லாமின் அழைப்பு வெற்றிக்கான அழைப்பாகும்.

வெற்றிக்கான இந்த அழைப்பு ஆதான் அல்லது தொழுகைக்கான அழைப்பில் அறிவிக்கப்படுகிறது, அதனை இஸ்லாமியர்கள் ஒருநாளைக்கு ஐந்து முறை சொல்ல வேண்டும்:

அல்லாஹ் பெரியவர்! அல்லாஹ் பெரியவர்!

அல்லாஹ் பெரியவர்! அல்லாஹ் பெரியவர்!

அல்லாஹ்-வைத் தவிர வேறு தெய்வம் இல்லை என்று சாட்சியிடுகிறேன்.

அல்லாஹ்-வைத் தவிர வேறு தெய்வம் இல்லை என்று சாட்சியிடுகிறேன்.

முஹம்மதுதான் அல்லாஹ்-வின் தூதர் என்று சாட்சியிடுகிறேன்.

முஹம்மதுதான் அல்லாஹ்-வின் தூதர் என்று சாட்சியிடுகிறேன்.

தொழுகைக்கு வாருங்கள். தொழுகைக்கு வாருங்கள்.

தொழுகைக்கு வாருங்கள். தொழுகைக்கு வாருங்கள்.

அல்லாஹ் பெரியவர்! அல்லாஹ் பெரியவர்!

அல்லாஹ் பெரியவர்! அல்லாஹ் பெரியவர்!

அல்லாஹ்-வைத் தவிர வேறு தெய்வம் இல்லை.

வெற்றியின் முக்கியத்துவத்தை குரான் பெரிதும் வலியுறுத்துகிறது. அது மனுக்குலத்தை வெற்றியாளர்கள், மற்றவர்கள் என்றே பிரிக்கிறது. அல்லாஹ்-வின் வழிநடத்தலை ஏற்றுக்கொள்ளாதவர்கள் மீண்டும் மீண்டும் 'தோல்வியுற்றவர்கள்' எனப்படுகிறார்கள்:

இன்னும் இஸ்லாம் அல்லாத (வேறு) மார்க்கத்தை எவரேனும் விரும்பினால் (அது) ஒருபோதும் அவரிடமிருந்து ஒப்புக் கொள்ளப்பட மாட்டாது; மேலும் அ(த்தகைய)வர் மறுமை நாளில் நஷ்டமடைந்தோரில் தான் இருப்பார். (Q3:85)

அன்றியும், உமக்கும், உமக்கு முன் இருந்தவர்களுக்கும், வஹீ மூலம் நிச்சயமாக அறிவிக்கப்பட்டது என்னவென்றால், "நீர் (இறைவனுக்கு) இணை வைத்தால், உம் நன்மைகள் (யாவும்) அழிந்து, நஷ்டமடைபவர்களாகி விடுவீர்கள்" (என்பதுவேயாகும்). (Q39:65)

பிரிக்கப்பட்ட உலகம்

குரான் தன் அத்தியாயங்களில் இஸ்லாமியர்களைப் பற்றி மட்டுமல்ல, கிறிஸ்தவர்கள் மற்றும் யூதர்கள் உட்பட மற்ற நம்பிக்கையைச் சேர்ந்தவர்களைப் பற்றியும் அதிகம் பேசுகிறது. குரானும் இஸ்லாமிய சட்டக் குறிப்புகளும் நான்கு விதமான மக்களைப் பற்றிக் குறிப்பிடுகின்றன:

1. முதலாவதும், முக்கியமானதுமாக, *உண்மையான இஸ்லாமியர்கள்.*

2. *மாய்மாலக்காரர்கள்* என்னும் கலகம் செய்யும் இஸ்லாமியர்கள் இன்னொரு ரகம்.

3. *விக்கிரக ஆராதனைக்காரர்கள்* என்பவர்கள் முஹம்மது தோன்றுவதற்கு முன் அரேபியாவில் ஆதிக்கம் செலுத்திய வகையினர் ஆவர். விக்கிரகாராதனைக்காரர் என்பதற்கான அரபு வார்த்தை *மஷ்ரிக்* ஆகும், அதற்கு 'தொடர்பு ஏற்படுத்துபவர்' என்று அர்த்தம். இவர்களே ஷிர்க் 'தொடர்பு ஏற்படுத்தியவர்களாக' கருதப்படுகிறார்கள், அது, ஏதோ ஒன்று அல்லது யாரோ ஒருவர் அல்லாஹ்-வைப் போல இருக்கிறார் அல்லது அல்லாஹ்-வுக்குத் தன் அதிகாரத்தையும் ஆளுகையையும் பகிர்ந்து கொள்ளும் பங்காளர்கள் உண்டு என்று சொல்வதைக் குறிக்கிறது.

4. *வேதத்தின் மக்கள்* என்பவர்கள் *மஷ்ரிக்-*ன் ஒரு துணை வகையாகும். இந்த வகையினரில் கிறிஸ்தவர்களும், யூதர்களும் அடங்குவர். குரான் கிறிஸ்தவர்களையும் யூதர்களையும் *ஷிர்க்* செய்த குற்றவாளிகள் என்று சொல்வதால் அவர்களை *மஷ்ரிக்* என்றே சொல்ல வேண்டும் (Q9:30-31; Q3:64)

வேதத்தின் மக்கள் என்னும் கருத்து கிறிஸ்தவமும், யூத மதமும் இஸ்லாமுடன் தொடர்புடையவை மற்றும் அதிலிருந்து வந்தவை என்று சொல்வதாகிறது. தாய் மதமாகக் கருதப்படும் இஸ்லாமிலிருந்து பல நூற்றாண்டுகளாக மக்கள் கிறிஸ்தவர்களாகவும் யூதர்களாகவும் மாறி வந்தார்கள் என்று சொல்லப்படுகிறது. குரானைப் பொறுத்தவரை, கிறிஸ்தவர்களும் யூதர்களும் ஆதியில் சுத்தமான ஒரேகடவுள் என்ற விசுவாசத்தைக் கொண்டிருந்தார்கள் – அதாவது இஸ்லாமிய விசுவாசத்தைக் கொண்டிருந்தார்கள் – ஆனால் அவர்களுடைய வேதங்கள் நாளடைவில் மாசுபட்டு உண்மையற்றவையாக மாறிவிட்டன. இவ்விதமாகப் பார்த்தால், கிறிஸ்தவமும் யூத மதமும் இஸ்லாமிலிருந்து வந்து சீர்குலைந்து போனவையாகிறது, அவற்றைப் பின்பற்றுகிறவர்கள் சரியாக வழிநடத்தப்பட்ட பாதையை விட்டு விலகிப் போனார்கள் என்றாகிறது.

கிறிஸ்தவர்கள் மற்றும் யூதர்களைப் பற்றிய நேர்மறையான மற்றும் எதிர்மறை யான கருத்துக்களை குரான் கொண்டிருக்கிறது. சில கிறிஸ்தவர்களும் யூதர்களும் உண்மையுள்ளவர்களாகவும், உண்மையில் நம்பிக்கை கொண்டவர்களாகவும் இருக்கிறார்கள் என்பது நேர்மறைக் கருத்து (Q3:113-114). இருப்பினும், அதே அத்தியாயத்தில் அவர்களுடைய உண்மையைப் பரிசோதித்தால் அதில் உண்மை யுள்ளவர்கள் இஸ்லாமியர்களாக மாறிவிடுவார்கள் என்று சொல்லப்பட்டிருக்கிறது (Q3:199).

இஸ்லாமைப் பொறுத்தவரை, முஹம்மது குரானைக் கொண்டு வரும் வரை கிறிஸ் தவர்களையும் யூதர்களையும் அவர்களுடைய அறியாமையிலிருந்து விடுவிக்க முடியாது (Q98:1). கிறிஸ்தவர்களும் யூதர்களும் தங்கள் தவறான எண்ணங்களைத் திருத்திக் கொள்ள அல்லாஹ் கொடுத்த பரிசுதான் முஹம்மது என்று இஸ்லாம் போதிக்கிறது. அதனால், கிறிஸ்தவர்களும் யூதர்களும் முஹம்மதுவை அல்லாஹ்-வின் தூதராகவும், குரானை அவருடைய இறுதி வெளிப்பாடாகவும் ஏற்றுக்கொள்ள வேண்டும் என்று அர்த்தமாகிறது (Q4:47; Q5:15; Q57:28-29).

இஸ்லாமியர் அல்லாதவர்களை, குறிப்பாக கிறிஸ்தவர்களையும் யூதர்களையும் பற்றி குரானும், *சுன்னா*-வும் சொல்லும் நான்கு காரியங்கள் பின்வருமாறு:

1. "மிகச்சிறந்த மக்களாகிய" இஸ்லாமியர்கள் எல்லோரிலும் மேலானவர் கள். எது சரி, எது தவறு என்று அறிவுறுத்துவதும், சரியானதைச் செய்யக் கட்டளையிட்டு, தவறானதைத் தடுப்பதுமே அவர்களுடைய பொறுப்பு (Q3:110)
2. எல்லா மதங்கள் மீதும் ஆதிக்கம் செலுத்துவதே இஸ்லாமின் இலக்கு (Q48:28).
3. இந்த உயர்வை அடைய இஸ்லாமியர்கள் யூதர்களையும் கிறிஸ்தவர்களையும் (வேதத்தின் மக்கள்) எதிர்த்துப் போராட வேண்டும். அவர்கள் தோற்கடிக்கப்பட்டு, தாழ்த்தப்பட்டு, இஸ்லாமிய சமுதாயத்திற்கு வணக்கம் செலுத்த கட்டாயப்படுத்தப்படும் வரை அவர்களுடன் போராட வேண்டும் (Q9:29).

4. தங்கள் ஷிர்க்-ஐப் பற்றிக்கொண்டு, தொடர்ந்து முஹம்மதுவையும் அவருடைய ஒரு-கடவுள் கொள்கையையும் நம்பாமல் இருக்கும் – அதாவது இஸ்லாமிற்கு மாறாமல் இருக்கும் - கிறிஸ்தவர்களும் யூதர்களும் நரகத்திற்குப் போவார்கள் (Q5:72; Q4:47-56).

யூதர்களும், கிறிஸ்தவர்களும் வேதத்தின் மக்கள் எனப்படும் ஒரே வகையினராகக் கருதப்பட்டாலும், யூதர்கள் அதிகம் விமர்சிக்கப்படுகிறார்கள். குரானிலும், *சுன்னா*-விலும், அவர்களுக்கு விரோதமான பல குறிப்பிட்ட இறையியல் கோரிக்கைகள் உள்ளன. உதாரணமாக, இறுதியில் யூதர்களைக் கொலை செய்வதற்கு இஸ்லாமியர்களுக்கு உதவியாக கற்களே குரல் எழுப்பும் என்று முஹம்மது போதித்தார். கிறிஸ்தவர்கள் இஸ்லாமியர்களை "ஏறக்குறைய நேசிப்பவர்கள்", ஆனால் யூதர்கள் (மற்றும் விக்கிரகாராதனைக்காரர்கள்) இஸ்லாமியர்களுக்கு விரோதமாக கடும் பகை கொண்டிருக்கிறார்கள் (Q5:82).

இருப்பினும், இறுதியில், யூதர்கள் மற்றும் கிறிஸ்தவர்கள் மீதான குரானின் இறுதித் தீர்ப்பு பாதகமானதே. இந்த ஆக்கினைத்தீர்ப்பு இஸ்லாமியரின் அனுதின ஜெபங்களில் கூட இடம்பெற்றிருக்கிறது.

இஸ்லாமியரின் அனுதின ஜெபங்களில் யூதர்களும், கிறிஸ்தவர்களும்

குரானில் நன்கு அறியப்பட்ட அத்தியாயம் (*சுரா*) "ஆரம்பம்" என்று பொருள்படும் *அல்-ஃபாத்திஹா* ஆகும். இந்தச் *சுரா*-வை அனுதின கட்டாய ஜெபமான *சாலத்*-ல் சொல்கிறார்கள். அது ஒவ்வொரு ஜெபத்திலும் மீண்டும் மீண்டும் சொல்லப்படுகிறது. எல்லா ஜெபங்களையும் சொல்லும் உண்மையுள்ள இஸ்லாமியர்கள் இந்தச் *சுரா*-வை ஒருநாளைக்கு குறைந்தது 17 முறையாவது மனப்பாடமாகச் சொல்கிறார்கள், அப்படியானால் ஒரு ஆண்டில் 5,000 முறை சொல்லிவிடுகிறார்கள்.

அல்-ஃபாத்திஹா என்பது வழிநடத்தலுக்கான ஜெபமாகும்:

> இரக்கமும், மனதுருக்கமும் கொண்ட
>
> அல்லாஹ்-வின் நாமத்தில்.
>
> இரக்கமும், மனதுருக்கமும் கொண்டவர்,
>
> நியாயத்தீர்ப்பின் நாளின் எஜமானர்.
>
> நாங்கள் உம்மையே ஆராதித்து,
>
> உம்மிடமே உதவி கேட்கிறோம்.
>
> நேரான பாதையில் எங்களை நடத்தும்
>
> நீர் ஆசீர்வதித்தவர்களின் பாதையில் நடத்தும்,
>
> **உம்முடைய கோபத்திற்கு ஆளானவர்களின்,**
>
> அல்லது **வழிவிலகினவர்களின்** பாதையில் நடத்தாதிரும். (Q1:17).

விசுவாசியை "நேரான பாதையில்" நடத்துமாறு அல்லாஹ்-வின் உதவி கேட்கும் ஜெபம் இது. அப்படியானால், இது வழிநடத்தல் பற்றிய இஸ்லாமுடைய செய்தியின் மையமாக இருக்கிறது.

ஆனால், அல்லாஹ்-வின் கோபத்திற்கு ஆளானவர்கள் அல்லது நேரான பாதையிலிருந்து வழிவிலகிப் போனவர்கள் யார்? ஒவ்வொரு இஸ்லாமியரின் வாழ்நாளிலும் நூற்றுக்கணக்கான, ஆயிரக்கணக்கான முறை சொல்லப்படும் அனுதின ஜெபத்தில் இவ்வளவு மோசமாக குறிப்பிடப்படத் தகுதியானவர்கள் யார்? இந்தச் *சுரா*-வுக்கு முஹம்மது விளக்கமளித்தார், "கோபத்திற்கு ஆளானவர்கள் யூதர்கள் மற்றும் வழிவிலகிப் போனவர்கள் கிறிஸ்தவர்கள் ஆவார்கள்."

இஸ்லாமின் மையமாக விளங்கும் ஒவ்வொரு இஸ்லாமியரின் அனுதின ஜெபத்தில், கிறிஸ்தவர்களையும் யூதர்களையும் வழிதவறினவர்களாகவும், அல்லாஹ்-வின் கோபத்திற்கு ஆளானவர்களாகவும் குறிப்பிடுகிறார்கள் என்பது குறிப்பிடத்தக்கது.

அடுத்து வரும் பகுதிகளில், இஸ்லாமிய *ஷாரியா*-வினால் வந்த பாதிப்புகளைப் பற்றிப் பார்க்கவிருக்கிறோம். இதற்கு முழுக் காரணம் முஹம்மதுவின் முன்மாதிரியும், போதனையுமே.

ஷாரியா-வின் பிரச்சனைகள்

ஒரு நாட்டில் இஸ்லாம் நிறுவப்படும்போது, அந்த சமுதாயத்தின் கலாச்சாரம் *ஷாரியா*-வினால் மறுபடியும் வடிவமைக்கப்பட நீண்ட காலம் ஆகிறது. இந்தச் செயல்முறைக்கு "இஸ்லாமியமயமாக்கல்" என்று பெயர். முஹம்மதுவின் வாழ்க்கையிலும், போதனையிலும் நல்லதல்லாத ஏராளமான காரியங்கள் இருந்ததால், ஷாரியா அநேக அநீதிகளையும், சமூகப் பிரச்சனைகளையும் கொண்டு வந்தது. இஸ்லாம் வெற்றியை வாக்குப்பண்ணினாலும், ஷாரியா சமுதாயங்கள் பெரும்பாலும் மக்களுக்குத் தீமையே செய்கின்றன என்பதுதான் இதன் அர்த்தம். இன்றைய உலகத்தில் பார்த்தால், பல இஸ்லாமிய நாடுகளின் வளர்ச்சி மோசமான நிலையில் இருப்பதையும், இஸ்லாமின் தாக்கத்தினால் அங்கு பல மனித உரிமைப் பிரச்சனைகள் நிலவுவதையும் காணலாம்.

ஷாரியா கொண்டு வரும் சில அநீதிகளும், பிரச்சனைகளும் பின்வருமாறு:

- இஸ்லாமிய சமூகங்களில் பெண்கள் தாழ்வான நிலையில் இருக்கிறார்கள், இஸ்லாமிய சட்டத்தினால் அவர்கள் தவறாக நடத்தப்படுகிறார்கள். உதாரணத்திற்கு அமினா லாவல் என்பவரின் வழக்கை கீழே பார்ப்போம்.
- இஸ்லாமின் *ஜிஹாத்* போதனை உலகெங்கும் உள்ள பல இலட்சக்கணக்கான ஆண்கள், பெண்கள் மற்றும் குழந்தைகளுக்கு சர்ச்சைகளையும், தீமையையும் ஏற்படுத்தின.
- சில குற்றங்களுக்கான *ஷாரியா* தண்டனை கொடூரமாகவும், அளவுக்கு அதிகமாகவும் இருக்கின்றன: உதாரணமாக, திருடர்களின் கையை வெட்டுதல் மற்றும் இஸ்லாமை நிராகரித்த துரோகிகளைக் கொலை செய்தல்.
- *ஷாரியா* சட்டத்தினால் மக்களை நல்லவர்களாக மாற்ற முடியவில்லை. சில நாடுகளில் இஸ்லாமிய புரட்சிகள் ஏற்பட்டபோது, தீவிர இஸ்லாமியர்கள் அவற்றின் அரசாங்கத்தை எடுத்துக் கொண்டார்கள், அதன் விளைவாக அதிகமான ஊழல்தான் உண்டானதே ஒழிய தீமைகள்

குறையவில்லை. ஈரானின் சமீபத்திய சரித்திரம் இதற்கு உதாரணமாக இருக்கிறது: 1978-ல் நடந்த ஈரானிய புரட்சிக்குப் பின்னர், ஷா-வின் ஆட்சி கவிழ்க்கப்பட்டு, இஸ்லாமிய நிபுணர்கள் ஆட்சியைப் பிடித்தார்கள். ஆனால், அவர்கள் அநேக வாக்குறுதிகளைக் கொடுத்திருந்தாலும், ஊழல் அதிகரிக்கவே செய்தது.

- குறிப்பிட்ட சில சூழ்நிலைகளில் இஸ்லாமியர்கள் பொய் சொல்வதை முஹம்மது உற்சாகப்படுத்தி, அனுமதித்தார். இதன் விளைவுகளைப் பற்றி பின்னர் பார்ப்போம்.
- இஸ்லாமிய போதனைகளால் இஸ்லாமிய சமுதாயங்களில் இஸ்லாமியர் அல்லாதவர்களுக்குப் பாகுபாடுகள் காண்பிக்கப்பட்டன. இன்று உலகத்தில் கிறிஸ்தவர்கள் உபத்திரவப்படுத்தப்படுவது பெரும்பாலும் இஸ்லாமியர்களால்தான் நடக்கிறது.

அமீனா லாவல் வழக்கு

ஷாரியா-வினால் அச்சுறுத்தப்பட்ட ஒரு இஸ்லாமியப் பெண்ணின் வாழ்க்கையைப் பற்றி இங்கு பார்ப்போம். 1999-ல், இஸ்லாமியர்கள் பெரும்பான்மையாக இருக்கும் தன் வடபகுதி மாநிலங்களில் நைஜீரியா நாடு *ஷாரியா* நீதிமன்றங்களை அறிமுகப்படுத்தியது. மூன்று ஆண்டுகளுக்குப் பிறகு, 2002-ல், அமீனா லாவல் என்னும் பெண்ணுக்கு ஷாரியா நீதிபதி கல்லெறிந்து கொல்லப்பட வேண்டிய மரண தண்டனை விதித்தார். அதற்குக் காரணம், அவர் தன் விவாகரத்திற்குப் பின்னர் கருத்தரித்த பிள்ளையைப் பெற்றெடுத்தார் என்பதுதான். அவர் அந்தக் குழந்தையின் தகப்பன் பெயரைக் கொடுத்தார், ஆனால் DNA பரிசோதனை செய்யாமல் அந்த நபர்தான் அந்தப் பிள்ளையின் தகப்பன் என்று நீதிமன்றம் நிரூபிக்க முடியாது. அதனால் அந்த ஆண் நபர் குற்றமற்றவராக விடப்பட்டார். அந்தப் பெண்ணுக்கு மட்டும் விபச்சாரக் குற்றம் சுமத்தப்பட்டு, கல்லெறிந்து கொல்லும் தண்டனை விதிக்கப்பட்டது.

அமீனா மீது குற்றஞ்சுமத்திய நீதிபதி அவர் பிள்ளையை பால் மறக்கப்பண்ணும் வரை கல்லெறிந்து கொல்வதைத் தள்ளிப்போடலாம் என்று சொல்லியிருந்தார். இந்தத் தண்டனையும், பிள்ளை பால் மறந்த பின்னர் அதைக் கொடுப்பதும் முஹம்மதுவின் மாதிரியை மிகவும் ஒத்திருந்தது. அவர் விபச்சாரத்தில் பிடிபட்ட ஒரு இஸ்லாமியப் பெண்ணை கல்லெறிந்து கொல்ல வேண்டுமென்று தீர்ப்பளித்தார், ஆனால் அந்தப் பிள்ளை பால் மறந்து, திட உணவு சாப்பிட ஆரம்பித்த பின்னர்தான் அந்த தண்டனையை நிறைவேற்ற வேண்டும் என்று சொன்னார்.

கல்லெறியும் *ஷாரியா* சட்டம் பல வழிகளில் தீமையானது:

- அது அளவுக்கு அதிகமானது.
- அது கொடூரமானது: கல்லெறிவதால் வரும் மரணம் பயங்கரமானது.
- அது கல்லெறியும் ஆண்களையும் பாதிக்கிறது.
- அது பட்சபாதமானது, கர்ப்பமடையும் பெண்ணுக்கு மட்டும் தண்டனை கொடுத்து, அவளைக் கர்ப்பமடையச் செய்த ஆணை விட்டுவிடுகிறது.

- ஒரு கைக்குழந்தையின் தாயைப் பறித்து, அந்தக் குழந்தையை அனாதையாக்குகிறது.
- அந்தப் பெண் கற்பழிக்கப்பட்டிருக்கக் கூடும் என்னும் சாத்தியக் கூறை கண்டுகொள்வதே இல்லை.

அமீனா-வின் வழக்கைக் குறித்து சர்வதேச அளவில் மக்கள் வெகுண்டு எழுந்தார்கள். உலகெங்கும் இருந்து நைஜீரிய தூதரகத்திற்கு பத்து இலட்சம் கடிதங்களுக்கு மேல் வந்து குவிந்தன. அதிர்ஷ்டவசமாக, அமீனாவின் தண்டனையை முறையீட்டு நீதிமன்றம் ரத்து செய்தது. அமீனாவின் தண்டனை ரத்து செய்யப்பட்டாலும், ஷாரியா முறையீட்டு நீதிமன்றம் விபச்சாரத்திற்கான இஸ்லாமிய தண்டனையான கல்லெறிந்து கொல்லுதலைக் கைவிடவில்லை. அதற்கு வேறு காரணங்களும் கொடுக்கப்பட்டன: உதாரணமாக, ஒரேயொரு நீதிபதி மட்டுமல்ல, மூன்று நீதிபதிகள் அமீனாவின் தண்டனையை உறுதி செய்ய வேண்டுமென்று முறையீட்டு நீதிமன்றம் குறிப்பிட்டது.

நியாயமான வஞ்சகம்

இஸ்லாமிய ஷாரியாவின் பிரச்சனைக்குரிய அம்சங்களில் ஒன்று, பொய் சொல்லுதல் மற்றும் வஞ்சகத்தைப் பற்றிய அதன் போதனைகள். இஸ்லாமில் பொய் சொல்வது பெரிய பாவமாகக் கருதப்படுகிறது என்பதை ஒப்புக்கொள்ள வேண்டும் என்றாலும், இஸ்லாமிய அதிகாரங்களைப் பொறுத்தவரை பொய் சொல்லுவதை அனுமதிக்கும் அல்லது கட்டாயப்படுத்தும் சூழ்நிலைகளும் உண்டு. அதற்குக் காரணம் முஹம்மதுவின் முன்மாதிரி.

இஸ்லாமியர்கள் பொய் சொல்ல அனுமதிக்கப்படும் அல்லது தேவைப்படும் பல குறிப்பிட்ட சூழல்கள் உண்டு. உதாரணமாக, ஷாஹிஹ் அல்-புகாரி எனப்படும் ஹாதித் தொகுப்பில் ஒரு அத்தியாயம் உண்டு, அதன் தலைப்பு "மக்கள் மத்தியில் சமாதானத்தை உண்டுபண்ணுகிறவன் பொய்யன் அல்ல" என்பதாகும். முஹம்மதுவின் மாதிரியின் இந்த அம்சத்தின்படி, மக்களை ஒப்புரவாக்க பொய் சொல்வது நல்ல விளைவுகளை ஏற்படுத்தும், எனவே அந்தச் சூழ்நிலைகளில் இஸ்லாமியர்கள் பொய் சொல்லலாம்.

நியாயமாகப் பொய் சொல்வதற்கான மற்றுமொரு சூழல், இஸ்லாமியர்களுக்கு இஸ்லாமியர் அல்லாதவர்களால் ஆபத்து நேரிடும் சூழல்கள் ஆகும் (Q3;28). இந்த வசனத்திலிருந்து *டாக்கியா* என்னும் கருத்து உண்டானது, அது இஸ்லாமியர்களைக் காத்துக்கொள்வதற்காக வஞ்சிப்பதைக் குறிக்கிறது. இஸ்லாமியர் அல்லாதவர்களின் ஆதிக்கத்தின் கீழ் வாழும் இஸ்லாமியர்கள் தங்களைக் காத்துக் கொள்ளும் விதத்தில் இஸ்லாமியர் அல்லாதவர்களிடம் நட்பாகவும், இனிமையாகவும் பழக அனுமதிக்கப் படுகிறார்கள். இஸ்லாமியர்கள் தங்கள் இருதயத்தில் தங்கள் விசுவாசத்தைப் (பகையையும்) பற்றிக் கொண்டிருக்கும் வரை அப்படிச் செய்யலாம். இஸ்லாமைப் பின்பற்றும் இஸ்லாமியர்கள் தங்கள் அரசியல் அதிகாரம் அதிகரிக்கும்போது, இஸ்லாமியர் அல்லாதவரிடம் நட்புறவு இல்லாமலும், தங்கள் நம்பிக்கைகளை அதிகம் வெளியில் சொல்லாமலும் நடந்து கொள்வார்கள் என்பது இந்த உபதேசத்தினால் ஏற்படும் ஒரு விளைவாகும்.

ஷாரியா சட்டம் இஸ்லாமியர்களைப் பொய் சொல்ல உற்சாகப்படுத்தும் மற்ற சூழல்கள்: கணவனும் மனைவியும் ஒருவருக்கொருவர் திருமண இசைவைக் காத்துக்கொள்ள; சர்ச்சைகளைத் தீர்க்க; மற்றும் உண்மையைச் சொன்னால் உங்களை நீங்களே குற்ற

வாளி ஆக்கிவிடக் கூடிய சூழ்நிலைகளில் பொய் சொல்லலாம் – தங்கள் குற்றங்களை அறிக்கையிடுபவர்களை சிலசமயங்களில் முஹம்மதுவே கடிந்து கொள்வார்; ஒருவர் ஒரு இரகசியத்தைக் காத்துக்கொள்ளும்படி உங்களிடம் சொல்லும்போது; மற்றும் யுத்தங் களில் பொய் சொல்லலாம். பொதுவாக, இஸ்லாம் பொய் சொல்வதை அனுமதிக்கிறது, அதற்கான வழியை அதன் முடிவு நியாயப்படுத்துகிறது.

சில இஸ்லாமிய நிபுணர்கள் வெவ்வேறு விதமான பொய்களுக்கு இடையே வித்தியாசத்தை நியமித்திருக்கிறார்கள்: உதாரணமாக, முற்றிலும் பொய்யான ஒன்றைச் சொல்வதை விட தவறாக எடுத்துக்கொள்வதற்கு வழிவகுக்கும் ஒன்றைச் சொல்வது நல்லது. பொய் சொல்வதற்கும், உண்மை சொல்வதற்குமான 'முடிவு அதன் வழியை நியாயப்படுத்துகிறது' என்னும் பயனுடைமை நெறிமுறை சமூகத்திற்கு பெரும் கேடு விளைவிக்கும். இது நம்பிக்கையை சீர்குலைத்து, குழப்பத்தை ஏற்படுத்திவிடுகிறது. அதனால் மக்கள் மற்றும் அரசியல் கலாச்சாரங்கள் பாதிக்கப்படுகின்றன. இதனால் முழு இஸ்லாமிய சமுதாயத்தையும் குறிக்கும் இஸ்லாமிய *உம்மா* என்பது கலாச்சார ரீதியாக பெரிதும் பாதிக்கப்பட்டிருக்கிறது. உதாரணமாக, முஹம்மது கற்பித்தது போல, தங்களுக்குள் இருக்கும் வேற்றுமைகளை சரிசெய்ய கணவர்கள் எப்போதும் தங்கள் மனைவிகளிடம் பொய் சொல்வதை வழக்கமாகக் கொண்டால், அவர்களுடைய திருமண வாழ்க்கையில் நம்பிக்கையே இல்லாமல் போய்விடும். பிள்ளைகள் தங்கள் தகப்பன் தங்கள் தாயிடம் பொய் சொல்வதைக் கவனித்தால், மற்றவர்களிடம் தாங்களும் பொய் சொல்லலாம் என்று நினைப்பார்கள். அதனால் மற்றவர்களை நம்புவது அவர்களுக்குக் கடினமாகி விடும். ஒரு கலாச்சாரம் முழுவதும் இப்படிப்பட்ட நியாயமான வஞ்சகங்கள் நிறைந்திருந்தால், அந்தச் சமூகம் முழுவதையும் நம்பிக்கையற்றதாக மாற்றிவிடுகிறது. உதாரணமாக, இதனால் தொழில் செய்வதற்கு அதிகச் செலவாகிறது, முரண்பாடுகள் நீடிக்கிறது, மற்றும் ஒப்புரவாக முடிவதே இல்லை.

ஒருவர் இஸ்லாமை விட்டு விலகும்போது, அவர் முஹம்மதுவின் இந்த அம்சத்தை அறிக்கையிட்டு கைவிடுவது மிகவும் அவசியம். இதைப் பற்றி விபரமாக அத்தியாயம் 7-ல் பார்ப்போம்.

நீங்களே சிந்தியுங்கள்

இஸ்லாமில் அறிவு ஒழுங்கமைக்கப்பட்டு, காக்கப்படும் விதத்தினால் குறிப்பிட்ட சில காரியங்களைப் பற்றி உண்மையில் அது என்ன போதிக்கிறது என்பதை அறிவது கடினமாகிறது. பொய் சொல்லும் ஒரு கலாச்சாரம் நிலைமையை இன்னும் மோசமாக்கி விடக்கூடும்.

இஸ்லாமின் மூல ஆதாரங்கள் மிகப் பெரியவையாகவும், சிக்கலானவையாகவும் உள்ளன. குரான் மற்றும் சுன்னா என்னும் மூல ஆதாரங்களிலிருந்து ஷாரியா சட்டங்களை எடுப்பது மிகத் திறமையான ஒன்று என்றும், அதற்கு நீண்ட கால பயிற்சி அவசியம் என்றும் கருதப்படுகிறது. அதனால் பெரும்பாலான இஸ்லாமியர்களால் அதைச் செய்ய முடிவதில்லை. அதனால் இஸ்லாமியர்கள் விசுவாச விஷயங்களில் வழிநடத்தல் பெற தங்கள் நிபுணர்களை நம்பியிருக்க வேண்டியதாகிறது. அதோடு, இஸ்லாமியர்கள் விசுவாச விஷயங்களில் தம்மை விட அதிக அறிவு படைத்தவர்களை நாடி, அவரைப் பின்பற்ற வேண்டுமென்று இஸ்லாமிய சட்டம் சொல்கிறது. இஸ்லாமியர்களுக்கு ஷாரியா-வைப் பற்றி

சந்தேகங்கள் இருக்குமென்றால் அவர்கள் அதில் நிபுணத்துவம் பெற்றவர்களிடம் கேட்க வேண்டும்.

சமீப நூற்றாண்டுகளில் கிறிஸ்தவ வேத அறிவு எல்லோருக்கும் கொடுக்கப்பட்டது போல இஸ்லாமிய மத அறிவு கொடுக்கப்படவில்லை. தேவை இருந்தால் தெரிந்து கொள்ளலாம் என்ற விதத்தில் மட்டுமே உள்ளது. இஸ்லாமில், சில விஷயங்களைக் குறிப்பிடத் தேவையில்லாதபோதும், அவை இஸ்லாமைப் பற்றி தவறாக நினைக்கச் செய்யும் என்றிருக்கும்போதும், அவற்றைப் பற்றி யாரும் பேசுவதே இல்லை. தங்கள் இஸ்லாமிய போதகரிடம் 'தவறான கேள்வியைக்' கேட்கும் பல இஸ்லாமியர்கள் கடிந்து கொள்ளப்பட்ட அனுபவங்கள் உண்டு.

இஸ்லாமையும், குரானையும், முஹம்மதுவின் சுன்னா-வையும் பற்றி கருத்து தெரிவிக்கத் தங்களுக்கு உரிமை இல்லை என்பது போலச் சொல்லி யாரும் தங்களைத் தாங்களே மிரட்டக் கூடாது. இந்த நாட்களில், இந்தப் புத்தகங்களின் மூல ஆதாரங்கள் மிக எளிதாகக் கிடைப்பதால், கிறிஸ்தவர்கள், யூதர்கள், நாத்திகர்கள், அல்லது இஸ்லாமியர்கள் என எல்லோருமே இவற்றை அறிந்து கொள்ளக் கிடைக்கும் வாய்ப்புகளைப் பயன்படுத்திக் கொண்டு, இவற்றைப் பற்றிய தங்கள் கருத்துக்களைத் தெரிவிக்க வேண்டும். இஸ்லாமிய மதத்தால் பாதிக்கப்பட்ட யாருக்கும் இவற்றை அறிந்து, தங்கள் கருத்துக்களை சொல்லும் உரிமையுண்டு.

அடுத்து வரும் பகுதிகளில், இஸ்லாம் இயேசுவைக் குறித்து அறிந்திருப்பதைப் பற்றிப் பார்த்து, ஏன் இஸ்லாமிய இயேசுவால் மனிதர்களுக்கு விடுதலை கொடுக்க முடிவதில்லை என்பதை விளக்கவிருக்கிறோம்.

இஸ்லாமிய தீர்க்கதரிசியாகிய ஈசா

விசுவாச மக்கள் ஒரு முக்கியமான கேள்வியைத் தீர்மானிக்க வேண்டும்: அவர்கள் நசரேயனாகிய இயேசுவைப் பின்பற்றுவார்களா? அல்லது மெக்காவின் முஹம்மதுவைப் பின்பற்றுவார்களா? இது தெரிவு செய்ய வேண்டிய மிக முக்கியமான ஒன்று, இதனால் தனிப்பட்ட நபர்களும், தேசங்களும் பெரும் விளைவுகளைச் சந்திக்கின்றன.

தாங்கள் 'ஈசா' என்று அழைக்கும் இயேசுவை முஹம்மதுவைப் போலவே அல்லாஹ்-வின் தூதர் என்று இஸ்லாமியர்கள் நினைக்கிறார்கள் என்பது நன்கு அறியப்பட்ட ஒன்று. இயேசு அற்புதவிதமாக கன்னி மரியாளிடத்தில் பிறந்தார் என்று இஸ்லாம் போதிப்பதால், அவர் சில சமயங்களில் இபின் மரியாம், அதாவது 'மரியாளின் மகன்' என்றும் அழைக்கப்படுகிறார். குரானும் ஈசாவை அல்-மஷி, அதாவது 'மேசியா' என்று அழைக்கிறது, ஆனால் இந்தப் பெயருக்கு விளக்கம் எதுவும் கொடுக்கப்படவில்லை.

இயேசு குரானில் ஈசா என்ற பெயரில் இருபது முறைக்கு மேல் குறிப்பிடப்படுகிறார் – முஹம்மது நான்கு முறை மட்டுமே குறிப்பிடப்படுகிறார் – மற்றும் குரான் இயேசுவை வெவ்வேறு பெயர்களில் 93 முறை குறிப்பிடுகிறது.

முஹம்மதுவுக்கு முன் பல தூதர்கள் அல்லது தீர்க்கதரிசிகள் முற்காலத்தில் இருந்தார்கள் என்றும், அவர்கள் அல்லாஹ்-வினால் மனிதர்களிடம் அனுப்பப்பட்டவர்கள் என்றும் இஸ்லாம் போதிக்கிறது. ஈசா உட்பட இவர்கள் அனைவரும் மனிதர்கள்தான் என்று குரான் வலியுறுத்துகிறது.

இந்த முந்தின தூதர்கள் அனைவரும் முஹம்மது கொண்டு வந்த அதே செய்தியையே கொடுத்தார்கள் என்று குரான் சொல்கிறது, அது இஸ்லாமின் செய்தி. உதாரணமாக, யுத்தம் செய்து கொலை செய்வதற்கான கட்டளை மற்றும் யுத்தத்தில் மரிக்கும் விசுவாசிகளுக்கு பரலோக வாக்குத்தத்தம் ஆகியவை முற்காலத்தில் இயேசுவுக்கும் மோசேக்கும் கொடுக்கப்பட்டன என்று குரான் சொல்கிறது (Q9:111). பிற்பாடு இதே கட்டளையும், வாக்குத்தத்தமும் முஹம்மது மூலமாகவும் கொடுக்கப்பட்டன. உண்மையான நசரேயனாகிய இயேசு இப்படிப்பட்டவைகளை போதிக்கவோ, வாக்குப்பண்ணவோ இல்லை என்பது நிச்சயம்.

குரானில், ஈசாவின் சீஷர்கள் “நாங்கள் இஸ்லாமியர்கள்” (Q3:52; Q5:111) என்று அறிக்கை செய்கிறார்கள். ஆபிரகாம் ஒரு யூதரோ அல்லது கிறிஸ்தவரோ அல்ல, அவர் ஒரு இஸ்லாமியர் என்று குரான் குறிப்பிடுகிறது (Q3:67). ஆபிரகாம், ஈசாக்கு, யாக்கோபு, இஸ்மவேல், மோசே, ஆரோன், தாவீது, சாலொமோன், யோபு, யோனா, மற்றும் யோவான் ஸ்நானன் ஆகியோர் இஸ்லாமிய தீர்க்கதரிசிகள் என்று குரான் சொல்லிக்கொள்ளும் மற்ற வேதாகமப் பாத்திரங்கள் ஆவர்.

இந்த ஆதி ‘இஸ்லாம் தீர்க்கதரிசிகள்’ கொண்டு வந்ததாகச் சொல்லப்படும் ஷாரியா முஹம்மதுவின் ஷாரியா-வை அப்படியே ஒத்திருக்கவில்லை என்று இஸ்லாம் சொல்லவில்லை. இருப்பினும், முஹம்மது வந்தபோது ஆதி ஷாரியா-க்கள் ரத்து செய்யப்பட்டு விட்டன என்றும், இயேசு மீண்டும் வரும்போது முஹம்மதுவின் ஷாரியாவைக் கொண்டு ஆளுவார் என்றும் சொல்லப்படுகிறது:

> முஹம்மதுவின் அப்போஸ்தலத்துவத்தினால் முன்பு இருந்த எல்லா
> தீர்க்கதரிசிகளின் ஷாரியா-க்களும் ரத்து செய்யப்பட்டுவிட்டதால், இயேசு
> இஸ்லாமின் சட்டப்படிதான் நியாயந்தீர்ப்பார்.[5]

முஹம்மதுவின் குரானைப் போன்று ஈசா-வுக்கு அல்லாஹ்-விடமிருந்து *இஞ்சில்* என்னும் ஒரு புத்தகம் கொடுக்கப்பட்டதாகவும் குரான் சொல்கிறது. இஞ்சில்-ன் போதனைகள் குரானின் செய்தியைப் போலவே உள்ளன என்றாலும், ஆதியில் எழுதப்பட்ட இஞ்சில் புத்தகம் காணாமல் போய்விட்டதாகச் சொல்லப்படுகிறது. வேதாகமத்தில் உள்ள சுவிசேஷ புத்தகங்கள் ஆதி இஞ்சில்-லிருந்து மாற்றம் செய்யப்பட்டு மாசுபடுத்தப்பட்ட பகுதிகள்தான் என்று இஸ்லாமியர்கள் நம்புகிறார்கள். இருப்பினும், அவர்களுக்கு அது ஒரு பெரிய விஷயமல்ல, ஏனென்றால் தேவையான இறுதி வார்த்தையைக் கொடுக்கும்படி அல்லாஹ் முஹம்மதுவை அனுப்பிவிட்டார் என்று சொல்கிறார்களே.

இன்று இயேசு உயிரோடு இருந்தால், அவர் கிறிஸ்தவர்களிடம் “முஹம்மதுவை பின்பற்றுங்கள்!” என்று சொல்லியிருப்பார் என்று இஸ்லாம் போதிக்கிறது என்பதுதான் இதன் சாராம்சம். அதாவது, ஈசா போதித்தது என்ன என்று யாராவது அறிந்து அதைப் பின்பற்ற விரும்பினால், அவர்கள் செய்ய வேண்டியதெல்லாம் முஹம்மதுவை

---

5. *சாஹிஹ் முஸ்லிம்*, தொகுதி 2, பக். 111, 288

பின்பற்றி, இஸ்லாமுக்கு பணிந்திருப்பதே ஆகும்: நல்லதொரு கிறிஸ்தவர் அல்லது நல்லதொரு யூதர் முஹம்மதுவை அல்லாஹ்-வின் உண்மையான தீர்க்கதரிசி என்று ஒப்புக்கொள்வார் என்று குரான் விளக்குகிறது (Q3:199).

இயேசுவை "தேவனுடைய குமாரன்" என்று சொல்லக்கூடாது என்றும், அவரை தேவனாகத் தொழுது கொள்ளக் கூடாது என்றும் குரான் கிறிஸ்தவர்களை எச்சரிக்கிறது. ஈசா ஒரு மனிதன்தான் (Q3:59), அவர் அல்லாஹ்-வின் அடிமை (Q19:30) என்று வலியுறுத்தப்படுகிறது.

உலகம் முடியும் முன்னர் ஈசாவின் கையால் யூதமதமும், கிறிஸ்தவமும் அழிக்கப்பட்டுவிடும் என்று இஸ்லாம் போதிக்கிறது. கடைசிக் காலங்களைப் பற்றிய இந்த போதனை இஸ்லாமிய கண்ணோட்டத்தைப் பற்றி அறிந்து கொள்ள உதவுகிறது. சுனன் அபு தாவுத்-ன் பின்வரும் ஹாதித்-ஐ கவனியுங்கள்:

> [ஈசா மீண்டும் வரும்போது] அவர் இஸ்லாமுக்காக மக்களுடன் போராடுவார். அவர் சிலுவையை உடைத்து, பன்றியைக் கொன்று, ஜிஸ்யா-வை ஒழிப்பார். அல்லாஹ் இஸ்லாம் தவிர எல்லா மதங்களையும் அழிப்பார். அந்திகிறிஸ்துவை அழித்து, இந்த பூமியில் நாற்பது ஆண்டுகள் வாழ்ந்து பின்னர் மரித்துவிடுவார்.

இங்கு, ஈசா மீண்டும் பூமிக்கு வரும்போது, அவர் "சிலுவையை உடைத்து" – அதாவது, கிறிஸ்தவத்தை அழித்து – "ஜிஸ்யா-வை ஒழிப்பார் – அதாவது, இஸ்லாமிய ஆளுகையின் கீழ் வாழும் கிறிஸ்தவர்களின் சட்டரீதியான சகிப்புத்தன்மையை முடிவுக்குக் கொண்டு வருவார் என்று முஹம்மது சொல்கிறார். அதாவது, தங்கள் கிறிஸ்தவ மதத்தைக் காத்துக்கொள்ள இனி கிறிஸ்தவர்கள் வரி செலுத்த வேண்டியதாக இருக்காது. இதை, ஈசா என்னும் இஸ்லாமிய இயேசு வரும்போது, அவர் கிறிஸ்தவர்கள் உட்பட இஸ்லாமியர் அல்லாத எல்லோரையும் இஸ்லாமுக்கு மாற்றிவிடுவார் என்று இஸ்லாமிய நிபுணர்கள் வியாக்கியானம் செய்கிறார்கள்.

உண்மையான நசரேயனாகிய இயேசுவைப் பின்பற்றுதல்

இயேசுவையா அல்லது முஹம்மதுவையா, மக்கள் யாரைப் பின்பற்றுவார்கள் என்பதை அவர்கள் தீர்மானிக்க வேண்டும் என்று ஏற்கனவே குறிப்பிட்டோம். இருப்பினும், இவையிரண்டும் ஒன்றுதான் என்று இஸ்லாமியருக்குக் கற்பிக்கப்படுகிறது. அதாவது, இயேசுவைப் பின்பற்றுவது என்பது முஹம்மதுவைப் பின்பவற்றுவது ஆகும். முஹம்மதுவை நேசித்து, அவரைப் பின்பற்றுவதன் மூலம் இயேசுவை நேசித்து அவரைப் பின்பற்றுகிறார்கள் என்று இஸ்லாமியருக்கு போதிக்கப்படுகிறது. இஸ்லாமியர்கள் சுவிசேஷ புத்தகங்களின் இயேசுவாகிய சரித்திர இயேசுவுக்குப் பதிலாக வேறொரு இயேசுவைக் கொண்டு வந்துவிட்டார்கள், அவர் குரான் கூறும் ஈசா ஆவார். இந்த அடையாள மாற்றம் தேவனுடைய இரட்சிப்பின் திட்டத்தை மறைத்து, இஸ்லாமியர்கள் உண்மையான இயேசுவைக் கண்டுகொண்டு அவரைப் பின்பற்றுவதற்குத் தடையாக இருக்கிறது.

சரித்திரத்தின் உண்மையான இயேசுவை நான்கு சுவிசேஷ புத்தகங்களிலிருந்து அறியலாம் என்பதுதான் உண்மை. அவை இயேசு வாழ்ந்த நாட்களில் நடந்தவற்றை நினைவில் கொண்டு எழுதப்பட்டவை. இவையே இயேசுவையும், அவருடைய செய்தியையும், அவருடைய ஊழியத்தையும் பற்றிய நம்பத்தகுந்த

பதிவுகள் ஆகும். இயேசு இந்த உலகத்தில் நடந்ததற்கு 600 ஆண்டுகளுக்குப் பின் ஏற்படுத்தப்பட்ட இஸ்லாமின் போதனைகளை நசரேயனாகிய இயேசுவைப் பற்றி அறிவதற்கான நம்பகமான தகவலாகக் கருத முடியாது.

ஒருவர் இஸ்லாமை நிராகரிக்கும்போது, அவர் முஹம்மதுவின் மாதிரியை மட்டுமல்ல, குரானின் இயேசுவையும் நிராகரிக்க வேண்டும், இயேசுவின் சீஷராக வாழ்வதற்கான உண்மையான மற்றும் சிறந்த வழி இயேசுவிடமிருந்தும், நான்கு சுவிசேஷ புத்தகங்களில் நமக்காகப் பாதுகாக்கப்பட்டிருக்கும் அவருடைய சீஷர்களின் செய்தியிலிருந்தும் கற்றுக்கொள்வதுதான். "உமக்கு உபதேசிக்கப் பட்ட விசேஷங்களின் நிச்சயத்தை நீர் அறியவேண்டுமென்று" (லூக்கா 1:4) என்று லூக்கா கூறுவதை கவனியுங்கள்.

இது மிக முக்கியமானது, ஏனென்றால் நாம் பார்க்கிறபடி, ஆவிக்குரிய அடிமைத்தனங்களிலிருந்து விடுதலை பெறுவதற்கான வழி இயேசு கிறிஸ்துவின் வாழ்க்கையும், மரணமுமே. இந்த விடுதலையை நமக்குக் கொடுக்கக் கூடியவர் சுவிசேஷங்கள் கூறும் இயேசுவாகிய உண்மையான நசரேயனாகிய இயேசு மட்டுமே.

4

முஹம்மதுவும், நிராகரிப்பும்

"உங்கள் சத்துருக்களைச் சிநேகியுங்கள்; உங்களைப் பகைக்கிறவர்களுக்கு நன்மைசெய்யுங்கள்."
லூக்கா 6:27

இஸ்லாமின் வேரும், சரீரமும் முஹம்மதுதான். இந்தப் அத்தியாயம், முஹம்மதுவின் வாழ்க்கையில் நேர்ந்த சில வேதனையான அனுபவங்களையும், அந்தக் கஷ்டங்களுக்கு அவர் தீமையான விதத்தில் பதிலளித்ததையும் பற்றிய கண்ணோட்டத்தைக் கொடுக்கிறது. முதல் பகுதியில், அவருக்கு மெக்காவில் ஏற்பட்ட கடினமான குடும்பச் சூழல்களையும், மற்ற பிரச்சனைகளையும் பற்றிப் பார்ப்போம்.

குடும்பப் பின்னணிகள்

முஹம்மது கி.பி. 570 -ல் மெக்காவிலுள்ள ஒரு அரேபிய கோத்திரமான குவாரிஷ் கோத்திரத்தில் பிறந்தார். அவருடைய தந்தையான அப்துல்லா பின் அப்து அல்-முத்தாலிப் என்பவர் முஹம்மது பிறப்பதற்கு முன்னமே இறந்துவிட்டார். அதனால் முஹம்மது தன் ஆரம்ப நாட்களில் இன்னொரு குடும்பத்தில் வளர்க்கப்பட்டார். அவருக்கு ஆறு வயதானபோது, அவருடைய தாயாரும் மரித்துவிட்டார், அதன் பின்னர் சிலகாலம் சக்திவாய்ந்த அவருடைய தாத்தா அவரைப் பார்த்துக் கொண்டார். ஆனால் முஹம்மதுவுக்கு எட்டு வயதானபோது அவரும் இறந்தார். பின்னர், முஹம்மது தன் தந்தையின் சகோதரர் அபு தாலிப்-இடம் வளர்ந்தார். அப்போது அவருக்கு தன் சித்தப்பாவின் ஒட்டகங்களையும், ஆடுகளையும் மேய்க்கும் தாழ்மையான வேலை கொடுக்கப்பட்டது. பிற்காலத்தில் அவர், தீர்க்கதரிசிகள் எல்லோரும் ஒரு மந்தையை மேய்க்கும் அனுபவம் பெறுகிறார்கள் என்று சொல்லி, தன் தாழ்மையான பின்னணியை விசேஷமானதும், தனித்துவமானதுமான ஒன்று எனச் சொல்லிக் கொண்டார்.

முஹம்மதுவின் மற்ற உறவினர்களில் சிலர் பெரிய செல்வந்தர்களாக இருந்தாலும், யாரும் அவருக்கு உதவவில்லை. அபூ லஹாப் அல்லது 'சுடரின் தந்தை' என்னும் பெயர் கொடுக்கப்பட்ட முஹம்மதுவின் குறிப்பிட்ட ஒரு உறவினர் அவரைப் பகைத்ததால் நரக அக்கினியில் எரிந்து போவார் என்று குரான் அவர் மீதுள்ள பகையை வெளிப்படுத்துகிறது.

அபூலஹபின் இரண்டு கைகளும் நாசமடைக; அவனும் நாசமாகட்டும். அவனுடைய பொருளும், அவன் சம்பாதித்தவையும் அவனுக்குப் பயன்படவில்லை. விரைவில் அவன் கொழுந்து விட்டெரியும் நெருப்பில் புகுவான். விறகு சுமப்பவளான அவனுடைய மனைவியோ, அவளுடைய கழுத்தில் முறுக்கேறிய ஈச்சங் கயிறுதான் (அதனால் அவளும் அழிவாள்). (Q 111)

திருமணமும், குடும்பமும்

இளைஞனாக இருந்த முஹம்மது தன் இருபத்தைந்தாவது வயதில் கதீஜா என்னும் ஒரு பணக்காரப் பெண்ணிடம் வேலை செய்து கொண்டிருந்தார். அந்தப் பெண் அவரை விட வயதில் மூத்தவளாக இருந்தாலும் அவரை மணக்க விருப்பம் தெரிவித்தாள். இபின் காதிர் என்னும் பாரம்பரியத்தின்படி, தன் தந்தை அந்தத் திருமணத்தை ஏற்றுக்கொள்ளமாட்டார் என்று கதீஜா பயந்து, தந்தை குடித்து மயங்கி இருக்கும்போது முஹம்மதுவைத் திருமணம் செய்து கொண்டாள். தந்தை உணர்வடைந்ததும் நடந்ததைக் கேள்விப்பட்டு மிகுந்த ஆத்திரம் கொண்டார்.

அரேபிய கலாச்சாரத்தின்படி, ஒரு ஆண் தன் மனைவிக்கு மணப்பெண்ணுக்குரிய விலையை செலுத்தினால்தால் அவள் அவனுடைய உடைமையாவாள். கணவன் மரித்துவிட்டால், அவள் அவனுடைய குடும்பத்தில் ஒருத்தியாகக் கருதப்படுவாள், அவனுடைய ஆண் வாரிசுகள் விரும்பினால் அவளை மணக்கலாம். வழக்கமான சூழ்நிலைக்கு மாறாக, கதீஜா அதிகாரமிக்கவளாகவும், பணக்காரியாகவும் இருந்தாள் – முஹம்மதுவின் வாழ்க்கை சரிதையை எழுதியவர் அவளை "மதிப்பும், செல்வமும்" மிக்கப் பெண்மணி என்று அழைக்கிறார் – முஹம்மது ஏழையாக இருந்தார், ஒருசில உடைமைகள் மட்டுமே அவரிடம் இருந்தன. அதோடு, கதீஜாவுக்கு ஏற்கனவே இரண்டு முறை திருமணம் ஆகியிருந்தது. அந்தக் காலத்தில் அரேபியர்களிடையே திருமணத்தைப் பற்றி நிலவிய வழக்கமான கருத்திற்கும், கதீஜா மற்றும் முஹம்மது இடையே ஏற்பட்ட உறவிற்கும் உள்ள முரண்பாடு பெரிது.

கதீஜா – முஹம்மதுவுக்கு ஆறு பிள்ளைகள் பிறந்தார்கள் (சில பதிவுகள் ஏழு என்றும் சொல்கின்றன). மொத்தத்தில் முஹம்மதுவுக்கு மூன்று (அல்லது நான்கு) ஆண்பிள்ளைகள் இருந்தார்கள், ஆனால் அவர்கள் எல்லோருமே சிறுவயதிலேயே இறந்துவிட்டார்கள். அதனால் அவருக்கு ஆண்வாரிசுகள் இல்லை. முஹம்மதுவின் குழந்தைப்பருவ அனுபவங்களோடு கூட அவரது திருமண வாழ்க்கையில் ஏற்பட்ட இந்த அனுபவம் மற்றுமொரு ஏமாற்றமாக இருந்தது.

இறுதியாக, முஹம்மதுவின் குடும்பச் சூழல்கள் மிக வேதனையான அம்சங்களால் நிறைந்திருந்தன. சிறுவயதில் அனாதையானதும், தாத்தாவை இழந்ததும், யாரையாவது சார்ந்திருக்க வேண்டிய ஏழையானதும், குடிகார மாமனாரால் திருமணம் செய்து வைக்கப்பட வேண்டியதாக இருந்ததும், பிள்ளைகளை இழந்ததும், அதிகாரமிக்க உறவினர்கள் பகையானதும் அதில் அடங்கும். நிராகரிப்பும், ஏமாற்றமும் நிறைந்த இந்த வாழ்க்கைச் சூழலில் அவருக்கு ஆறுதலாக இருந்தவை அபூ தாலிப் என்னும் உறவினர் காண்பித்த அக்கறையும், கதீஜா அவரைத் திருமணம் செய்து கொள்ள நினைத்ததுமே. கதீஜா-வின் அன்பினால் அவருடைய ஏழ்மை நிலையும் மாறியது.

ஒரு புதிய மதம் நிறுவப்பட்டது (மெக்கா)

முஹம்மதுவின் குடும்பச் சூழல்களில் இருந்த சிரமங்கள் அவர் ஒரு புதிய மதத்தை நிறுவியபோதும் தொடர்ந்தன.

முஹம்மதுவுக்கு சுமார் 40 வயதானபோது, ஒரு ஆவி தன்னை வந்து சந்திப்பதாக உணர்ந்த நிலையில், அது *ஜிப்ரில்* என்னும் தூதன் என்று சொன்னார். முதலில், இந்தச் சந்திப்புகளால் மிகவும் சோர்ந்து போன முஹம்மது தனக்கு பிசாசு பிடித்துவிட்டதோ என்று கூட நினைத்தார். "ஒரு மலையுச்சிக்கு சென்று, கீழே குதித்து, தற்கொலை செய்து இளைப்பாறுவேன்" என்ற தற்கொலை எண்ணம் கூட அவருக்கு இருந்தது. அவர் இப்படிப் பெரும் கவலையில் இருக்கும்போது, அவரது மனைவி கதீஜா அவருக்கு ஆறுதல் சொல்லி, அவரைத் தன் கிறிஸ்தவ உறவினரான வராக்கா-விடம் அழைத்துச் சென்றாள். அவர் தான் பைத்தியக்காரன் அல்ல, ஒரு தீர்க்கதரிசி என்று சொல்லிக் கொண்டிருந்தார்.

பின்னர், இந்த வெளிப்பாடுகள் சிலகாலம் இல்லாதிருந்தபோது, மீண்டும் முஹம்மது வுக்கு தற்கொலை எண்ணங்கள் தோன்றின. ஆனால் ஒவ்வொரு முறையும் ஒரு மலையுச் சியிலிருந்து கீழே குதிக்க முற்படும்போது ஜிப்ரில் தூதன் தோன்றி, "ஒரு புதிய மதம், முஹம்மது! நீ உண்மையில் அல்லாஹ்-வின் தூதன்" என்று சொல்லிக் கொண்டிருந்தது.

முஹம்மது தன்னை கள்ளன் என்று சொல்லி நிராகரித்து விடுவார்களோ என்று பயந்தார். ஏனென்றால் ஒரு ஆதி *சுரா*-வில் தான் அவரைக் கைவிடுவதும் இல்லை, நிராகரிப்பதும் இல்லை என்று அல்லாஹ் உறுதியளிக்கிறார் (Q93).

இஸ்லாமிய சமுதாயம் முதலில் மெதுவாக வளர்ந்து வந்தது. முதலில் மதம் மாறியவர் கதீஜா. அடுத்து மாறியவர் வாலிபனாக இருந்த முஹம்மதுவின் உறவினர் அலி பின் அபூ தாலிப். இவர் முஹம்மதுவின் வீட்டில் வளர்ந்தவர். ஏழையாகவும், அடிமையாக வும், விடுதலை செய்யப்பட்ட அடிமையாகவும் இருந்த மற்றும் பலர் மெதுவாக மாறத் தொடங்கினார்கள்.

முஹம்மதுவின் சொந்தக் கோத்திரம்

முதலில், இந்தப் புதிய மதத்தைப் பின்பற்றியவர்கள் அதை இரகசியமாக வைத்திருந்தார் கள். ஆனால் மூன்று வருடங்களுக்குப் பின்னர், அல்லாஹ் அதை எல்லோரிடமும் தெரி விக்குமாறு சொன்னதாக முஹம்மது கூறினார். அதனால், ஒரு குடும்ப மாநாட்டைக் கூட்டி, தன் உறவினர்களை எல்லாம் இஸ்லாமுக்கு வரவேற்று அதை அறிவித்தார்.

மெக்காவில் இருந்த முஹம்மதுவின் குரேஷ் கோத்திரத்தார் அவர் சொல்வதைக் கேட்டார்கள் என்றாலும் அவர் தங்கள் தெய்வங்களைத் தாக்கத் தொடங்கியபோது அவருக்கு செவிகொடுக்கவில்லை. அதன் பின்னர், இஸ்லாமியர்கள் "அற்பமான சிறுபான்மையினர்" என்னும் பொருள்படும் இபின் இஷாக்-காக மாறினார்கள். பதட்டமான சூழ்நிலை நிலவியது, இரு தரப்பினரும் அடித்துக் கொண்டார்கள்.

எதிர்ப்பு வலுக்கத் தொடங்கியபோது, முஹம்மதுவின் உறவினர் அபூ தாலிப் அவரைப் பாதுகாத்தார். மெக்காவில் இருந்த மற்றவர்கள் அவரிடம், "ஓ அபூ தாலிப், உன் சகோ தரர் மகன் எங்கள் தெய்வங்களை சபித்து, எங்கள் மதத்தை அவமதித்து, நாங்கள் வாழும்

விதத்தை பரியாசம் செய்தார் ... ஒன்று, நீங்கள் அவரை நிறுத்த வேண்டும் அல்லது நாங்கள் அதைச் செய்ய எங்களிடம் விட்டுவிட வேண்டும்" என்றார்கள். ஆனால், அபூ தாலிப் அவர்களுக்குச் சொன்ன மென்மையான பதிலைக் கேட்டு அவர்கள் போய்விட்டார்கள்.

முஹம்மதுவை நம்பாத இந்த அரேபியர்கள் முஹம்மதுவின் இனத்திற்கு விரோதமாக பொருளாதார மற்றும் சமூகப் புறக்கணிப்பை ஏற்படுத்தத் திட்டமிட்டார்கள். அதன்படி, அவர்களுடன் வர்த்தக மற்றும் திருமண சம்பந்தங்கள் வைத்துக் கொள்ளப்படுவது தடை செய்யப்பட்டது. இஸ்லாமியர்கள் தங்கள் வறுமை காரணமாக இதனால் அதிகம் பாதிக்கப்பட்டார்கள். குரேஷ் மக்களால் அவர்கள் நடத்தப்பட்ட விதத்தை இபின் இஷாக் பின்வருமாறு விவரிக்கிறது:

> அதன் பின்னர், அப்போஸ்தலரைப் பின்பற்றியவர்கள் மீது குரேஷ் மக்கள் பகை கொண்டார்கள்; இஸ்லாமியர்களைக் கொண்ட எல்லா இனத்தவரும் அவர்களைத் [இந்த இஸ்லாமியரை] தாக்கினார்கள், கைது செய்தார்கள், அடித்தார்கள், உணவும், தண்ணீரும் கொடுக்காமல் விட்டார்கள், மெக்காவின் எரிக்கும் வெப்பத்தில் நிற்கச் செய்தார்கள். அவர்கள் தங்கள் மதத்தைக் கைவிடும்படி இதையெல்லாம் செய்தார்கள். இந்த உபத்திரவத்தினால் சிலர் அதைக் கைவிட்டார்கள், மற்றும் சிலரோ தேவனால் பாதுகாக்கப்பட்டு எதிர்த்து நின்றார்கள்..[6]

முஹம்மதுவும் அந்த ஆபத்துக்கள் மற்றும் அவமதிப்புகளிலிருந்து தப்பவில்லை: அவர் ஜெபம் செய்து கொண்டிருந்தபோது அழுக்கையும், மிருகக் கொழுப்பையும் கூட அவர்மீது வீசினார்கள்.

இப்படி உபத்திரவம் தொடர்ந்தபோது, 83 இஸ்லாமிய ஆண்களும், அவர்களின் குடும்பங்களும் அடைக்கலம் தேடி கிறிஸ்தவர்களின் அபிசினியா பகுதிக்கு குடிபெயர்ந்தனர். அங்கு அவர்கள் பாதுகாப்பாக இருந்தார்கள்.

அடுத்து வரும் பகுதிகளில், மெக்காவில் தம் சொந்த ஜனத்தால் நிராகரிக்கப்பட்ட முஹம்மது என்ன செய்தார் என்று பார்ப்போம்.

சுய-சந்தேகமும், சுய-சரிபார்த்தலும்

குரேஷ் மக்கள் கொடுத்த அழுத்தத்தால் ஒரு குறிப்பிட்ட நிலையில் ஒன்றான கடவுள் மீதான முஹம்மதுவின் நம்பிக்கை அலைமோதத் தொடங்கியது. அவர் மற்ற தெய்வங்களை வணங்கினால், தாங்கள் அல்லாஹ்-வை வணங்குவதாக அவர்கள் பேரம் பேசினார்கள். அந்த பேரத்தை அவர் ஒப்புக்கொள்ளவில்லை, அதற்கு ஆதாரமாக Q109:6 வசனங்களை அவர் மேற்கோள் காண்பித்தார்: "உங்களுக்கு உங்களுடைய மார்க்கம்; எனக்கு என்னுடைய மார்க்கம்." இருப்பினும், முஹம்மதுவுக்கு ஒரு தயக்கமும் இருந்தது. ஏனென்றால் அவர் Q53-ஐ பெற்றுக்கொள்ளும்போது, "சாத்தானுடைய வசனங்கள்" எனப்பட்ட சில காரியங்கள் அவருக்கு "வெளிப்படுத்தப்பட்டதாக" அல்-தபாரி பதிவு செய்திருக்கிறார். இவ்வசனங்கள் அல்-லட், அல்-உஸ்ஸா மற்றும் மனத் என்ற மெக்கா தெய்வங்களைப் பற்றியவை ஆகும். "இவை உயர்த்தப்பட்ட *கரானிக்* (கொக்குகள்) எனப்படும், இவற்றின் பரிந்துரை அங்கீகரிக்கப்படும்."

---

6. A. கில்லாமி, த லைஃப் ஆஃப் முஹம்மத், பக். 143

புறஜாதி குராயிஷ் மக்கள் இந்த வசனத்தைக் கேட்டபோது, மகிழ்ந்து இஸ்லாமியர்களுடன் சேர்ந்து தொழுதுகொள்ளத் தொடங்கிவிட்டார்கள். இருப்பினும், ஜிப்ரில் தூதன் முஹம்மதுவைக் கடிந்து கொண்டதால், முஹம்மது அந்த வசனம் சாத்தானிடமிருந்து வந்ததால் நீக்கப்படுகிறது (ரத்து செய்யப்படுகிறது) என்று அறிவித்தார். அந்த வசனம் விலக்கப்பட்டது என்பதை முஹம்மது தெரிவித்தபோது, குராயிஷ் மக்கள் முஹம்மது மற்றும் அவரைப் பின்பற்றுகிறவர்கள் மீது அதிக வெறுப்படைந்து, பகை கொண்டார்கள்.

அதன் பின்னர், தனக்கு முன் வந்த எல்லா தீர்க்கதரிசிகளும் சாத்தானால் வழிவிலகிப் போய்விட்டார்கள் என்று ஒரு வசனம் சொல்வதாகக் குறிப்பிட்டார் (Q22:52). இங்கும், தனக்கு அவமானம் நேர்ந்து விடக்கூடும் என்று நினைத்து, தன்னுடைய தனித்தன்மையைக் காண்பித்துக் கொள்கிறார்.

போலியானவர் என்று தன்னை அதிகம் புண்படுத்திய குற்றச்சாட்டுகள் மற்றும் பரியாசங்களின் மத்தியில் அல்லாஹ் தன்னை சரியென்று சொன்ன வசனங்களைப் பெற்றுக் கொண்டதாகவும், குறிப்பிடத்தக்க குணாதிசயங்களுக்காக அல்லாஹ் தன்னைப் புகழ்ந்ததாகவும் முஹம்மது சொல்லிக் கொண்டார். அவர் தவறு செய்யவில்லை, உத்தமனாக இருந்தார் என்று குரான் குறிப்பிடுகிறது (Q53:1-3; Q68:1-40.

முஹம்மது தன் இனம், கோத்திரம், வரிசை மற்றும் முற்பிதாக்களின் மேன்மையை நம்பியிருந்ததாகவும் பல **ஹாதித்** பாரம்பரியங்கள் கூறுகின்றன. அவர் சட்டத்திற்குப் புறம்பானவர் என்று சொல்லப்பட்டதற்கு பதிலளிக்கும் விதத்தில் ஆதாம் முதல் அவருடைய முற்பிதாக்கள் எல்லோருமே திருமண பந்தத்தில் பிறந்தவர்கள்தான் என்று சொல்லிக் கொண்டார். இபின் காதிர் அறிக்கையிடும் ஹாதித்-தின்படி, தான் மிகச்சிறந்த ஒரு தேசத்தின் (அரேபியா) மிகச்சிறந்த ஒரு இனத்திலிருந்து வந்த மிகச்சிறந்த மனிதர் என்று முஹம்மது அறிவித்தார். "நான் உங்களுக்குள் ஆவியிலும், முற்பிதாக்கள் விஷயத்திலும் மிகச்சிறந்தவன் ... நான் தெரிந்துகொள்ளப்பட்டவர்களுக்குள் தெரிந்துகொள்ளப்பட்டவன்; ஆகவே, யார் அரேபியர்களை நேசித்தாலும், என்னை நேசிப்பதன் மூலமே அவர்களை நேசிக்க முடியும்."

முஹம்மது 13 ஆண்டுகள் மெக்காவில் தங்கியிருந்தபோதுதான், வெற்றியைப் பற்றிய இஸ்லாமியக் கருத்தும், வெற்றியாளர் மற்றும் தோல்வியாளர் பற்றிய பேச்சும் குரானின் கருப்பொருளாக உருக்கொண்டன. உதாரணமாக, மோசேக்கும் எகிப்திய விக்கிரகாராதனைக்காரர்களுக்கும் இடையேயான முரண்பாடுகளை மீண்டும் மீண்டும் குறிப்பிடும்போது, அதன் விளைவுகளை வெற்றியாளர்கள் மற்றும் தோல்வியடைந்தவர்கள் என்னும் விதத்தில் குரான் விவரிக்கிறது (உதாரணம், Q20:64, 68; Q:26:40-44). முஹம்மதுவும் தனக்கும் தன் எதிராளிகளுக்கும் இடையேயான போராட்டத்திலும் வெற்றியின் இந்த வரையறையையே பயன்படுத்தினார். அல்லாஹ்-வின் வெளிப்பாடுகளை நிராகரிப்பவர்கள் தோல்வியடைந்தவர்கள் என்று அறிவித்தார் (Q10:95).

அதிக நிராகரிப்பும், புதிய தொடர்புகளும்

மெக்காவில் சிலகாலம் காரியங்கள் நல்லவிதமாக நடக்கவில்லை, முஹம்மது தன் மனைவி கதீஜா-வையும், தன் உறவினர் அபூ தாலிப்-ஐயும் ஒரே வருடத்தில் இழந்தார். இது அவருக்கு மிகப்பெரிய அடியாக இருந்தது. அவர்களுடைய ஆதரவும், பாதுகாப்பும் இல்லாததால், குரேஷ் மக்கள் முஹம்மதுவையும் அவரது மதத்தையும் மேலும் கடுமையாகப் பகைத்தார்கள்.

அரேபிய சமுதாயங்கள் கூட்டணிகள் மற்றும் வாடிக்கையாளர் தொடர்புகளையும் அடிப்படையாகக் கொண்டவை. ஒருவர் தன்னை விட வல்லமை படைத்த இன்னொருவரின் பாதுகாப்பின் கீழ் வருவதுதான் அவர் தன்னைக் காத்துக் கொள்வதற்கான வழியாக இருந்தது. முஹம்மது தனக்கு நேரிட்ட ஆபத்துகள், தன்னை பின்பற்றுகிறவர்கள் அதிகரிப்பு மற்றும் தன் சொந்த கோத்திரத்தால் நிராகரிக்கப்படுதல் ஆகியவற்றினால் மெக்காவுக்கு அருகில் உள்ள தாயிஃப் என்ற இடத்திற்குச் சென்று தன்னைப் பாதுகாக்க யாரேனும் கிடைப்பார்களா என்று பார்த்தார். ஆனால், தாயிஃப்-ல் ஒரு கூட்டத்தினர் அவரைப் பரியாசம் செய்து, துரத்திவிட்டார்கள்.

தாயிஃப்-லிருந்து திரும்பி வரும் வழியில், நள்ளிரவில் முஹம்மது ஜெபம் செய்யும்போது குரான் வசனங்களை மனப்பாடமாகச் சொல்லிக் கொண்டிருந்ததை ஒரு கூட்ட ***ஜின்***-கள் (பிசாசுகள்) கேட்டதாக இஸ்லாமிய பாரம்பரியங்கள் தெரிவிக்கின்றன. அதனால் கவரப்பட்ட அந்தப் பிசாசுகள் உடனே இஸ்லாமிய மதத்தை ஏற்றுக்கொண்டன. அதன் பின்னர் இந்த இஸ்லாமிய பிசாசுகள் மற்ற ***ஜின்***-களுக்கு இஸ்லாமை பிரசங்கம் செய்யப் புறப்பட்டன. இந்தச் சம்பவம் குரானின் இரண்டு முறை குறிப்பிடப்படுகிறது (Q46:29-32; Q72:1-15).

இந்தச் சம்பவம் இரண்டு காரணங்களால் முக்கியத்துவம் பெறுகிறது. முதலாவது, அது முஹம்மதுவின் சுய-சரிபார்த்தல் முறையை ஒத்திருக்கிறது: அதாவது, தாயிஃப்-ல் இருந்த மனிதர்கள் தன்னை நிராகரித்தாலும், தான் அல்லாஹ்-வின் உண்மையான தூதர் என்று சொல்லிக் கொண்டதை ***ஜின்***-கள் புரிந்து கொண்டதாக தானே தன்னைப் பற்றிச் சொல்லிக் கொண்டார்.

இரண்டாவது, ***ஜின்*** கருத்து தேவபக்தியுள்ள இஸ்லாமியர்கள் பிசாசுகளின் உலகம் இஸ்லாமுக்குள் நுழைய வழி ஏற்படுத்திக் கொடுத்ததாக இருக்கலாம். முஹம்மதுவின் வாழ்க்கையில் நடந்த இந்தச் சம்பவமும், அது இஸ்லாமிய ஜின் என்று குறிப்பிடும் நபர்களும் இஸ்லாமியர்கள் (இஸ்லாமிய) ஆவி உலகத்துடன் தொடர்பு கொள்ள முயன்றதை நியாயப்படுத்துகின்றன. குரானில் உள்ள சில குறிப்புகளும், ஒவ்வொருவருக்கும் ஒரு ***குவாரின்*** அல்லது தோழன் ஆவி உண்டு என்று சொல்லும் ஹாதித்-களும் இஸ்லாமியர்கள் ஆவி உலகத்துடன் தொடர்பு கொள்வதற்கான மற்றுமொரு காரணமாக இருக்கின்றன (Q43:36; Q50:23, 27).

இந்த நேரத்தில், மெக்காவில் முஹம்மதுவுக்கு வாழ்க்கை நன்றாக இல்லை. இருப்பினும் இறுதியில் தன்னைப் பாதுகாக்க ஒப்புக்கொண்ட ஒரு சமுதாயத்தை அவர் எப்படியோ உருவாக்கிவிட்டார். இவர்கள் யாத்ரிப் (பின்னர் மதினா என்றழைக்கப்பட்டது) என்னும் இடத்திலிருந்து வந்த அரேபியர்கள், அங்கு அநேக யூதர்களும் வாழ்ந்து வந்தார்கள். மெக்காவில் நடந்த ஒரு ஆண்டு விழாவில், மதினா-வைச் சேர்ந்த ஒருகூட்ட மக்கள் முஹம்மது-வுக்குக் கீழ்ப்படிந்து அவரிடம் விசுவாசமாக இருக்கவும், அவருடைய செய்திகள் மற்றும் ஒரு-தெய்வக் கொள்கையின்படி வாழ ஒப்புக்கொண்டும் ஆணையிட்டுக் கொடுத்தார்கள்.

இந்த முதல் ஆணையில், சண்டை போடுவதற்கான எந்த அர்ப்பணிப்பும் இல்லை என்றாலும் அடுத்த வருட ஆண்டு விழாவில் இன்னும் ஒரு பெருங்கூட்ட மதினா மக்கள் முஹம்மது நாடிய பாதுகாப்பைக் கொடுப்பதாக ஆணையிட்டுக் கொடுத்தார்கள். *அன்சர்* உதவியாளர்கள் எனப்பட்ட இந்த மதினாக்கள் "அப்போஸ்தலனுக்கு முற்றிலும் கீழ்ப்பட்டு, யுத்தம் செய்ய" ஒப்புக்கொண்டார்கள்.

அதன் பின்னர், அரசியல் ரீதியாக பாதுகாப்பான ஒரு புகலிடம் அமைப்பதற்காக மெக்கா இஸ்லாமியர்கள் மதினாவுக்குக் குடிபெயர்ந்தார்கள். மெக்காவிலிருந்து கடைசியாகப் புறப்பட்ட முஹம்மது நள்ளிரவில் ஒரு பின்பக்க ஜன்னல் வழியாகத் தப்பி ஓடினார். மதினாவில் முஹம்மது தன் செய்தியைத் தடையின்றி அறிவித்து வந்தார், ஏறக்குறைய எல்லா மதினா அரேபியர்களும் முதல் ஆண்டிலேயே இஸ்லாமுக்கு மாறிவிட்டார்கள் எனலாம். அந்தச் சமயத்தில் முஹம்மது 52 வயதைத் தாண்டியிருந்தார்.

மெக்காவில் இருந்தபோது, முஹம்மது தன் சொந்த குடும்பத்தாலும், கோத்திரத்தாலும் நிராகரிக்கப்பட்டார். ஒருசிலர் தவிர தாழ்மையான ஏழைகள் மட்டும் அவரை நம்பினார்கள். மற்றவர்கள் அவரைப் பரியாசம் செய்து, அச்சுறுத்தி, சிறுமைப்படுத்தி, தாக்கினார்கள்.

முதலில் முஹம்மதுவுக்குத் தன் மேலேயே மிகுந்த சந்தேகம் இருந்தது, அதனால் தன் தீர்க்கதரிசன அழைப்பை மற்றவர்கள் நிராகரித்து விடுவார்களோ என்று பயந்தார். ஒருசமயத்தில் அவர் குரேஷ் மக்களின் தெய்வங்களைக் கூட ஏற்றுக்கொண்டதாகத் தெரிகிறது. இருப்பினும், இறுதியில், எல்லா எதிர்ப்புகளையும் தாண்டி, முஹம்மது தன் விடாமுயற்சியினால் அர்ப்பணிப்புள்ள ஒருகூட்ட சீஷர்களை உருவாக்கினார்.

உண்மையில் முஹம்மது மெக்காவில் சமாதானமாக இருந்தாரா?

மெக்காவில் முஹம்மது இருந்த பத்து ஆண்டுகள் அமைதியாகவே இருந்தன என்று அநேக எழுத்தாளர்கள் சொல்லிக் கொள்கிறார்கள். இது ஒருவிதத்தில் உண்மை. குரானில் மெக்கா காலத்து அதிகாரங்களில் எவ்வித வன்முறைகளும் கட்டளையிடப்படவில்லை என்றாலும், நிச்சயமாக அவற்றைப் பற்றிய எண்ணம் இருந்தது. ஆதி வெளிப்பாடுகள் முஹம்மதுவின் அயலாரை பயங்கரமான வார்த்தைகளால் கடிந்து கொண்டு, அவருடைய மதத்தை நிராகரிக்கிறவர்களுக்கு மறுவாழ்வில் பயங்கரமான சித்ரவதையை அறிவிக்கின்றன.

குரானில் உள்ள மெக்கா நியாயத்தீர்ப்பு வசனங்கள் குரேஷ் அரேபியர்களால் நிராகரிக்கப்பட்ட முஹம்மதுவை சரியென்று நிரூபிக்க முயல்வதாக இருக்கின்றன. உதாரணமாக, இஸ்லாமியரைப் பார்த்து சிரிக்கிறவர்கள் இவ்வாழ்க்கையிலும், மறுவாழ்க்கையிலும் தண்டிக்கப்படுவார்கள் என்று குரான் கூறுகிறது. அப்போது பரலோகத்தில் ஆடம்பரமாகத் தங்கள் இருக்கைகளில் சாய்ந்து கொண்டு, மது அருந்திக் கொண்டிருக்கும் விசுவாசிகளோ நரக அக்கினியில் கருகிக் கொண்டிருக்கும் அவிசுவாசிகளைப் பார்த்து சிரிப்பார்கள் (Q83:29-36).

இத்தகைய நியாயத்தீர்ப்பின் செய்திகள் சந்தேகமே இல்லாமல் மெக்காவில் முரண்பாட்டின் அக்கினியைத் தூண்டிவிட்டன. விக்கிரகாராதனையாளர்களான அவிசுவாசிகள் தங்களைப் பற்றிக் கேட்டவைகளை விரும்பவில்லை.

முஹம்மது நித்திய நியாயத்தீர்ப்பை பிரசங்கித்ததோடு, மெக்கா காலத்தின் ஆரம்பத்தில் மெக்காவில் இருந்த அவிசுவாசிகளைக் கொல்வதற்கான தன் திட்டத்தையும் கோடிட்டுக் காட்டியதாக இபின் இஷாக் அறிக்கைகள் தெரிவிக்கின்றன. அவர், "ஓ குரேஷ் மக்களே, நான் சொல்வதைக் கவனிப்பீர்களா? என் ஜீவனைத் தன் கரத்தில் பிடித்திருக்கிறவரால் நான் உங்களுக்கு மரணத்தைக் கொண்டு வருகிறேன்" என்று அவர்களிடம் கூறினார்.

பிற்பாடு, முஹம்மது மதினாவுக்கு ஓடிப்போவதற்கு சற்று முன்னர், ஒருகூட்ட குரேஷ் மக்கள் அவரிடம் வந்து, "முஹம்மது இவ்வாறு சொல்கிறார் ... நீங்கள் அவரைப் பின்பற்றாவிட்டால், கொல்லப்படுவீர்கள். மரித்து உயிர்த்தெழும்போது நரக அக்கினியில் வெந்து கொண்டிருப்பீர்கள்" என்று சொல்லி தன்னை நிராகரிப்பவர்களைக் கொன்றுவிடுவதாக அச்சுறுத்தியதாக குற்றஞ்சுமத்தி அவரை எதிர்த்தார்கள்: இது சரிதான் என்று அறிக்கையிட்ட முஹம்மது "நான் அப்படித்தான் சொன்னேன்" என்று ஒப்புக்கொண்டார்.

மெக்காவில் நிராகரிக்கப்பட்டு உபத்திரவப்படுத்தப்பட்ட பின்னர், இஸ்லாமியர்கள் தங்கள் தீர்க்கதரிசியான முஹம்மதுவின் வழிநடத்தலின்படி தங்கள் எதிராளிகளுடன் யுத்தம் செய்யத் தீர்மானித்தார்கள்.

அடுத்து வரும் பகுதிகளில், தன்னையும், தன் செய்தியையும் நிராகரித்தவர்களுக்கு விரோதமாக வன்முறையில் இறங்கிய முஹம்மதுவின் மாற்றத்தைப் பற்றிப் பார்ப்போம்.

உபத்திரவம் முதல் கொலை வரை

முஹம்மது ஒரு இராணுவத் தலைவராக உருமாறியதை விளங்கிக் கொள்ள 'சோதனை, உபத்திரவம், தூண்டுதல்' என்னும் பொருள்படும் ***ஃபித்னா*** என்னும் அரபு வார்த்தை அவசியமானதாக இருக்கிறது. இந்த வார்த்தை, 'ஒன்றிலிருந்து திரும்ப, தூண்டிவிட, மயக்க அல்லது சோதனைக்கு உட்படுத்த' என்னும் பொருள்படும் ***ஃபேத்தானா*** என்னும் வார்த்தையிலிருந்து எடுக்கப்பட்டது. ஒரு உலோகத்தை அக்கினியால் சுத்திகரிப்பது என்பதுதான் அதன் அடிப்படை அர்த்தம். ஃபித்னா என்பது தூண்டுதல் அல்லது சோதனையைக் குறிக்கலாம், இது தொடர்ந்து நடக்கும் நேர்மறை மற்றும் எதிர்மறையான வழிகளைக் குறிக்கிறது. பொருளாதார மற்றும் இதர ஊக்கங்களைக் கொடுப்பது அல்லது சித்ரவதை செய்வது என்றும் பொருள்படும்.

ஆதி இஸ்லாமிய சமுதாயத்தினர் அவிசுவாசிகளுடன் கொண்டிருந்த அனுபவங்களின் இறையியல் எண்ணங்களில் ***ஃபித்னா*** என்பதுதான் முக்கியக் கருத்தாக விளங்கியது. குரேஷ் மக்கள், இஸ்லாமியர்களை இஸ்லாம் மதத்தை விட்டு விலகச் செய்ய அல்லது அந்த மதத்தின் கோரிக்கைகளை நீர்த்துப் போகச் செய்ய, அவமதிப்பு, அவதூறு, சித்ரவதை, விலக்கிவைத்தல், பொருளாதார அழுத்தம், மற்றும் இதர ஊக்கங்களைக் கொண்ட ஃபித்னா-வைப் பயன்படுத்தினார்கள் என்பதே முஹம்மது அவர்கள் மீது சாட்டிய குற்றமாகும்.

யுத்தமும் கொலையும் செய்வதற்கான முழு காரணம் ஃபித்னாவை ஒழிப்பதே என்று யுத்தத்தைப் பற்றிய ஆதி குரான் வசனங்கள் தெளிவுபடுத்துகின்றன:

> உங்களை எதிர்த்துப் போர் புரிபவர்களுடன் நீங்களும், அல்லாஹ்வின் பாதையில் போரிடுங்கள்; ஆனால் வரம்பு மீறாதீர்கள்; நிச்சயமாக அல்லாஹ்

> வரம்பு மீறுபவர்களை நேசிப்பதில்லை. (உங்களை வெட்டிய) அவர்கள் எங்கே காணக்கிடைப்பினும், அவர்களைக் கொல்லுங்கள்; இன்னும், அவர்கள் உங்களை எங்கிருந்து வெளியேற்றினார்களோ, அங்கிருந்து அவர்களை வெளியேற்றுங்கள்; ஏனெனில் ஃபித்னா (குழப்பமும், கலகமும் உண்டாக்குதல்) கொலை செய்வதை விடக் கொடியதாகும்.
>
> ...
>
> ஃபித்னா(குழப்பமும், கலகமும்) நீங்கி அல்லாஹ்வுக்கே மார்க்கம் என்பது உறுதியாகும் வரை, நீங்கள் அவர்களுடன் போரிடுங்கள்; ஆனால் அவர்கள் ஒதுங்கி விடுவார்களானால் - அக்கிரமக்காரர்கள் தவிர(வேறு எவருடனும்) பகை (கொண்டு போர் செய்தல்) கூடாது. (Q2:190-93).

இஸ்லாமியர்களின் ***ஃபித்னா*** "கொலை செய்வதை விட மோசமானது" என்னும் கருத்து மிகுந்த முக்கியத்துவம் பெற்றது. இதே வாக்கியம், புனித மாதத்தின்போது (அரேபிய கோத்திரப் பாரம்பரியங்கள் சோதனையைத் தடை செய்திருந்த காலம்) மெக்காவின் ஒரு வண்டியைத் தாக்கிய பின்னரும் (Q2:217) வெளிப்படுத்தப்பட்டதாக இருந்தது. நம்பிக்கை துரோகிகளின் இரத்தத்தை சிந்துவது இஸ்லாமியரை தங்கள் நம்பிக்கையிலிருந்து வழிவிலகச் செய்வதை விட மோசமானதல்ல என்பதே இதன் அர்த்தமாகும்.

சுரா 2-ல் உள்ள குறிப்பிடத்தக்க மற்றொரு பத்தி, "ஃபித்னா நீங்கும் வரை நீங்கள் அவர்களுடன் போரிடுங்கள்" என்பதாகும். இதுவும், பாதர் யுத்தத்திற்குப் பின்னர் மதினாவில் இரண்டாம் ஆண்டு இருக்கும்போது இரண்டாவது முறையாக வெளிப்படுத்தப்பட்டது (Q8:39).

இந்த ***ஃபித்னா*** வாக்கியங்கள் எல்லாம் இரண்டு முறை வெளிப்படுத்தப்பட்டு, மக்கள் இஸ்லாமில் சேருவதற்குத் தடையாக இருக்கும் எதனாலும் அல்லது இஸ்லாமியர்கள் தங்கள் நம்பிக்கையைக் கைவிட ஊக்குவிக்கும் எதனாலும் ***ஜிஹாத்*** நியாயப்படுத்தப்படுகிறது என்னும் கொள்கையை நிலைநிறுத்தியது.

ஃபித்னா கருத்தில் சிறு அவிசுவாசம் இருப்பதையும் இஸ்லாமிய நிபுணர்கள் சேர்த்துக் கொண்டார்கள். அதனால் அந்த வாக்கியம் "அவிசுவாசம் கொலை செய்வதை விட மோசமானது" என்று வியாக்கியானம் செய்யப்பட வேண்டும் என்பதே அவர்களின் நோக்கம்.

இவ்விதமான புரிதலுடன், "கொலை செய்வதை விட ஃபித்னா மோசமானது" என்னும் வாக்கியம், இஸ்லாமியர்களின் விஷயத்தில் தலையிட்டாலும், தலையிடாவிட்டாலும், முஹம்மதுவின் செய்தியை நிராகரித்த எல்லாத் துரோகிகளுக்கு எதிராகவும் போரிட்டு அவர்களைக் கொலை செய்வதற்கான உலகளாவிய கட்டளையாக மாறியது. அவிசுவாசிகள் "அவிசுவாசம் கொள்வது" அவர்கள் கொலை செய்யப்படுவதை விடத் தீமையானதாகக் கருதப்பட்டது என்று இப்ன் காதிர் என்னும் மாபெரும் வர்ணனையாளர் கூறுகிறார். இது, அவிசுவாசத்தை ஒழிக்க யுத்தம் செய்வதையும், இஸ்லாம் மற்ற மதங்கள் மீது ஆதிக்கம் செலுத்துவதையும் நியாயப்படுத்தியது (Q2:193; Q8:39).

"பாதிக்கப்பட்டவர்கள் நாங்களே!"

குரானில் உள்ள இந்தப் பத்திகளில், இஸ்லாமியர்களின் பாதிக்கப்பட்ட நிலையை முஹம்மது வலியுறுத்துகிறார். யுத்தம் செய்வதையும், வெற்றி பெறுவதையும் சரியானதாகக் காண்பிக்கும் விதத்தில் துரோகிகளான எதிரிகள் குற்றவாளிகள் என்றும் அவர்கள் தாக்குதலுக்கு தகுதியானவர்களே என்றும் அவர் உரிமைகோரினார். வன்முறையை நியாயப்படுத்த இஸ்லாமியரின் மிக அதிகமான பாதிக்கப்பட்ட நிலை வலியுறுத்தப்பட்டது: இஸ்லாமியர்கள் எவ்வளவு அளவுக்கதிகமாகத் தங்கள் எதிரிகளைத் தண்டித்தார்களோ அந்த அளவுக்கு எதிரிகளின் குற்றங்களை வலியுறுத்த வேண்டியதாயிற்று. இஸ்லாமியரின் பாடுகள் “கொலை செய்வதை விட மோசமானது” என்று அல்லாஹ் அறிவித்த பின், தங்கள் எதிரிகளுக்குச் செய்யும் எந்தத் தீங்கையும் விட தங்கள் பாதிக்கப்பட்ட நிலையையே மிகப்பெரிய தீமையாகக் கருதுவது இஸ்லாமியரின் கடமையாக மாறியது.

சில இஸ்லாமியர்கள் தாங்கள் தாக்கியவர்களின் பாதிப்பை விடத் தங்களுடைய பாதிப்பே அதிகம் என்பதை மீண்டும் மீண்டும் வலியுறுத்தியதின் காரணத்தை குரான் மற்றும் முஹம்மதுவின் *சுன்னா*-வில் வேர்கொண்ட இந்த இறையியல் விளக்குகிறது. அல்-ஜசீரா தொலைக்காட்சி நிகழ்ச்சியில் Dr. வாஃபா சுல்தானுடன் நடந்த விவாதத்தில் அல்ஜீரிய மத அரசியல் பேராசிரியரான அஹ்மத் பின் முஹம்மது என்பவர் இதே மனநிலையை வெளிப்படுத்தினார். இஸ்லாமியர்கள் அப்பாவி மக்களைக் கொன்றிருக்கிறார்கள் என்று குறிப்பிட்டு Dr. சுல்தான் விவாதித்ததைக் கேட்டுக் கோபமடைந்த அஹ்மத் பின் முஹம்மது இவ்வாறு கத்திக் கூச்சல் போட்டார்:

> நாங்கள்தான் பாதிக்கப்பட்டிருக்கிறோம்! ... எங்கள் மத்தியில் [இஸ்லாமியர்கள்] இலட்சக்கணக்கான பாதிக்கப்பட்டவர்கள் இருக்கையில், உங்கள் மக்களில் பாதிக்கப்பட்டவர்கள் நூற்றுக்கணக்கில் அல்லது அதிகபட்சம் ஆயிரக்கணக்கில்தான் இருப்பார்கள்.

இன்று வரை அநேக இஸ்லாமிய சமுதாயங்களைத் தொடர்ந்து பற்றிப் பிடித்துக் கொண்டிருக்கும் இந்த பாதிக்கப்பட்ட மனநிலை தங்கள் செயல்களுக்குப் பொறுப்பேற்கும் அவர்களின் திறமையை பலவீனப்படுத்துகிறது.

பழிவாங்குதல்

மதினாவில் முஹம்மதுவின் இராணுவ பலம் அதிகரித்து, வெற்றிகள் குவியத் தொடங்கியபோது, அவர் தன் எதிரிகளை நடத்திய விதம் எதற்காக அவர் யுத்தம் பண்ணுகிறார் என்பதன் நோக்கத்தை அதிகம் வெளிப்படுத்தியது. அப்படிச் சொல்லப்பட்ட ஒரு சம்பவம், முன்பு முஹம்மது மீது ஒட்டகக் கழிவையும், குடல்களையும் வீசிய உக்பா என்பவரை முஹம்மது நடத்திய விதத்தைப் பற்றியது. பாதர் யுத்தத்தில் பிடிக்கப்பட்ட உக்பா தன் ஜீவனுக்காக கெஞ்சினார்: “ஓ முஹம்மதுவே, யார் என் பிள்ளைகளைப் பார்த்துக்கொள்வார்கள்?” அதற்குக் கிடைத்த பதில்: “நரகம்!” பின்னர் முஹம்மது உக்பாவைக் கொலை செய்துவிட்டார். பாதர் யுத்தத்திற்குப் பின்னர், யுத்தத்தில் கொலை செய்யப்பட்டவர்களின் உடல்கள் ஒரு குழியில் வீசப்பட்டன, முஹம்மது நள்ளிரவில் அந்தக் குழியினருகில் சென்று, மரித்த மெக்கா மக்களைப் பரியாசம் செய்தார்.

முஹம்மது தன்னை நிராகரித்தவர்களை பழிக்குப் பழி வாங்கி தன்னைத் தானே சரியென்று நிரூபிக்க நாடினார் என்பதை இத்தகைய சம்பவங்கள் தெரிவிக்கின்றன. அவர் எல்லார் முன்பும், மரித்தவர்கள் முன்பும் கூட, தன் அதிகாரத்தைக் காண்பிக்க விரும்பினார்.

முஹம்மதுவை நிராகரித்தவர்கள்தான் அவருடைய கொலைப் பட்டியலில் முதலாவது இருந்தார்கள். முஹம்மது மெக்காவை வென்றபோது, கொலை செய்வதைத் தடுத்தார் என்றாலும் கொலை செய்யப்பட வேண்டியவர்களின் ஒரு சிறு பட்டியல் இருக்கத்தான் செய்தது. இந்தப் பட்டியலில் மூன்று துரோகிகள் இருந்தார்கள்: அவர்கள், மெக்காவில் முஹம்மதுவை அவமதித்த ஒரு ஆணும், பெண்ணும், அவரைப் பரியாசம் செய்யும் பாடல்களைப் படிய இரண்டு சிறுபெண்களும் ஆவர்.

தன்னை நிராகரித்தவர்கள் மீதான முஹம்மதுவின் வெறுப்பை மெக்கா கொலைப் பட்டியல் பிரதிபலிக்கிறது. துரோகிகள் தொடர்ந்து வாழ்வது ஒருவிதத்தில் ஃபித்னா போல இருந்தது, ஏனென்றால் அவர்கள் உயிரோடு இருக்கும் வரை இஸ்லாமை விட்டு விலகுவது சாத்தியமே என்பதற்கு சாட்சியாக இருப்பார்கள் மற்றும் முஹம்மதுவைப் பரியாசம் செய்தவர்கள் அல்லது அவமதித்தவர்களுக்கு மற்றவர்களின் நம்பிக்கையைக் குறைவாக மதிக்கும் அதிகாரம் இருந்ததால் அவர்கள் ஆபத்தானவர்களாக இருப்பார்கள்.

இஸ்லாமியர் அல்லாதவர்களுக்கு நேர்ந்த விளைவுகள்

இஸ்லாமிய சட்டத்தை விசுவாசிக்காதவர்களை நிராகரிப்பதன் மூலக்காரணம் முஹம்மதுவின் உணர்வுபூர்வமான உலகக் கண்ணோட்டமும், தன்னை நிராகரித்தவர்களிடம் அவர் நடந்து கொண்ட விதமுமே ஆகும்.

ஆரம்பத்தில், முஹம்மது தன் உடன் கோத்திர மக்களாகிய அந்நிய அரேபியரிடமே பகை கொண்டிருந்தார். அந்நிய அரேபியரை முஹம்மது நடத்திய விதத்தை நாம் கண்டுகொள்ளலாம்: அவிசுவாசம் என்ற ஒன்று இருப்பதே ஃபித்னா-வாகிறது என்னும் கருத்தை நியாயப்படுத்த அவர்கள் பயன்படுத்தியது இஸ்லாமியர் மீது குவித்த குற்றச்சாட்டுகளே. இதே நடவடிக்கையை முஹம்மது வேதத்தின் மக்கள் மீதும் எடுப்பதைக் காணலாம். இஸ்லாமை நிராகரித்தவர்களாகிய அவர்கள் நிரந்தரக் குற்றவாளிகளாகக் குறிக்கப்பட்டு, சிறுமையானவர்களாக ஆளப்படவும், நடத்தப்படவும் தகுதியாகிறார்கள்.

மெக்காவைக் கைப்பற்றும் முன், முஹம்மது மெக்காவுக்கு புனிதப்பயணம் மேற்கொள்வதைப் போல ஒரு கனவு கண்டார். அந்த சமயத்தில் இது சாத்தியமற்றதாக இருந்தது, ஏனென்றால் இஸ்லாமியர்கள் மெக்கா மக்களுடன் யுத்தம் செய்யும் நிலையில் இருந்தார்கள். இந்த தரிசனத்திற்குப் பின்னர் முஹம்மது ஹுதய்பைய்யா ஒப்பந்தம் செய்யத் தீர்மானித்தார், அதன் மூலம் அவர் மெக்காவுக்குச் செல்ல முடியும். அந்த ஒப்பந்தம் பத்து வருடங்களுக்குச் செல்லும், தங்கள் பாதுகாவலரின் அனுமதியின்றி தன்னிடம் வரும் எவரையும் முஹம்மது திருப்பி மெக்கா மக்களிடமே ஒப்படைத்துவிடுவார் என்பது அதன் நிபந்தனைகளில் ஒன்றாக இருந்தது. இதில் அடிமைகளும், பெண்களும் அடங்குவர். இந்த ஒப்பந்தம் இருதிறத்தாரும் கூட்டணிகள் அமைத்துக் கொள்ளவும் உதவியாக இருந்தது.

ஆனால் முஹம்மது ஒப்பந்தத்தில் தன் பகுதியைச் சரிவர நிறைவேற்றவில்லை: மெக்கா மக்கள் இவரிடம் வந்து தங்கள் மனைவிகள் அல்லது அடிமைகளைத் திருப்பிக்

கொடுக்குமாறு கேட்கும்போது, அவர்களைத் திருப்பிக் கொடுக்க மறுத்துவிடுவார், அதற்கு அல்லாஹ்-வின் அதிகாரத்தையும் காரணம் காட்டுவார். இப்படி நடந்ததில் சிக்கிக் கொண்ட முதல் நபர் உம் குல்தம் என்னும் ஒரு பெண் ஆவார். அவருடைய சகோதரர்கள் அவரை மீட்க வந்தபோது, முஹம்மது அவரை அனுப்ப மறுத்துவிட்டார். அதற்கு அவர் சொன்னக் காரணம் "அல்லாஹ் அதைத் தடை செய்திருக்கிறார்" (Q60:10 பார்க்கவும்) என்பதாகும் என்று இபின் இஷாக் கூறுகிறார்.

இஸ்லாமியர்கள் அவிசுவாசிகளைத் தங்கள் நண்பர்களாக ஏற்றுக்கொள்ளக் கூடாது என்று சுரா 60 அறிவுறுத்துகிறது. எந்த இஸ்லாமியராவது இரகசியமாக மெக்கா மக்களை நேசித்தால் அவர்கள் வழிவிலகி விட்டதாக அர்த்தம், ஏனென்றால் அவிசுவாசிகளின் விருப்பம் இஸ்லாமியர் தங்கள் விசுவாசத்தைக் கைவிடச் செய்வதாகும். சுரா 60 முழுவதும் ஹுதய்பைய்யா ஒப்பந்தத்தின் ஆவிக்கு முரணாக இருக்கிறது. "நாங்கள் ஒருவர் ஒருவர் மீது பகை கொள்ளமாட்டோம், எவ்வித இரகசியங்களோ அல்லது தீய விசுவாசமோ இல்லை" என்று அந்த ஒப்பந்தம் சொல்லியிருந்தது. இருப்பினும், பிற்பாடு இஸ்லாமியர்கள் மெக்காவைத் தாக்கி அதைக் கைப்பற்றியபோது, குரேஷ் மக்கள்தான் ஒப்பந்தத்தை மீறினார்கள் என்பதன் அடிப்படையில் இது நியாயமாக்கப்பட்டதாக சொல்லப்பட்டது.

இதன் பின்னர், விக்கிரகராதனைக்காரர்களுடன் இனி எந்த ஒப்பந்தமும் செய்து கொள்ளக் கூடாது என்று அல்லாஹ் அறிவித்துவிட்டார் – "அல்லாஹ் விக்கிரகாரா தனைக்காரர்களை விலக்கிவிட்டார்" மற்றும் "விக்கிரகாராதனைக்காரர்களை எங்கு கண்டாலும் அவர்களைக் கொன்றுவிடுங்கள்" (Q9:3, 5).

இஸ்லாமியர் அல்லாத அவிசுவாசிகள் இயல்பாகவே உடன்படிக்கையைக் காத்துக்கொள்ள முடியாமல் ஒப்பந்தங்களை முறிப்பவர்களாக இருக்கிறார்கள் என்பது ஒரு இஸ்லாமிய கண்ணோட்டமாக நிலைப்படுத்தப்பட்டதை இந்தத் தொடர் சம்பவங்கள் எடுத்துக் காண்பிக்கின்றன (Q9:7-8). அதே சமயம், அல்லாஹ்-வின் அறிவுறுத்தலின்படி, முஹம்மது துரோகிகளுடன் ஒப்பந்தங்களை முறிக்கும் உரிமை பெற்றதாகச் சொல்லிக் கொண்டார். முஹம்மது மேலான அதிகாரத்தைப் பெற்றதாகச் சொல்லிக் கொண்டு ஒப்பந்தங்களை முறித்தார், ஆனால் அது அநீதியாகக் கருதப்படவில்லை.

முஹம்மது, அவிசுவாசிகள் இஸ்லாமியர்களைத் தங்களின் விசுவாசத்தைக் கைவிடும்படி (அதாவது, *ஃபித்னா* செய்பவர்களாக) மயக்கும் மக்களாகப் பிரித்து அனுப்பிவிட்டார் என்பதையும், அவர்கள் இஸ்லாமை ஏற்றுக்கொள்ள மறுக்கும் வரை அவர்களுடன் எவ்வித இயல்பான தொடர்புகளும் வைத்துக்கொள்வதை சாத்தியமற்றதாக்கியதையும் இத்தகைய சம்பவங்கள் தெளிவுபடுத்துகின்றன.

அடுத்து வரும் பகுதிகளில், முஹம்மது எவ்வாறு தன் மூர்க்கத்தையும், ஆக்ரோஷத்தையும் அரேபிய யூதர்கள் பக்கம் திருப்பினார் என்றும், அதனால் ஏற்பட்ட விபரீத விளைவுகளைப் பற்றியும் பார்ப்போம். வேதத்தின் மக்களுக்காக ஏற்படுத்திய ***திம்மா*** உடன்படிக்கை அமைப்பு உட்பட இஸ்லாமியர் அல்லாதவருக்கான இஸ்லாமின் கொள்கைகளுக்கு அடித்தளமிட்டது முஹம்மது அரேபிய யூதர்களுடன் நடத்திய பேச்சுவார்த்தைகளே என்பதைப் பற்றி பிற்பாடு ஒரு அத்தியாயத்தில் படிப்போம்.

யூதர்களைப் பற்றிய முஹம்மதுவின் ஆரம்பகால கண்ணோட்டங்கள்

முதலில் முஹம்மது யூதர்கள் மீது ஆர்வம் காண்பித்ததற்கான காரணம், அவர் தீர்க்கதரிசிகளின் ஒரு நீண்டகால பாரம்பரியத்தைக் கொண்டிருந்தார் என்றும், அதில் யூதத் தீர்க்கதரிசிகளும் இருந்தார்கள் என்றும் அவர்தாமே சொல்லிக் கொண்டதும் ஆகும். மெக்கா காலத்தின் பிற்பகுதியிலும், மதினா காலத்தின் முற்பகுதியிலும், யூதர்களைப் பற்றி அதிகம் குறிப்பிடப்பட்டது, அவர்கள் பெரும்பாலும் வேதத்தின் மக்கள் என்று அழைக்கப்பட்டார்கள். இந்த சமயத்தில், சில யூதர்கள் விசுவாசிகளாகவும், மற்றும் சிலர் விசுவாசியாதவர்களாகவும் இருந்தாலும், முஹம்மதுவின் செய்திகள் அவர்களுக்கு ஒரு ஆசீர்வாதமாகவே வரும் என்று குரான் குறிப்பிட்டது (Q98:1-8).

முஹம்மதுவுக்கு சில கிறிஸ்தவர்களுடன் ஏற்பட்ட சந்திப்பும் உற்சாகப்படுத்துவதாக இருந்திருக்கிறது. கதீஜா-வின் கிறிஸ்தவ உறவினரான வராக்கா முஹம்மதுவை தீர்க்கதரிசி என்று அடையாளம் கண்டார். முஹம்மது பயணம் செய்யும்போது பாஹிரா என்னும் ஒரு துறவியைச் சந்தித்ததாகவும், அவர் முஹம்மதுவை ஒரு தீர்க்கதரிசியாக அறிவித்ததாகவும் ஒரு பாரம்பரியம் சொல்கிறது. யூதர்கள் தன்னை அல்லாஹ்-விடமிருந்து வந்த ஒரு “தெளிவான அடையாளம்” (Q98) என்று நினைத்து, தன் செய்திகளை நேர்மறையாக ஏற்றுக்கொள்வார்கள் என்று ஒருவேளை முஹம்மது நம்பியிருக்கலாம். உண்மையில், தான் போதிப்பது, “ஜெபம் செய்வது” மற்றும் *ஸக்கட்*[7] கொடுப்பது (Q98:5) ஆகியவை உள்ளிட்ட யூத மதப் போதனையைப் போன்றதுதான் என்றும் முஹம்மது சொன்னார். அவர் தன் சீஷர்களிடம் *அல்-ஷாம்* ‘சிரியாவுக்கு’ நேராகத் திரும்பி ஜெபிக்குமாறு கூடச் சொன்னார், அது யூத வழக்கப்படி எருசலேமுக்கு நேராகத் திரும்பி ஜெபம் செய்வதைப் போன்றது.

முஹம்மது மதினாவுக்கு வந்தபோது, அவர் இஸ்லாமியருக்கும் யூதருக்கும் இடையே ஒரு உடன்படிக்கையை ஏற்படுத்தினார் என்று இஸ்லாமியப் பாரம்பரியம் பதிவு செய்கிறது. இந்த உடன்படிக்கை யூத மதத்தை அங்கீகரித்தது – “யூர்களுக்கு யூத மதமுண்டு, இஸ்லாமியருக்கு இஸ்லாமிய மதம் உண்டு” – ஆனால் யூதர்கள் முஹம்மதுவிடம் விசுவாசமாக இருக்க வேண்டுமென்று இஸ்லாம் கட்டளையிட்டது.

மதினாவில் எதிர்ப்பு

முஹம்மது மதினாவில் இருந்த யூதர்களுக்குத் தன் செய்தியை வழங்க ஆரம்பித்தார், ஆனால் எதிர்பாராத விதமாக அவருக்கு எதிர்ப்பு கிளம்பியது. அது பொறாமையினால் வந்தது என்று இஸ்லாமியப் பாரம்பரியம் கூறுகிறது. முஹம்மதுவின் ஒருசில வெளிப்பாடுகளில் வேதாகமக் குறிப்புகளும் இருந்தன, அதனால் முஹம்மதுவின் வியாக்கியானங்களில் இருந்த முரண்பாடுகளை சுட்டிக்காட்டி யூத ரபிக்கள் அந்தப் பகுதிகளுக்கு எதிராகப் போராடியிருக்கலாம்.

இஸ்லாமின் தீர்க்கதரிசிக்கு ரபிக்களின் கேள்விகள் தொல்லையாக இருந்தது, மற்றும் சில சமயங்களில் இதற்குப் பதிலாக மேலும் சில குரான் பகுதிகள் அவருக்கு அனுப்பி வைக்கப்படும், முஹம்மதுவுக்கு ஒரு கேள்வி சவாலாக அமையும்போதெல்லாம் அவர்

7. இஸ்லாமின் ஐந்து தூண்களில் ஒன்றான சக்கட் வருடாந்திர மதரீதியான வரியாகும்.

அந்தச் சம்பவத்தை குரான் அப்படிச் சொல்வதாகக் கூறி தன்னைத்தானே சரியென்று நிரூபிக்க முற்படுவார்.

யூதர்கள் தங்களுக்கு சாதகமான வேதப்பகுதிகளை மட்டும் மேற்கோள் காண்பித்து, தங்கள் விவாதத்திற்கு உதவாதவற்றை மறைத்து விடும் வஞ்சகர்கள் என்று உறுதிப்படுத்துவது முஹம்மதுவின் எளிய யுக்திகளில் ஒன்றாக இருந்தது (Q36:76; Q2:77). யூதர்கள் வேண்டுமென்றே தங்கள் வேதத்தைத் தவறாகக் காண்பிக்கிறார்கள் என்பது அல்லாஹ்-விடமிருந்து வந்த மற்றுமொரு பதில் (Q2:75).

முஹம்மது-வுடனான ரபிக்களின் உரையாடலை உண்மையான உரையாடலாகவோ அல்லது முஹம்மதுவின் உரிமைக்கோரல்களுக்கு ஏற்ற பதிலாகவோ அல்லாமல், இஸ்லாமையும் இஸ்லாமியரின் விசுவாசத்தையும் அழிப்பதற்கான ***ஃபித்னா***-வாகவே இஸ்லாமியப் பாரம்பரியம் விளக்குகிறது.

நிராகரிப்பவர்களின் வெறுப்பு இறையியல்

யூதர்களுடனான முஹம்மதுவின் குழப்பமான உரையாடல்களினால் அவர்கள் மீது அவருக்கிருந்த வெறுப்பு கூடியது. அதற்கு முன்பு சில யூதர்களும் விசுவாசிகளே என்று சொல்லியிருந்த குரான் பின்னர் முழு யூத இனமும் சபிக்கப்பட்டது என்றும், ஒருசிலரே உண்மையான விசுவாசிகள் என்றும் அறிவித்தது (Q4:46).

கடந்த காலத்தின் சில யூதர்கள் தங்கள் பாவத்தினால் குரங்குகளாகவும், பன்றிகளாகவும் மாறியதாக குரான் கூறியது (Q2:65; Q5:60; Q7:166). அல்லாஹ் அவர்களை தீர்கதரிசிகளைக் கொன்றவர்கள் என்றும் அழைத்தார் (Q4:155; Q5:70). தங்கள் இருதயங்களைக் கடினப்படுத்தி, உடன்படிக்கையை மீறிய யூதர்களுடனான தொடர்பை அல்லாஹ் கைவிட்டுவிட்டதாகவும் சொல்லப்பட்டது, அதனால் இஸ்லாமியர்கள் அவர்களை (ஒருசிலர் தவிர) எப்போதுமே தந்திரவாதிகளாகக் கருதலாம் என்றிருந்தது (Q5:13). யூதர்கள் தங்கள் உடன்படிக்கையை மீறியதால், தங்கள் உண்மையான வழிகாட்டியைக் கைவிட்டு “தோற்றுப்போனவர்களாக” அறிவிக்கப்பட்டார்கள் (Q2:27).

மதினாவில், தாம் யூதர்களின் தவறுகளைத் திருத்துவதற்காக அனுப்பப்பட்டதாக முஹம்மது நினைத்துக் கொண்டார் (Q5:15). ஆரம்ப மதினா காலத்தில், யூதமதம் சரியானது என்று முஹம்மதுவின் வெளிப்பாடுகள் தெரிவித்தன (Q2:62). இருப்பினும், இந்த வசனம் (Q3:85)-ல் ரத்து செய்யப்பட்டுவிட்டது. தன்னுடைய வருகை யூதமதத்தை ரத்து செய்துவிட்டதாகவும், தாம் கொண்டு வந்த இஸ்லாமிய மதமே இறுதியானது என்றும், குரான்தான் இறுதியான வெளிப்பாடு என்றும் முஹம்மது முடிவு செய்தார். இந்தச் செய்தியை நிராகரிப்பவர்கள் “தோல்வியடைந் தவர்கள்” எனக் கருதப்பட்டது (Q3:85). யூதர்களோ அல்லது கிறிஸ்தவர்களோ தங்களின் பழைய மதத்தைப் பின்பற்றுவதை ஏற்றுக்கொள்ள முடியாது: அவர்கள் முஹம்மதுவை ஏற்றுக்கொண்டு, இஸ்லாமியர்களாக மாற வேண்டும்.

குரான் வசனங்களில், முஹம்மது யூதமதத்தின் மீது முற்றிலுமாக இறையியல் தாக்குதல் நடத்தினார். யூதர்கள் தன் செய்தியை நிராகரித்ததால் முஹம்மது

பெரிதும் பாதிக்கப்பட்டார் என்பதால் இப்படி நடந்தது. மெக்காவின் விக்கிரகாராதனைக்காரர்களை எதிர்த்தது போல இதுவும் முஹம்மது தன்னை நிரூபிக்க முயன்ற இன்னொரு நிகழ்வாகும். அதன் பின்னர், முஹம்மது இன்னும் சிலவற்றை செய்து தீவிர பதில் நடவடிக்கைகளைத் தொடங்கினார்.

வன்முறையாக மாறிய நிராகரிப்பு

மதினாவில், யூதர்களை அச்சுறுத்தி, இறுதியில் அவர்களை இல்லாமல் செய்வதற்காக முஹம்மது ஒரு பிரச்சாரத்தைத் தொடங்கினார். பாதர் யுத்தத்தில் விக்கிரகாராதனைக் காரர்களிடம் கிடைத்த வெற்றியினால் தைரியமடைந்த அவர் குவேனுகா என்னும் யூதக் கோத்திரத்தைச் சந்தித்து, தேவனுடைய பழிவாங்குதல் அவர்கள் மீது வருகிறது என்று அச்சுறுத்தினார். அதன் பின்னர் ஏதோ ஒரு காரணம் காட்டி குவேனுகா யூதர்களை முற்றுகையிட்டு, அவர்களை மதினாவிலிருந்து வெளியேற்றினார்.

பின்னர் முஹம்மது தொடர்ந்து யூதர்கள் மீது படுகொலை தாக்குதல் நடத்தி, தன் சீஷர்களுக்கு “உங்கள் அதிகாரத்தின் கீழ் இருக்கும் எல்லா யூதர்களையும் கொன்றுபோடுங்கள்” என்று கட்டளை கொடுத்தார். யூதர்களுக்கோ ‘இஸ்லாமை ஏற்றுக்கொண்டு பாதுகாப்பாக இருங்கள்’ என்னும் பொருள்படும் *அஸ்லிம் தஸ்லாம்*-ஐ அறிவித்தார்.

முஹம்மதுவின் உணர்வு வெகுவாக மாறியிருந்தது. இஸ்லாமியர் அல்லாதவர்கள் இஸ்லாமிய மதத்தையும், இஸ்லாமியர்களையும் ஆதரித்து கனம் பண்ணினால் மட்டுமே அவர்கள் தங்கள் சொத்து மற்றும் உயிருக்கு உரிமை கொண்டாட முடியும். மற்ற அனைத்துமே ஃபித்னா-வாகக் கருதப்பட்டு, அவர்களுடன் யுத்தம் செய்வதற்கான காரணமாகக் காண்பிக்கப்பட்டது.

மதினாவில் இருந்த யூதர்களைக் கையாளும் முஹம்மதுவின் வேலை இன்னும் முடியாதிருந்தது. அடுத்து அவருடைய மனதில் இருந்த கோத்திரம் பானு நாதிர் ஆகும். இந்த நாதிர் கோத்திரத்தார் அனைவரும் உடன்படிக்கையை மீறியதாக குற்றஞ்சாட்டப்பட்டு, அவர்கள் மீது தாக்குதல் நடத்தப்பட்டது, நீண்டகால முற்றிகைக்குப் பின்னர், அவர்களும் மதினாவிலிருந்து விரட்டப்பட்டார்கள். அவர்களுடைய சொத்துகள் இஸ்லாமியருக்கு கொள்ளைப்பொருளாயிற்று.

இதன் பின்னர், கடைசியாக இருந்த பானு குரேஸா என்னும் ஒரேயொரு யூத கோத்திரத்தையும் ஜிப்ரில் தேவதூதனின் கட்டளைப்படி முஹம்மது கைப்பற்றினார். யூதர்கள் எந்த நிபந்தனையும் இல்லாமல் சரணடைந்தபோது, மதினாவின் சந்தைவெளியில் யூத ஆண்களின் தலைகள் துண்டிக்கப்பட்டன, அதில் 600 முதல் 900 ஆண்கள் வரை இருந்திருப்பார்கள் என்று பல்வேறு பதிவுகள் தெரிவிக்கின்றன. யூதப் பெண்களும் பிள்ளைகளும் இஸ்லாமியருக்கு கொள்ளைப்பொருளாக (அதாவது, அடிமைகளாக) பகிர்ந்தளிக்கப்பட்டார்கள்.

முஹம்மது அரேபியாவில் உள்ள யூதர்களை இன்னும் தாக்கவில்லை. மதினாவிலிருந் தவர்களை வெளியேற்றிய பின்னர் கைபர் யூதர்களைத் தாக்கத் தொடங்கினார். கைபர் பிரச்சாரம் யூதர்கள் இரண்டில் ஒன்றைத் தெரிவு செய்யும்படிச் சொல்லித் தொடங்கியது: ஒன்று, இஸ்லாமுக்கு மாறுவது, இன்னொன்று கொலை செய்யப்படுவது. இருப்பினும், கைபரில் இருந்த யூதர்களை முஹம்மது தோற்கடித்த பின், மூன்றாம் தெரிவு ஒன்று

கொடுக்கப்பட்டது: அது, நிபந்தனையுடன் சரணடைவதாகும். இப்படித்தான் கைபர் யூதர்கள் முதன்முதலில் ***திம்மிக்கள்*** ஆனார்கள் (அத்தியாயம் 6 பார்க்கவும்).

இத்துடன் முஹம்மது யூதர்களைக் கையாண்ட விபரம் முற்றுப் பெறுகிறது.

குரான் கிறிஸ்தவர்களையும் யூதர்களையும் வேதத்தின் மக்கள் என்னும் ஒரே வகையைச் சேர்ந்தவர்களாக ஒரேவிதமாக நடத்துவதால், குரான் மற்றும் முஹம்மதுவின் வாழ்க்கையில் யூதர்கள் நடத்தப்பட்ட விதம் யுகயுகமாக அவர்கள் கிறிஸ்தவர்களை நடத்திய விதத்திற்கும் முன்மாதிரியாக அமைந்தது.

நிராகரிப்புக்கு பதிலாக முஹம்மது நடந்து கொண்ட மூன்று விதங்கள்

முஹம்மதுவின் தீர்க்கதரிசன வாழ்க்கையைப் பற்றிய கதையில், அவர் தன் குடும்ப சூழ்நிலைகள், மெக்காவில் இருந்த தன் சொந்த சமுதாயத்தினர் மற்றும் மதினாவில் இருந்த யூதர்களால் எவ்வாறு பலவிதங்களில் நிராகரிக்கப்பட்டார் என்று பார்த்தோம்.

அந்த நிராகரிப்புக்கு அவர் எப்படி பதில் செய்தார் என்பதையும் பார்த்தோம். முதலில், முஹம்மது *தன்னை நிராகரிக்கும்* விதத்தில் பதில் செய்தார், அதாவது தற்கொலை செய்து கொள்ள நினைத்தார், பயம் அவரை ஆட்கொண்டது மற்றும் விரக்தியில் இருந்தார்.

தன்னைச் சரியென்று நிரூபிக்கும் விதத்திலும் பயத்தையும் நிராகரிப்பையும் திருப்பிவிடும் விதத்தில் பதில் செய்தார்.[8] அதில், அல்லாஹ் தன் எதிரிகளை நரகத்தில் தண்டிப்பார் என்று சொல்லுதல்; எல்லாத் தீர்க்கதரிசிகளும் ஏதோ ஒரு சமயத்தில் சாத்தானால் வழிவிலக வைக்கப்பட்டார்கள் என்று சொல்லி இக்கட்டான சூழ்நிலைகளை உருவாக்கும் கோரிக்கைகளை வைத்தல்; முஹம்மதுவின் வெளிப்பாடுகளைப் பின்பற்றுகிறவர்கள் இவ்வுலக மற்றும் மறுவுலக வாழ்க்கையில் வெற்றியாளர்களாக இருப்பார்கள் என்று அல்லாஹ் அறிவித்ததாக வசனங்கள் அனுப்பப்பட்டன என்று சொல்லுதல் போன்றவை அடங்கும்.

இறுதியாக, ஆதிக்கம் செலுத்தும் விதத்தில் வந்த தீவிர நடவடிக்கைகள் ஆகும். இதன் விளைவாக, *ஃபித்னா*-வை நீக்க இஸ்லாமியர் அல்லாதவர்களுடன் யுத்தம் செய்து வெல்ல *ஜிஹாத்* உபதேசத்தின் பயன்பாடு வந்தது.

முஹம்மது பதில் நடவடிக்கை எடுத்த விதங்களில் சுய-நிராகரிப்பையும், சுய-மதிப்பீட்டையும், இறுதியாக தீவிரவாதத்தையும் காணலாம். அனாதையாக இருந்த முஹம்மது அனாதைகளை உருவாக்குபவராக மாறினார். தான் பிசாசுகளால் வாதிக்கப்பட்டதால் பயந்து தற்கொலை செய்ய நினைத்து தன்னைத்தானே சந்தேகித்தவர் முழுமையாக எல்லோரையும் நிராகரிப்பவர் ஆனார். யுத்தத்தின் மூலம் தன் விசுவாசத்தைத் திணித்து, எல்லா மதங்களையும் மேற்கொண்டு இறுதியில் எல்லா நம்பிக்கைகளையும் ஒழிப்பதே அவருடைய எண்ணமாக இருந்தது.

முஹம்மதுவின் உணர்வுபூர்வமான உலகக் கண்ணோட்டம், அவிசுவாசிகளைத் தோற்கடித்து சிறுமைப்படுத்துவது தன் சீஷர்களின் உணர்ச்சிகளை “குணமாக்கி”,

---

8. நிராகரிப்பு மற்றும் அதன் பதில்செயல்பாடுகளைப் பற்றிய கலந்துரையாடலுக்கு நோயல் அன்ட் கிப்சன், *எவிக்டிங் டிமானிக் ஸ்குவாட்டர்ஸ் அன்ட் ப்ரேக்கிங் பான்டேஜஸ்* பார்க்கவும்.

அவர்களின் கோபத்தை ஆற்றும் என்பதாக இருந்தது. யுத்தத்தின் மூலம் கிடைக்கும் இந்த குணமாக்கும் 'இஸ்லாமிய சமாதானம்' குரானில் விவரிக்கப்பட்டுள்ளது:

> நீங்கள் அவர்களுடன் போர் புரியுங்கள்; உங்களுடைய கைகளைக் கொண்டே அல்லாஹ் அவர்களுக்கு வேதனையளித்து அவர்களை இழிவு படுத்தி, அவர்களுக்கெதிராக அவன் உங்களுக்கு உதவி ... இன்னும் முஃமின்களின் இதயங்களுக்கு ஆறுதலும் அளிப்பான். அவர்களுடைய இதயங்களிலுள்ள கோபத்தையும் போக்கி விடுவான் ... (Q9:14-15)

முதலில், முஹம்மதுவும் அவரைப் பின்பற்றியவர்களும் மெக்காவில் பல கடவுள்களை வணங்கியவர்கள் கைகளால் உண்மையில் உபத்திரவத்தை அனுபவித்தார்கள். இருப்பினும், முஹம்மது மதினாவில் அதிகாரம் பெற்றதும், தான் தீர்க்கதரிசி என்பதை நம்பாததையும் கூட இஸ்லாமியர்கள் மீதான உபத்திரவம் என்று கருதி, அவிசுவாசிகளும் பரியாசக்காரருமான விக்கிரகாராதனைக்காரர்கள், யூதர்கள் அல்லது கிறிஸ்தவர்களைக் கையாள வன்முறையைப் பயன்படுத்த உரிமம் வழங்கினார். அதன் மூலம் அவர்களைத் தடுத்து தங்களுக்கு அடிபணிய அச்சுறுத்தினார்கள். தன்னையும், தன் மதத்தையும், தன் சமுதாயத்தையும் எவ்விதத்திலும் நிராகரிப்பதை முற்றிலுமாக நீக்க முஹம்மது கருத்துசார்ந்த மற்றும் இராணுவத் திட்டங்களை ஏற்படுத்தினார். இந்தத் திட்டத்தின் வெற்றி, தான் ஒரு தீர்க்கதரிசி என்பதை நிரூபித்து, காப்பாற்றியது என்று பிற்பாடு சொல்லிக் கொண்டார்.

இப்படி நடந்து கொண்டிருந்த அதே நேரத்தில், முஹம்மது தன்னைப் பின்பற்றியவர்களான இஸ்லாமியர்களை அதிகமாகத் தன் கட்டுப்பாட்டின் கீழ் கொண்டு வந்தார். முன்பு மெக்காவில், முஹம்மது "ஒரு எச்சரிக்கையாளர் மட்டுமே" என்று குரான் சொல்லியிருந்த நிலையில், அவர் மதினாவுக்கு இடம்பெயர்ந்ததும் உண்மையுள்ளவர்களுக்குத் தளபதியானார். அதன் மூலம், "அல்லாஹ்-வும் அவரின் தூதுவரும்" ஒரு விஷயத்தைத் தீர்மானித்துவிட்டால், விசுவாசிகளுக்கு அதைப் பற்றிச் சொல்ல ஒன்றுமில்லை, கேள்வி கேட்காமல் அதற்குக் கீழ்ப்படிய வேண்டும் என்றும் (Q33:36), தூதுவருக்குக் கீழ்ப்படிவது அல்லாஹ்-வுக்குக் கீழ்ப்படிவதாகும் என்றும் (Q4:80) குரான் பின்னர் அறிவிக்கும் அளவிற்கு முஹம்மது அவர்களுடைய வாழ்க்கையைக் கட்டுப்பாட்டில் வைத்திருந்தார்.

மதினா காலத்தில் முஹம்மது எடுத்துக் கொண்ட கட்டுப்பாடுகள் *ஷாரியா* மூலம் இன்றும் தொடர்ந்து பல இஸ்லாமியருக்கு அச்சுறுத்தலாக இருந்துவருகிறது. இதற்கு ஒரு உதாரணம், முஹம்மது ஏற்படுத்திய *ஷாரியா* சட்டமாகும். அதன்படி, ஒருவர் "நான் உன்னைத் தள்ளிவிடுகிறேன்" என்று மூன்றுமுறை சொல்லித் தன் மனைவியை விவாகரத்து செய்த பின்னர் அந்தத் தம்பதியர் மீண்டும் திருமண உறவில் இணைய விரும்பினால், அந்தப் பெண் அதற்கு முன்னர் வேறொரு ஆணைத் திருமணம் செய்து, அவருடன் உடலுறவு கொண்டு, அவரால் விவாகரத்து செய்யப்பட வேண்டும். அதன் பின்னரே அவள் தன் முதல் கணவனை மறுமணம் செய்ய முடியும். இந்தச் சட்டம் இஸ்லாமியப் பெண்களுக்கு ஏராளமான துன்பங்களை விளைவித்திருக்கிறது.

முஹம்மதுவின் வளர்ந்து வந்த தீர்க்கதரிசன ஊழியத்தைப் பற்றிக் குரான் இவ்வாறு கூறுகிறது: அது முஹம்மதுவின் சொந்தமான, மிகவும் தனிப்பட்ட

ஆவணமாகும், மற்றும் அது நிராகரிப்பினால் அவருக்குள் வளர்ந்த வெறுப்பு மற்றும் ஆக்ரோஷத்தையும், மற்றவர்களின் வாழ்க்கையைக் கட்டுப்படுத்துவதற்கு தொடர்ந்து அதிகரிக்கும் ஆவலையும் பற்றிய பதிவாகும். பிற்பாடு இஸ்லாமியர் அல்லாதவர்கள் மீது திணிக்கப்பட்ட வாயடைப்பு, குற்றம், மற்றும் நன்றியுணர்வு போன்ற பண்புகள் முஹம்மது நிராகரிப்பினால் நடந்து கொண்ட விதங்களிலிருந்து வந்தன. "அல்லாஹ்-வைத் தவிர வேறு தேவன் இல்லை, முஹம்மது அவருடைய தீர்க்கதரிசி என்று நான் விசுவாசிக்கிறேன்" என்று அறிக்கையிட மறுக்கும் எல்லோர் மீதும் தோல்வியையும், நிராகரிப்பையும் வன்முறையாகத் திணித்தார்.

இத்துடன் நாம், முஹம்மது தனக்கு நேர்ந்த நிராகரிப்புக்கு பதிலாக மற்றவர்களிடமிருந்து பெற்றவை மற்றும் அவர்களுக்குக் கொடுத்தவற்றையும், தன் எதிரிகளை வெற்றிகொள்ள தான் எடுத்த முயற்சிகள் வெற்றிபெற்றதாகத் தானே அறிவிக்கும் முயற்சியையும் பற்றிப் பார்த்தோம்.

"மிகச்சிறந்த உதாரணம்"

இந்தப் அத்தியாயத்தில், முஹம்மதுவின் சில முக்கிய பண்புகளைப் பற்றிப் பார்த்தோம். மனிதகுலம் பின்பற்றத்தக்க மிகச் சிறந்த உதாரணம் அவர்தான் என்று இஸ்லாம் கருதினாலும், அவர் நிராகரிப்பினால் அதிகமாக தாக்கமடைந்து பாதிக்கப்பட்டிருந்தார் என்று காண்கிறோம். அவர் சுய-நிராகரிப்பு, சுய-மதிப்பீடு, கட்டுப்பாடு, மற்றும் தீவிரவாதத்தைக் கைக்கொண்டார். நிராகரிப்புக்கு பதிலாக எடுக்கப்பட்ட இந்த நடவடிக்கைகள் அவருக்கும், இன்று வரை பலருக்கும் தீமையாக இருந்து வருகின்றன.

ஷாரியா மற்றும் அதன் உலகக் கண்ணோட்டத்தினால் முஹம்மதுவின் தனிப்பட்ட பிரச்சனைகள் உலகப் பிரச்சனையாக மாறியிருப்பதால், அவருடைய சொந்த சரித்திரம் முக்கியமானது. இவ்விதமாக இஸ்லாமியர் ஒருவர் முஹம்மதுவின் பண்பு மற்றும் முன்மாதிரியுடன் ஆவிக்குரிய விதத்தில் கட்டப்படுகிறார். இந்தக் கட்டு ஷஹதா-வை மனப்பாடமாகச் சொல்வதன் மூலம் உறுதிசெய்யப்பட்டு, ஷஹதா-வை சொல்லும்போதெல்லாம் செய்யப்படும் இஸ்லாமிய சடங்குகளால் மீண்டும் வலுவடைகிறது. ஒரு இஸ்லாமியக் குழந்தை பிறந்தவுடன் கேட்கும் முதல் வார்த்தை அதன் காதில் சொல்லப்படும் ஷஹதா அறிக்கைகளே.

முஹம்மது அல்லாஹ்-வின் தூதுவர் என்று ஷஹதா அறிவிக்கிறது; இதனை, அல்லாஹ்-வின் தூதுவராகிய முஹம்மதுவுக்குக் கொடுக்கப்பட்ட அல்லாஹ்-வின் வார்த்தையாகிய குரான் அங்கீகரிக்கிறது. ஷஹதாவை ஏற்றுக்கொள்வது குரான் முஹம்மதுவைப் பற்றிச் சொல்வதை ஒப்புக்கொள்வதாகும். அதில், அவருடைய முன்மாதிரியைப் பின்பற்றுவதும், தம்மைப் பின்பற்றாதவர்கள் மீது முஹம்மது அறிவிக்கும் அச்சுறுத்தல்களையும், சாபங்களையும் ஏற்றுக்கொள்வதும், அவருடைய செய்தியை நிராகரித்து அதைப் பின்பற்ற மறுப்பவர்களுக்கு விரோதமாக யுத்தம் செய்யும் கடமையை ஏற்றுக்கொள்வதும் அடங்கும்.

ஆக, ஷஹதா என்பது இந்த இருண்ட உலகத்தின் அதிகாரங்கள் மற்றும் வல்லமைகளைக் குறிக்கும் ஆவி உலகத்துடன் உள்ள தொடர்பை அறிக்கை

செய்வதாகும் (எபேசியர் 6:12) – அதாவது, ஒரு விசுவாசி முஹம்மதுவின் முன்மாதிரிக்கு ஒத்து வாழ்வதற்கான உடன்படிக்கையினால் கட்டப்பட ஏதுவாகும்: அதனால் அவருக்கு முஹம்மதுவுடன் "ஆத்தும கட்டு" உண்டாகிறது (அத்தியாயம் 7 பார்க்கவும்). முஹம்மதுவுடன் ஒரு ஆவிக்குரிய பிணைப்பை ஏற்படுத்தும் இந்த உடன்படிக்கை பிணைப்பு, முஹம்மதுவுக்கு சவாலாக இருந்து அவரைக் கட்டிவைத்ததும், இஸ்லாமிய ஷாரியா மூலம் இணைத்து, உறுதிசெய்யப்பட்டு இஸ்லாமிய சமூகங்களில் மிக ஆழமாகக் கிரியை செய்துகொண்டிருப்பதுமான ஒழுக்க மற்றும் ஆவிக்குரிய பிரச்சனைகளை இஸ்லாமிய விசுவாசிகள் மீதும் திணிக்க அந்த ஆவி உலகத்தின் அதிகாரங்கள் மற்றும் வல்லமைகளுக்கு அனுமதி அளிக்கிறது.

முஹம்மதுவின் சுன்னா பற்றிய சில எதிர்மறையான அம்சங்களைப் பற்றிப் பார்த்தோம். அவை ஷஹாதா மற்றும் ஷாரியாவின் தாக்கத்தினால் அநேக இஸ்லாமியர்களின் வாழ்க்கையில் அப்படியே நடந்து கொண்டிருக்கின்றன. முஹம்மதுவின் முன்மாதிரியையும், போதனையையும் வெளிப்படுத்திய சில எதிர்மறை பண்புகள் பின்வருமாறு:

- வன்முறையும் யுத்தமும்
- கொலை
- அடிமைத்தனம்
- பழிவாங்குதலும், பழிதீர்த்தலும்
- வெறுப்பு
- பெண்களை வெறுத்தல்
- யூதர்களை வெறுத்தல்
- தவறாக நடத்துதல்
- அவமானமடைதல், பிறரை அவமானப்படுத்துதல்
- அச்சுறுத்துதல்
- வஞ்சித்தல்
- குற்றப்படுத்துதல்
- பாதிக்கப்பட்ட மனநிலை கொண்டிருத்தல்
- தன்னைக் காத்துக்கொள்ளுதல்
- உயர்வு மனப்பான்மை
- தேவனைத் தவறாகப் புரிந்து கொள்ளுதல்
- பிறர் மீது ஆதிக்கம் செலுத்துதல்

- கற்பழித்தல்

இஸ்லாமியர்கள் ஷஹதா-வைச் சொல்லும்போது, கிறிஸ்துவையும், வேதாகமத்தையும் பற்றி குரானும் சுன்னா-க்களும் சொல்வதை அங்கீகரிப்பது போன்றதாகும். அதில் பின்வருபவை அடங்கும்:

- கிறிஸ்துவின் சிலுவை மரணத்தை மறுதலித்தல்
- சிலுவையை வெறுத்தல்
- இயேசு தேவகுமாரன் என்பதை மறுதலித்தல் (இதை விசுவாசிப்பவர்களை சபித்தல்)
- யூதர்களும் கிறிஸ்தவர்களும் தங்கள் வேதங்களை மாசுபடுத்திவிட்டார்கள் என்ற குற்றச்சாட்டு
- கிறிஸ்தவத்தை அழிக்கவும், முழு உலகத்தையும் முஹம்மதுவின் ஷாரியா-வுக்குக் கீழ்ப்படியும்படி வற்புறுத்தவும் இயேசு மீண்டும் வருவார் என்று சொல்லுதல்.

இந்தப் பண்புகள் பெரும் பாரமானவை. இஸ்லாமை விட்டு இயேசு கிறிஸ்துவைப் பின்பற்ற வருபவர்கள் சந்திக்கும் சவால்களில் ஒன்று, இந்தப் பண்புகளை உறுதியாக சரிசெய்யாத பட்சத்தில் அவை அவர்களின் ஆத்துமாவில் தொடர்ந்து கால்பதித்துக் கொண்டிருக்கும் என்பதாகும். இந்தக் காரணத்தினால் கிறிஸ்துவிடம் திரும்பும் இஸ்லாமியர்கள் தங்கள் கிறிஸ்தவ வாழ்க்கையில் போராட்டங்களையும், கஷ்டங்களையும் அனுபவிக்கிறார்கள்.

முஹம்மது ஒரு தூதுவர் என்னும் அந்தஸ்தை அவருக்குக் கொடுப்பதை வெளியரங்கமாக அறிக்கையிட்டுக் கைவிடாவிட்டால், குரானின் அச்சுறுத்தல்களும், கிறிஸ்துவின் மரணம் மற்றும் கர்த்தத்துவத்திற்கு முஹம்மது தெரிவிக்கும் எதிர்ப்பும் அவர்களின் ஆவிக்குரிய நிலையற்ற தன்மைக்குக் காரணமாகிவிடும், அதனால் அவர்கள் சுலபமாக அச்சுறுத்தப்படுவார்கள், பாதிக்கப்படும் மனநிலையை வளர்த்துக்கொள்வார்கள் மற்றும் இயேசுவின் சீஷராக திடநம்பிக்கையுடன் இருக்க முடியாது. இதுவே ஒருவரின் சீஷத்துவத்தை கடுமையாகப் பாதிக்கக் கூடும்.

இந்தக் காரணத்தினால், ஒருவர் இஸ்லாமை விட்டு விலகும்போது, அவர் குறிப்பாக முஹம்மது மற்றும் குரானின் முன்மாதிரியையும் போதனையையும் எல்லா பாரம்பரியங்களுடனும், ஷஹதா கொண்டு வரும் எல்லா சாபங்களுடனும் நிராகரித்துக் கைவிட வேண்டும் என்று சொல்லப்படுகிறது. அடுத்தப் அத்தியாயத்தில் இயேசு கிறிஸ்துவின் வாழ்க்கை மற்றும் அவரது சிலுவையைப் பற்றிப் பார்க்கும்போது இதை எப்படி செய்வது என்று பார்ப்போம். முஹம்மதுவின் முன்மாதிரியிலிருந்து விடுதலையடையத் தேவையான வல்லமை வாய்ந்த திறவுகோலையும் அறிமுகம் செய்யவிருக்கிறோம்.

5

ஷஹாதா-விலிருந்து விடுதலை

"ஒருவன் கிறிஸ்துவுக்குள்ளிருந்தால் புதுச்சிருஷ்டியாயிருக்கிறான்."

2 கொரிந்தியர் 5:17

இந்தப் பகுதிகளில், இயேசு நிராகரிப்பை அனுபவித்தபோது எப்படி நடந்து கொண்டார் என்று பார்க்கவிருக்கிறோம். முஹம்மதுவின் வாழ்க்கையைப் போலவே இயேசுவின் வாழ்க்கையும் நிராகரிப்பினால் நிறைந்திருந்தது, அதன் உச்சக்கட்டம் சிலுவையில் நடந்தது. முஹம்மது உபத்திரவத்திற்கு பழிவாங்குதலை பதிலாகக் கொடுத்தார்: முற்றிலும் வித்தியாசமான கிறிஸ்துவின் பதில் செயல்பாடு இஸ்லாமிலிருந்து விடுதலை அடைவதற்கான திறவுகோலாக இருக்கிறது.

கடினமான துவக்கம்

முஹம்மதுவைப் போல இயேசுவுக்கும் குடும்பச் சூழல்கள் ஏற்றதாக இல்லை. பிறக்கும்போதே, அவர் முறையற்ற பிறப்பு என்னும் அவமானத்தைச் சுமந்தார் (மத்தேயு 1:18-25). மாட்டுத் தொழுவத்தில் ஒரு தாழ்மையான சூழலில் பிறந்தார் (லூக்கா 2:7). இப்படிப்பட்ட பிறப்புக்குப் பின், ஏரோது ராஜா அவரைக் கொலை செய்யத் தேடினான். பின்னர் அவர் ஒரு அகதியைப் போல எகிப்துக்கு ஓடிப்போக வேண்டியதாயிற்று (மத்தேயு 2:13-18).

இயேசு கேள்வி கேட்கப்பட்டார்

இயேசு ஏறக்குறைய தம் முப்பதாம் வயதில் போதனை ஊழியத்தை ஆரம்பித்தபோது, அவருக்கு பெரும் எதிர்ப்பு கிளம்பியது. யூத மதத்தலைவர்கள் முஹம்மதுவிடம் கேட்டது போலவே இயேசுவிடமும் கேள்வி கேட்டு, அவருடைய அதிகாரத்தை தாழ்மைப்படுத்தும் விதத்தில் அவருக்கு சவால்விட்டார்கள்:

> ... வேதபாரகரும் பரிசேயரும் அவர்மேல் குற்றஞ்சாட்டும்பொருட்டு, அவர் வாய்மொழியில் ஏதாகிலும் பிழை கண்டுபிடிக்கவேண்டும் என்று உபாயம்பண்ணி அவரை மிகவும் நெருக்கவும், அநேக காரியங்களைக் குறித்துப்பேசும்படி அவரை ஏவவும் தொடங்கினார்கள். (லூக்கா 11:53-54).

கேள்விகள் பின்வருவனவற்றைப் பற்றி இருந்தன:

▪ இயேசு ஏன் ஓய்வுநாளின் மக்களுக்கு உதவுகிறார்; அவர் நியாயப்பிரமாணத்தை மீறுகிறார் என்பதைக் காண்பிக்க இந்தக் கேள்வி கேட்கப்பட்டது (மாற்கு 3:2; மத்தேயு 12:10)

▪ அவர் செய்தவற்றை எந்த அதிகாரத்துடன் செய்தார் (மாற்கு 11:28; மத்தேயு 21:23; லூக்கா 20:2)

▪ ஒருவன் தன் மனைவியை விவாகரத்து செய்வது நியாயமானதா (மாற்கு 10:2; மத்தேயு 19:3)

▪ இராயனுக்கு வரி செலுத்துவது நியாயமா (மாற்கு 12:15; மத்தேயு 22:17; லூக்கா 20:22)

▪ கட்டளைகளில் பிரதானமானது எது (மத்தேயு 22:36)

▪ மேசியா யாருடைய குமாரன் (மத்தேயு 22: 42).

▪ இயேசுவின் பெற்றோர் (யோவான் 8:19)

▪ உயிர்த்தெழுதல் (மத்தேயு 22:23-28; லூக்கா 20:27-33)

▪ அடையாளங்களைக் காண்பிக்கும்படிக் கேட்டல் (மாற்கு 8:11; மத்தேயு 12:38; 16:1)

கேள்விகளோடு கூட இயேசுவின் மீது பின்வரும் குற்றச்சாட்டுகளும் கூறப்பட்டன:

▪ பிசாசு பிடித்தவன், 'சாத்தானைக் கொண்டுள்ளான்' மற்றும் சாத்தானின் அதிகாரத்தால் அற்புதங்கள் செய்கிறார் (மாற்கு 3:22; மத்தேயு 12:24; யோவான் 8:52; 10:20)

▪ ஓய்வுநாளை அல்லது சுத்திகரிக்கும் சடங்குகளை அனுசரிக்காத சீஷர்களைக் கொண்டவர் (மத்தேயு 12:2; மாற்கு 7:2; மத்தேயு 15:1-2; லூக்கா 11:38)

▪ முறையற்ற சாட்சி கொடுத்தல் (யோவான் 8:13).

நிராகரித்தவர்கள்

இயேசுவின் வாழ்க்கையையும், போதனைகளையும் பொறுத்தவரை, அவர் பலதரப் பட்ட தனிநபர்கள் மற்றும் கூட்டத்தினரின் நிராகரிப்பை அனுபவித்தார்:

▪ அவர் குழந்தையாக இருக்கும்போதே ஏரோது ராஜா அவரைக் கொல்ல வகைதேடினான் (மத்தேயு 2:16)

▪ அவருடைய சொந்த ஊரான நாசரேத்தில் இருந்தவர்கள் அவரைக் குறித்து இடறலடைந்தார்கள் (மாற்கு 6:3; மத்தேயு 13:53:58), அவரை மலையுச்சியிலிருந்து தள்ளிவிட்டுக் கொல்ல முயன்றார்கள் (லூக்கா 4:28-30).

▪ அவர் மனநிலை சரியில்லாதவர் என்று அவருடைய சொந்தக் குடும்பத்தாரே குற்றஞ்சாட்டினார்கள் (மாற்கு 3:21).

- அவருடைய சீஷர்களின் பலர் அவரை விட்டுப் போய்விட்டார்கள் (யோவான் 6:66).

- ஒரு கூட்டத்தார் அவர் மீது கல்லெறிய முற்பட்டார்கள் (யோவான் 10:31)

- மதத் தலைவர்கள் அவரைக் கொல்லத் திட்டமிட்டார்கள் (யோவான் 11:50).

- அவர் தமக்கு நெருக்கமானவர்களில் ஒருவனாகிய யூதாஸால் காட்டிக்கொடுக்கப்பட்டார் (மாற்கு 14:43-45; மத்தேயு 26:14-16; லூக்கா 22:1-6; யோவான் 18:2-3).

- அவருடைய முக்கிய சீஷனாகிய பேதுரு அவரை மூன்று முறை மறுதலித்தார் (மாற்கு 14:66-72; மத்தேயு 26:69-75; லூக்கா 22:54-62; யோவான் 18).

- மேசியாவாக அவரை சில நாட்களுக்கு முன்னர் மகிழ்ச்சி ஆரவாரம் செய்து வரவேற்ற எருசலேம் நகரத்தினர் மத்தியில் ஒரு கூட்டத்தார் அவரைச் சிலுவையில் அறைய வேண்டுமென்று கேட்டார்கள் (மாற்கு 15:12-15; லூக்கா 23:18-23; யோவான் 19:15).

- மதத்தலைவர்கள் அவரைக் குத்தினார்கள், அவர்மீது உமிழ்ந்தார்கள், மற்றும் பரியாசம் செய்தார்கள் (மாற்கு 14:65; மத்தேயு 26:67-68)

- ரோமப் போர்ச்சேவகர்கள் மற்றும் காவலர்களால் பரியாசம் பண்ணப்பட்டு, கடுமையாக நடத்தப்பட்டார் (மாற்கு 15:16-20; மத்தேயு 27:27-31; லூக்கா 22;63-65, 23:11)

- யூத மற்றும் ரோம விசாரணை சங்கங்களுக்கு முன் அவர் மீது பொய்யாகக் குற்றஞ்சாட்டி, அவருக்கு மரண தண்டனை விதிக்கப்பட்டது (மாற்கு 14:53-65; மத்தேயு 26:57-67; யோவான் 18:28)

- ரோமர்களின் மிகவும் இழிவான மரண தண்டனையாகிய சிலுவையில் அறையப்படும் தண்டனையை ஏற்றார், யூதர்கள் அந்தத் தண்டனையை தேவனுடைய சாபத்தால் வந்தது என்று கருதினார்கள் (உபாகமம் 21:23)

- இயேசு இரண்டு கள்ளர்களுக்கு மத்தியில் சிலுவையில் அறையப்பட்டு, மரண வேதனையை அனுபவித்த நிலையில் பரியாசம் செய்து நிந்திக்கப்பட்டார் (மாற்கு 15:21-32; மத்தேயு 27:32-44; லூக்கா 23:32-36; யோவான் 19-23-30).

நிராகரிப்பிற்கு இயேசுவின் பதில்

இந்த நிராகரிப்புகளைப் பார்க்கும்போது, இயேசு அதற்கு பதில் கொடுக்கும் விதத்தில் தீவிரமாகவோ, வன்முறையாகவோ நடந்து கொள்ளவில்லை என்று காண்கிறோம். அவர் பழிவாங்கத் தேடவில்லை.

சிலசமயங்களில், தம்மீது கூறப்படும் குற்றச்சாட்டுகளுக்கு பதில் ஒன்றும் சொல்லாமல் பேசாமல் இருந்துவிடுவார், அதிலும் சிலுவையில் அறையப்படும் முன்னர் அவர்மீது சுமத்தப்பட்ட குற்றச்சாட்டுகள் நன்கு அறியப்பட்டவை ஆகும் (மத்தேயு 27:14). ஆதித் திருச்சபை இதனை பின்வரும் மேசியாவைப் பற்றிய தீர்க்கதரிசனத்தின் நிறைவேறலாகக் கருதியது:

71

> அவர் நெருக்கப்பட்டும் ஒடுக்கப்பட்டும் இருந்தார், ஆனாலும் தம்முடைய வாயை அவர் திறக்கவில்லை; அடிக்கப்படும்படி கொண்டு போகப்படுகிற ஒரு ஆட்டுக் குட்டியைப் போலவும், தன்னை மயிர் கத்தரிக்கிறவனுக்கு முன்பாகச் சத்தமிடாதிருக்கிற ஆட்டைப் போலவும், அவர் தம்முடைய வாயைத் திறவாதிருந்தார். (ஏசாயா 53:7)

இயேசு தம்மைத் தாமே நிரூபிக்கும்படி கேட்கப்படும்போது, சிலசமயங்களில் அதை மறுத்து, அதற்கு பதிலாக கேள்வி கேட்பார் (உதாரணமாக, மத்தேயு 21:24; 22:15-20).

பலமுறை மக்கள் இயேசுவுடன் வாக்குவாதம் பண்ண வந்தாலும் அவர் வாக்குவாதம் பண்ணுகிறவராக இருக்கவில்லை.

> வாக்குவாதம் செய்யவுமாட்டார், கூக்குரலிடவு மாட்டார்; அவருடைய சத்தத்தை ஒருவனும் வீதிகளில் கேட்பதுமில்லை. அவர் நியாயத்திற்கு ஜெயங்கிடைக்கப் பண்ணுகிறவரைக்கும், நெரிந்த நாணலை முறிக்காமலும், மங்கி எரிகிற திரியை அணைக்காமலும் இருப்பார். (மத்தேயு 12:19-20, ஏசாயா 42:1-4-லிருந்து மேற்கோளிடப்பட்டது).

இயேசு தாமாக முன்வந்து மரணத்தை ஏற்றுக்கொண்டதால், தம்முடைய சிலுவை மரணத்திற்கு முன்னர் நடந்தவை தவிர அதற்கு முன்னால் மக்கள் இயேசுவைக் கல்லெறியவோ அல்லது கொலை செய்யவோ நினைத்தபோது, அவர் பேசாமல் வேறொரு இடத்திற்குப் போய்விடுவார் (லூக்கா 4:30).

இப்படி அவர் நடந்து கொண்டதில் முக்கியமாகக் கவனிக்க வேண்டியது என்னவென்றால், இயேசுவுக்கு நிராகரிக்கப்படும் சோதனைகள் வந்தன, ஆனால் அவர் அந்தச் சோதனையை மேற்கொண்டு, நிராகரிப்பினால் பாதிக்கப்படாதிருந்தார் என்பதாகும். அவர் நடந்து கொண்ட விதத்தை எபிரெயர் நிருபம் பின்வருமாறு குறிப்பிடுகிறது:

> நம்முடைய பலவீனங்களைக்குறித்துப் பரிதபிக்கக்கூடாத பிரதான ஆசாரியர் நமக்கிராமல், எல்லாவிதத்திலும் நம்மைப்போல் சோதிக்கப்பட்டும், பாவமில் லாதவராயிருக்கிற பிரதான ஆசாரியரே நமக்கிருக்கிறார். (எபிரெயர் 4:15).

சுவிசேஷ புத்தகங்களில், நாம் இயேசுவைப் பார்க்கும்போது அவர் மிகுந்த பாதுகாப்புடனும், சாதாரணமாக இருந்ததையும் பார்க்கிறோம். அவருக்குப் பழிவாங்கும் எண்ணம் இல்லை: தமக்கு விரோதமாக வந்தவர்களைத் தாக்கவோ அல்லது அழிக்கவோ அவசியமிருப்பதாக உணரவில்லை. நிராகரிப்பின்போது இயேசு நன்றாக நடந்து கொண்டதோடு, நிராகரிப்பில் எப்படி நடந்து கொள்ள வேண்டும் என்பதைப் பற்றிய இறையியலைத் தம் சீஷருக்கு கற்றுக்கொடுத்தார், அது நிராகரிப்பை நிராகரிப்பதாகும். இந்த இறையியலின் முக்கிய கூறுகள் இந்தப் அத்தியாயத்தின் பிற்பகுதியில் விவரிக்கப்பட்டுள்ளன.

நிராகரிப்பின் இரண்டு கதைகள்

உலகத்தின் இரண்டு பெரிய மதங்களைத் தோற்றுவித்தவர்களாகிய இயேசுவும், முஹம்மதுவும் கடுமையான நிராகரிப்பிலிருந்து மீண்டு வந்தவர்கள் என்பது குறிப்பிடத்தக்கது. இவை அவர்கள் பிறக்கும்போதும், குழந்தைப்பருவத்தில் தொடங்கி, குடும்பத்தினரையும், மத அதிகாரிகளையும் கையாளும் வரைக்கும் சென்றன. இருவருமே மனநிலை சரியில்லாதவர்கள் என்றும், பிசாசின் வல்லமைகளால் கட்டுப்படுத்தப்பட்டவர்கள் என்றும் கருதப்பட்டார்கள். இருவருமே பரியாசம் பண்ணப்பட்டு நிந்திக்கப்பட்டார்கள். இருவருக்குமே துரோகம் செய்யப்பட்டது. இருவருக்கும் உயிருக்கு அச்சுறுத்தல்கள் வந்தன.

இருப்பினும், குறிப்பிடத்தக்க இந்த ஒற்றுமைகள் அவற்றை விட முக்கியமான ஒரு வித்தியாசத்தினால் மறைக்கப்படுகின்றன. அது, இவ்விரு மதங்களும் ஸ்தாபிக்கப்பட்ட விதத்தில் பெரும் தாக்கத்தை ஏற்படுத்தியது. முஹம்மதுவின் வாழ்க்கைக் கதை நிராகரிப்பின்போது மனிதர்கள் பொதுவாகச் செய்யக்கூடிய சுய-நிராகரிப்பு, சுய-மதிப்பீடு மற்றும் தீவிரவாதம் போன்ற எதிர்மறையான பதில் செயல்பாடுகளைக் கொண்டிருந்தது. ஆனால், இயேசுவின் வாழ்க்கையோ இதிலிருந்து முற்றிலும் மாறுபட்டதாக இருந்தது. அவர் நிராகரிப்பை மேற்கொண்டு, அதை மற்றவர்கள் மீது திணிக்காமல், அதை ஏற்றுக்கொண்டார். அதனால் அவர், கிறிஸ்தவ நம்பிக்கையின்படி, அதன் வல்லமையை மேற்கொண்டு, அதன் வேதனையை குணமாக்குகிறார். முஹம்மதுவின் வாழ்க்கையில் ஷாரியா என்னும் சிறைப்படுத்தும் ஆவிக்குரிய பாரம்பரியத்தை விளங்கிக்கொள்வதற்கான திறவுகோல் இருக்குமானால், கிறிஸ்துவின் வாழ்க்கை இஸ்லாமிலிருந்து வெளியேறுபவர்களுக்கும், ஷாரியா நிபந்தனைகளுடன் வாழும் கிறிஸ்தவர்களுக்கும் எத்தனை அதிகமாக விடுதலை மற்றும் முழுமையடையவதற்கான திறவுகோல்களைக் கொடுப்பதாக இருக்கும்!

அடுத்து வரும் பகுதிகளில், மேசியா மற்றும் இரட்சகர் என்னும் தம் பணிகளின் அடிப்படையில் இயேசு எவ்வாறு நிராகரிப்பை புரிந்து கொண்டார் என்பதையும், அவருடைய வாழ்க்கையும், சிலுவையும் எப்படி நம்மை நிராகரிப்பின் கசப்பான விளைவுகளிலிருந்து விடுதலை செய்ய முடியும் என்பதையும் காணவிருக்கிறோம்.

நிராகரிப்பை ஏற்றுக்கொள்ளுங்கள்

தேவனுடைய மேசியாவாகிய தாம் நிராகரிக்கப்படுவது தம்முடைய வேலையின் அவசியமான பகுதி என்பதை இயேசு தெளிவாக்கினார். தேவன் நிராகரிக்கப்பட்ட ஒருவரை தம் கட்டிடம் முழுவதற்குமான தலைக்கல்லாகப் பயன்படுத்தத் திட்டமிட்டிருந்தார்:

> வீடு கட்டுகிறவர்கள் ஆகாதென்று தள்ளின கல்லே மூலைக்குத் தலைக்கல்லாயிற்று (மாற்கு 12:10, சங்கீதம்118:22-23 -லிருந்து மேற்கோளிடப்பட்டது; மத்தேயு 21:42-ம் பார்க்கவும்)

இயேசு நிராகரிக்கப்பட்ட மற்றும் பாடு அனுபவிக்கிற ஊழியக்காரராக காணப்பட்டார் (உதாரணம், 1 பேதுரு 2:21; மற்றும் அப்போஸ்தலர் 8:32-35). அவருடைய பாடுகளால் மனிதர்களுக்கு சமாதானமும், பாவங்களிலிருந்து இரட்சிப்பும் கிடைக்கும்:

> அவர் அசட்டைபண்ணப்பட்டவரும், மனுஷரால் புறக்கணிக்கப்பட்டவரும்,
> துக்கம் நிறைந்தவரும், பாடு அநுபவித்தவருமாயிருந்தார்;

...

நம்முடைய மீறுதல்களினிமித்தம் அவர் காயப்பட்டு, நம்முடைய
அக்கிரமங்களினிமித்தம் அவர் நொறுக்கப்பட்டார்; நமக்குச் சமாதானத்தை
உண்டுபண்ணும் ஆக்கினை அவர்மேல் வந்தது; அவருடைய தழும்புகளால்
குணமாகிறோம். (ஏசாயா 53:3-5)

இந்தத் திட்டத்தின் மையம் சிலுவை ஆகும், இயேசு தாம் மரிக்கவிருந்த உண்மையை
மீண்டும் மீண்டும் குறிப்பிட்டார்:

அல்லாமலும், மனுஷகுமாரன் பலபாடுகள் பட்டு, மூப்பராலும் பிரதான
ஆசாரியராலும் வேதபாரகராலும் ஆகாதவனென்று தள்ளப்பட்டு,
கொல்லப்பட்டு, மூன்று நாளைக்குப் பின்பு உயிர்த்தெழுந்திருக்க
வேண்டியதென்று அவர்களுக்குப் போதிக்கத் தொடங்கினார். இந்த வார்த்தையை
அவர் தாராளமாகச் சொன்னார். (மாற்கு 8:31-32; மாற்கு 10:32-34-ம் பார்க்கவும்;
மத்தேயு 16:21; 20:17-19; 26:2; லூக்கா 18:31; யோவான் 12:23).

வன்முறையை நிராகரியுங்கள்

இயேசு தம் உயிருக்கே ஆபத்தாக இருந்தாலும், தம் இலக்குகளை அடைய
வன்முறையைப் பயன்படுத்துவதை மீண்டும் மீண்டும் கடிந்து கொண்டார்:

"உன் பட்டயத்தை திரும்ப அதின் உறையிலே போடு; பட்டயத்தை எடுக்கிற
யாவரும் பட்டயத்தால் மடிந்து போவார்கள். (மத்தேயு 26:52)

இயேசு சிலுவைக்குச் செல்லும்போது, மரணமே நேரவிருந்த அந்த நேரத்திலும், தம்
பணியை நிறைவேற்ற வன்முறையைப் பயன்படுத்துவதை நிராகரித்தார்:

இயேசு பிரதியுத்தரமாக: என் ராஜ்யம் இவ்வுலகத்திற்குரியதல்ல, என் ராஜ்யம்
இவ்வுலகத்திற்குரியதானால் நான் யூதரிடத்தில் ஒப்புக்கொடுக்கப்படாதபடிக்கு
என் ஊழியக்காரர் போராடியிருப்பார்களே; இப்படியிருக்க என் ராஜ்யம்
இவ்விடத்திற்குரியதல்ல என்றார். (யோவான் 18:36)

இயேசு சபையின் எதிர்காலப் பாடுகளைப் பற்றிப் பேசியபோது, தாம் "பட்டயத்தைக்"
கொண்டு வந்ததாகக் குறிப்பிட்டார்:

பூமியின்மேல் சமாதானத்தை அனுப்பவந்தேன் என்று எண்ணாதிருங்கள்;
சமாதானத்தையல்ல, பட்டயத்தையே அனுப்பவந்தேன். (மத்தேயு 10:34)

இயேசு வன்முறையைப் பயன்படுத்த அனுமதித்தார் என்பதற்கு சான்றாக
சிலசமயங்களில் இவ்வசனம் பயன்படுத்தப்படுகிறது; இருப்பினும், அது, கிறிஸ்துவை
விசுவாசித்ததற்காக கிறிஸ்தவர்களுக்கு குடும்பத்தில் ஏற்படும் நிராகரிப்பினால்
உண்டாகும் பிரிவினையையே குறிக்கிறது. லூக்கா சுவிசேஷத்தில் உள்ள இதே வசனம்
"பட்டயம்" என்பதற்குப் பதிலாக "பிரிவினை" என்றிருக்கிறது (லூக்கா 12:51). இங்கு
பட்டயம் என்பது குடும்பத்தில் ஒருவரிடமிருந்து மற்றவரைப் பிரிக்கும் அடையாளச்
சின்னமாக இருக்கிறது. இயேசு ஒரு பரந்த சூழலில் வருங்காலத்தைக் குறித்து
அறிவுறுத்தும்போது, கிறிஸ்தவர்களுக்கு நேரும் உபத்திரவத்தைக் குறிக்க "பட்டயம்"
என்னும் அடையாளத்தைப் பயன்படுத்தினார் என்பது மற்றுமொரு வியாக்கியானம்

ஆகும். அதன்படி, இது கிறிஸ்தவர்கள் மற்றவர்களுக்கு விரோதமாக உயர்த்துவதாக இல்லாமல், கிறிஸ்தவர்களின் சாட்சியினால் அவர்களுக்கு விரோதமாக உயர்த்தப்படும் பட்டயமாக இருக்கிறது.

இயேசு வன்முறையை நிராகரித்தது, மேசியா தேவனுடைய ஜனங்களை இரட்சிக்க வரும்போது என்ன செய்வார் என்பதைப் பற்றிய பொதுவான எதிர்பார்ப்பிற்கு முரணாக இருந்தது. இந்த இரட்சிப்பு இராணுவ, அரசியல் மற்றும் ஆவிக்குரிய ரீதியில் இருக்கும் என்று நம்பப்பட்டது. இயேசு இராணுவ ரீதியில் வன்முறையை எதிர்ப்பதை நிராகரித்தார். அதோடு, தம்முடைய ராஜ்யம் "இவ்வுலகத்தைச் சார்ந்தது அல்ல" என்று சொல்லியதன் மூலம் அது அரசியல் சார்ந்தது அல்ல என்றும் தெளிவுபடுத்தினார். மக்கள் இராயனுடையதை இராயனுக்கும், தேவனுடையதை தேவனுக்கும் செலுத்த வேண்டுமென்று அவர் போதித்தார் (மத்தேயு 22:21). தேவனுடைய ராஜ்யம் ஒரு இடத்தில் இருப்பதை அவர் மறுத்தார், ஏனென்றால் அது மக்கள் நடுவே இருக்க வேண்டும் (லூக்கா 17:21).

தேவனுடைய ராஜ்யத்தில் யார் முக்கிய பதவி வகிக்கப் போகிறார்கள் – அவர்களுக்கு பதவி கொடுக்கப்படும் இடத்தின் அடிப்படையில் - என்று அவருடைய சீஷர்கள் கேட்டபோது, தேவராஜ்யம் என்பது மனிதர்கள் ஒருவரை ஒருவர் ஆளுகிறதான அவர்கள் அறிந்த அரசியல் ராஜ்யங்கள் போன்றதல்ல என்றார் இயேசு. இங்கு முதலில் இருக்க விரும்புகிறவர்கள் கடைசியாக இருக்க வேண்டும் (மத்தேயு 20:16,27) என்றும், தம் சீஷர்கள் ஊழியம் கொள்வதை விட ஊழியம் செய்யவே நாட வேண்டுமென்றும் (மாற்கு 10:43; மத்தேயு 20:26-27) கூறினார்.

வன்முறையைப் பற்றிய இயேசுவின் போதனையை ஆதித்திருச்சபை தன் இருதயத்தில் ஏற்றுக்கொண்டது. உதாரணமாக, சபையின் ஆரம்ப நூற்றாண்டுகளில் இருந்த ஆதி விசுவாசிகள் போர்ச்சேவகர் உட்பட சில தொழில்களில் ஈடுபடக் கூடாது என்று தடை செய்யப்பட்டிருந்தார்கள். ஒரு கிறிஸ்தவர் போர்ச்சேவகராக இருக்க நேரிட்டால், அவர் கொலை செய்யக்கூடாது எனப்பட்டது.

உங்கள் சத்துருக்களை சிநேகியுங்கள்

நிராகரிப்புக்கு பதில் கொடுக்கும்போது நேரக்கூடிய ஆபத்தான விளைவு ஆக்ரோஷமாகும். இது நிராகரிப்பை அனுபவிப்பதால் வரும் பகையினால் உண்டாகிறது. ஆனால், இயேசு இவ்வாறு போதித்தார்:

- பழிவாங்குதல் ஏற்கப்படவே மாட்டாது – தீமையை நன்மையால்தான் சரிகட்ட வேண்டுமே தவிர தீமையால் அல்ல (மத்தேயு 5:38-42)
- பிறரை நியாயந்தீர்ப்பது தவறு (மத்தேயு 7:1-5)
- சத்துருக்களை நேசிக்க வேண்டும், வெறுக்கக் கூடாது (மத்தேயு 5:44)
- சாந்த குணமுள்ளவர்கள் பூமியைச் சுதந்தரித்துக் கொள்வார்கள் (மத்தேயு 5:5)
- சமாதானம் பண்ணுகிறவர்கள் தேவனுடைய புத்திரர் எனப்படுவார்கள் (மத்தேயு 5:9)

இந்தப் போதனைகள் சீஷர்கள் கேட்டுவிட்டு பின்னர் மறந்து போகும் வார்த்தைகள் அல்ல. இயேசுவின் சீஷர்கள் தங்கள் நிருபங்களில் இந்தக் கோட்பாடுகள் தங்களின் மிகுந்த உபத்திரவத்திலும், எதிர்ப்பிலும் கூட தங்களை வழிநடத்தியதாக எழுதியிருக்கிறார்கள். இந்த நிருபங்கள் புதிய ஏற்பாட்டில் பாதுகாக்கப்பட்டுள்ளன:

> இந்நேரம்வரைக்கும் பசியுள்ளவர்களும், தாகமுள்ளவர்களும், நிர்வாணிகளும், குட்டுண்டவர்களும், தங்க இடமில்லாதவர் களுமாயிருக்கிறோம். ... வையப்பட்டு, ஆசீர்வதிக்கிறோம்; துன்பப்பட்டு, சகிக்கிறோம். தூஷிக்கப்பட்டு, வேண்டிக் கொள்ளுகிறோம்; ... (1 கொரிந்தியர் 4:11-13; 1 பேதுரு 3:10; தீத்து 3:1-2; ரோமர் 12:14-21 பார்க்கவும்).

அப்போஸ்தலர்கள் இயேசுவின் மாதிரியையே விசுவாசிகளுக்குக் காண்பித்தார்கள் (1 பேதுரு 2:21-25). மத்தேயு 5:44-ல் உள்ள "உங்கள் சத்துருக்களை சிநேகியுங்கள்" என்னும் வார்த்தை ஆதித் திருச்சபையின் நிருபங்களில் மிக அதிகமாக மேற்கோள் காண்பிக்கப்பட்ட வேதவசனமாக மாறும் அளவிற்கு செல்வாக்கு மிக்கதாக இருந்தது.

உபத்திரவத்திற்கு உங்களை ஆயத்தப்படுத்துங்கள்

உபத்திரவம் தவிர்க்க முடியாத ஒன்று: அவர்கள் அடிக்கப்படுவார்கள், பகைக்கப்படு வார்கள், காட்டிக்கொடுக்கப் படுவார்கள் மற்றும் கொலை செய்யப்படுவார்கள் என்று இயேசு தம் சீஷருக்குக் கற்பித்தார் (மாற்கு 13:9-13; லூக்கா 21:12-19; மத்தேயு 10:17-23).

சீஷர்களும் நிராகரிக்கப்படுவார்கள் என்று தம் செய்தியை பிறருக்கு எப்படிக் கொண்டு செல்ல வேண்டும் என்பதில் அவர்களைப் பயிற்றுவிக்கும்போது இயேசு எச்சரித்தார். இது முஹம்மதுவின் போதனைகளின் உதாரணத்திற்கு முற்றிலும் முரணானது. அவருடைய போதனை துன்பத்திற்கு பதிலாக வன்முறையும், கொலையும் கூடச் செய்வதற்கு இஸ்லாமியரை உற்சாகப்படுத்தியது. ஆனால், இயேசு "உங்கள் கால்களில் படிந்த தூசியைத் தட்டிவிட்டுப் போய்விடுங்கள்" என்று தம் சீஷருக்குக் கற்றுக்கொடுத்தார். அதாவது, அவர்கள் தங்கள் சந்திப்பில் நேர்ந்த எந்த தீமையையோ அல்லது அசுத்தத்தையோ எடுத்துக்கொள்ளாமல், கடந்து போக வேண்டும் (மாற்கு 6:11; மத்தேயு 10:14). இது மனக்கசப்புடன் பிரிந்து செல்வதல்ல என்பதால் அவர்கள் சொன்ன சமாதானம் அவர்களுக்கே "வந்து சேரும்" (மத்தேயு 10:13-14).

சமாரிய கிராமம் ஒன்றில் தம்மை ஏற்றுக்கொள்ளாதபோது இயேசுவே இதை மாதிரியாகச் செய்து காண்பித்தார். அவருடைய சீஷர்கள் வானத்திலிருந்து சமாரியர் மீது அக்கினி இறக்க வேண்டுமா என்று கேட்டதற்கு இயேசு தம் சீஷர்களை கடிந்து கொண்டு, அங்கிருந்து கடந்து சென்றார் (லூக்கா 9:54-56).

உபத்திரவம் உண்டாகும்போது வேறொரு இடத்திற்குப் போய்விட வேண்டுமென்று இயேசு தம் சீஷருக்குக் கற்பித்தார் (மத்தேயு 10:23). அவர்கள் அதைப் பற்றிக் கவலைப்பட வேண்டியதில்லை, ஏனென்றால் என்ன பேச வேண்டுமென்று பரிசுத்த ஆவியானவர் அவர்களுக்குச் சொல்லிக் கொடுப்பார் (மத்தேயு 10:19-20; லூக்கா 12;11-12, 21:14-15), அவர்கள் பயப்படவும் வேண்டியதில்லை (மத்தேயு 10:26,31).

தம்முடைய சீஷர்கள் உபத்திரவப்படும்போது சந்தோஷப்பட்டு களிகூர வேண்டும் என்பது இயேசுவின் குறிப்பிடத்தக்க போதனையாகும். ஏனென்றால் தீர்க்கதரிசிகளுக்கும் அவ்வாறு செய்யப்பட்டது:

மனுஷகுமாரன் நிமித்தமாக ஜனங்கள் உங்களைப் பகைத்து, உங்களைப் புறம்பாக்கி, உங்களை நிந்தித்து, உங்கள் நாமத்தைப் பொல்லாததென்று தள்ளிவிடும்போது நீங்கள் பாக்கியவான்களாயிருப்பீர்கள். அந்நாளிலே நீங்கள் சந்தோஷப்பட்டுக் களிகூருங்கள்; பரலோகத்தில் உங்கள்பலன் மிகுதியாயிருக்கும்; அவர்களுடைய பிதாக்கள் தீர்க்கதரிசிகளுக்கும் அப்படியே செய்தார்கள். (லூக்கா 6:22-23; மத்தேயு 5:11-12-ம் பார்க்கவும்)

ஆதித் திருச்சபையினர் கிறிஸ்துவிடம் கொண்டிருந்த அர்ப்பணிப்பினால் இந்தச் செய்தியை முழுமனதுடன் ஏற்றுக்கொண்டார்கள் என்பதற்கு ஏராளமான ஆதாரங்கள் உண்டு:

நீதியினிமித்தமாக நீங்கள் பாடுபட்டால் பாக்கியவான்களாயிருப்பீர்கள். (1 பேதுரு 3:14; 2 கொரிந்தியர் 1:5; பிலிப்பியர் 2:17-18; 1 பேதுரு 4:12-14)

அவர்கள் உபத்திரவத்தோடு கூட நித்திய ஜீவனையும் பெற்றுக்கொள்வார்கள்; ஆனால் மறுமை வாழ்விற்கான இந்த வாக்குத்தத்தத்தைப் பெற அவர்கள் இந்த வாழ்க்கையில் உண்மையுள்ளவர்களாக இருக்க வேண்டும் என்று இயேசு தம் சீஷர்களை உற்சாகப்படுத்தினார் (மாற்கு 10:29-30, 13:13).

ஒப்புரவாகுதல்

கிறிஸ்தவ புரிந்துணர்வின்படி, மனிதனின் மிக முக்கியமான பிரச்சனை பாவமே, அது மனுக்குலமும் தேவனும் ஒருவரையொருவர் பிரியும்படிச் செய்கிறது. பாவத்தின் பிரச்சனை கீழ்ப்படியாமை மட்டுமல்ல, அது தேவனுடனான உறவில் ஏற்படும் விரிசல் ஆகும். ஆதாமும் ஏவாளும் தேவனுக்குக் கீழ்ப்படியாமல் போனபோது, அவரை விட்டு விலகிப் போனார்கள். அவர்கள் தேவனை நம்பாமல், சர்ப்பத்திற்கு செவிகொடுக்கத் தீர்மானித்தார்கள். தேவனுக்குத் தங்கள் முதுகைக் காட்டி, அவரையும், அவருடனான ஐக்கியத்தையும் நிராகரித்தார்கள். அதன் விளைவாக, தேவன் அவர்களைத் தம் பிரசன்னத்தில் இராதபடித் தள்ளிவிட்டார். அவர்கள் வீழ்ச்சியின் சாபங்களுக்கு ஆளானார்கள்.

இஸ்ரவேலின் சரித்திரத்தில், தேவனுக்கும் மனுக்குலத்திற்கும் இடையே சரியான ஒரு உறவை மீண்டும் ஏற்படுத்த தேவன் மோசேயின் மூலம் ஒரு உடன்படிக்கையை ஏற்படுத்தினார். ஆனால் அவருடைய ஜனங்கள் அந்தக் கட்டளைகளுக்குக் கீழ்ப்படியாமல், தங்கள் சொந்த வழிகளில் நடந்தார்கள். தங்கள் கீழ்ப்படியாமையினால் தேவனுடனான உறவை நிராகரித்து, நியாயத்தீர்ப்புக்கு ஆளானார்கள். ஆனால் தேவனோ அவர்களை முற்றிலுமாகத் தள்ளிவிடவில்லை: அவர்களை மீட்பதற்காக அவர் ஒரு திட்டம் வைத்திருந்தார். அவர்களுடைய மற்றும் இந்த உலகத்தினுடைய இரட்சிப்பிற்கான திட்டம் அவரிடமிருந்தது.

மனிதர்கள் தேவனை நிராகரித்தாலும், தேவன் இறுதியில் அவர்களை நிராகரிக்க வில்லை. அவருடைய இருதயம் தாம் உண்டாக்கின மனிதர்களுக்காக ஏங்கியது,

அவர்களுடன் ஒப்புரவாக அவர் ஒரு திட்டம் வைத்திருந்தார். மனுக்குலம் தேவனுடன் ஆரோக்கியமான உறவு கொண்டிருக்கும்படி அவர்களை மீட்பதற்கான இந்தத் திட்டம் இயேசு கிறிஸ்துவின் பிறப்பு மற்றும் சிலுவையில் நிறைவேறியது.

மனிதன் தேவனை நிராகரித்த பிரச்சனை மற்றும் அதன் விளைவாக வரும் நியாயத்தீர்ப்பு என்னும் ஆழமான பிரச்சனையை மேற்கொள்ள உதவும் திறவுகோல் சிலுவை ஆகும். சிலுவையின் மூலம் இயேசு நிராகரிப்புக்குக் கீழ்ப்படிந்தது நிராகரிப்பையே மேற்கொள்ள உதவுகிறது. நிராகரிப்பின் வல்லமை, எங்குமுள்ள மக்களின் இருதயங்களில் அது தூண்டிவிடும் எதிர்வினைகளில் உள்ளது. இயேசு தம்மைத் தாக்கியவர்களின் பகையை ஏற்று, உலகத்தின் பாவங்களுக்காகத் தம் ஜீவனை பலியாகக் கொடுத்ததன் மூலம் நிராகரிப்பின் வல்லமையைத் தம் அன்பினால் ஆட்கொண்டு தோற்கடித்துவிட்டார். இயேசு காண்பித்த இந்த அன்பு தாம் படைத்த உலகத்தின் மீது தேவன் காண்பித்த அன்பைத் தவிர வேறொன்றுமில்லை:

> தேவன், தம்முடைய ஒரேபேறான குமாரனை விசுவாசிக்கிறவன் எவனோ அவன் கெட்டுப்போகாமல் நித்தியஜீவனை அடையும்படிக்கு, அவரைத் தந்தருளி, இவ்வளவாய் உலகத்தில் அன்புகூர்ந்தார். (யோவான் 3:16).

இயேசு சிலுவையில் மரித்ததன் மூலம் தேவனை நிராகரித்ததற்காக மனுக்குலம் பெற்றிருக்க வேண்டிய தண்டனையைத் தம்மீது ஏற்றுகொண்டார். மரணம் என்னும் இந்தத் தண்டனையை கிறிஸ்து ஏற்றுக்கொள்ளக் காரணம், தம்மை விசுவாசிக்கும் எல்லோரும் பாவமன்னிப்பையும், நித்திய ஜீவனையும் பெற்றுக்கொள்ள வேண்டும் என்பதாகும். இவ்விதமாக, இயேசு நிராகரிப்பின் தண்டனையை ஏற்றுக்கொண்டு, அதன் வல்லமையையும் மேற்கொண்டார்.

தோராவில், பலி மிருகங்களின் இரத்தம் பாவங்களுக்குப் பரிகாரம் செய்தது. இதைக் கிறிஸ்தவர்கள் இயேசுவின் சிலுவை மரணத்தை விளங்கிக் கொள்ள அடையாளமாகப் பயன்படுத்துகிறார்கள். இது, பாடு அனுபவித்த ஊழியக்காரரைப் பற்றிய ஏசாயாவின் பாடலில் வெளிப்படுகிறது:

> … நமக்குச் சமாதானத்தை உண்டுபண்ணும் ஆக்கினை அவர்மேல் வந்தது; அவருடைய தழும்புகளால் குணமாகிறோம் … கர்த்தரோ அவரை நொறுக்கச் சித்தமாகி, அவரைப் பாடுகளுக்குட்படுத்தினார்; அவருடைய ஆத்துமா தன்னைக் குற்றநிவாரண பலியாக ஒப்புக்கொடுக்கும்போது, அவர் தமது சந்ததியைக் கண்டு, நீடித்த நாளாயிருப்பார் … அவர் தம்முடைய ஆத்துமாவை மரணத்திலூற்றி, அக்கிரமக்காரரில் ஒருவராக எண்ணப்பட்டு, அநேகருடைய பாவத்தைத் தாமே சுமந்து, அக்கிரமக்காரருக்காக வேண்டிக்கொண்டதினிமித்தம் … (ஏசாயா 53:5, 10, 12).

பவுல் ரோமருக்கு எழுதிய தம் நிருபத்தின் ஒரு வல்லமையான பத்தியில், கிறிஸ்து தம்மையே பலியாகக் கொடுத்ததால் நிராகரிப்புக்கு எதிரான ஒப்புரவாகுதலை நமக்கு அருளிச் செய்து, எப்படி நிராகரிப்பை முடிவுக்குக் கொண்டு வந்தார் என்று விளக்குகிறார்:

> நாம் தேவனுக்குச் சத்துருக்களாயிருக்கையில், அவருடைய குமாரனின் மரணத்தினாலே அவருடனே ஒப்புரவாக்கப்பட்டோமானால், ஒப்புரவாக்கப் பட்டபின் நாம் அவருடைய ஜீவனாலே இரட்சிக்கப்படுவது அதிக நிச்சயமாமே. அதுவுமல்லாமல், இப்பொழுது ஒப்புரவாகுதலை நமக்குக் கிடைக்கப்பண்ணின நம்முடைய கர்த்தராகிய இயேசு கிறிஸ்துமூலமாய் நாம் தேவனைப்பற்றியும் மேன்மைபாராட்டுகிறோம். (ரோமர் 5:10-11).

இந்த ஒப்புரவாகுதல், மனிதர்கள், தேவதூதர்கள், அல்லது பிசாசுகள் என்று எந்த வொரு மூன்றாம் திறத்தாரிடமிருந்தும் வரும் ஆக்கினைத்தீர்ப்பை மேற்கொள்ளும் எல்லா உரிமையும் கொண்டுள்ளது கூரொமர் 8:38).

> தேவன் தெரிந்துகொண்டவர்கள்மேல் குற்றஞ்சாட்டுகிறவன் யார்? தேவனே அவர்களை நீதிமான்களாக்குகிறவர்... [எதுவும்] நம்முடைய கர்த்தராகிய கிறிஸ்து இயேசுவிலுள்ள தேவனுடைய அன்பைவிட்டு நம்மைப் பிரிக்கமாட்டாதென்று நிச்சயித்திருக்கிறேன். (ரோமர் 8:33, 39).

இது மட்டுமல்ல, ஒப்புரவாகுதலின் ஊழியம் கிறிஸ்தவர்களிடம் ஒப்புவிக்கப்பட் டிருக்கிறது, அது பிறருடன் ஒப்புரவாவதின் மூலமாகவும், நிராகரிப்பை அழிக்க சிலுவையின் செய்தியை அறிவிப்பதன் மூலமாகவும் நிறைவேறுகிறது:

> இவையெல்லாம் தேவனாலே உண்டாயிருக்கிறது; அவர் இயேசுகிறிஸ்து வைக்கொண்டு நம்மைத் தம்மோடே ஒப்புரவாக்கி, ஒப்புரவாக்குதலின் ஊழியத்தை எங்களுக்கு ஒப்புக்கொடுத்தார். அதென்னவெனில், தேவன் உலகத்தாருடைய பாவங்களை எண்ணாமல், கிறிஸ்துவுக்குள் அவர்களைத் தமக்கு ஒப்புரவாக்கி, ஒப்புரவாக்குதலின் உபதேசத்தை எங்களிடத்தில் ஒப்புவித்தார். ஆனபடியினாலே, தேவனானவர் எங்களைக்கொண்டு புத்திசொல்லுகிறதுபோல, நாங்கள் கிறிஸ்துவுக்காக ஸ்தானாபதிகளா யிருந்து, தேவனோடே ஒப்புரவாகுங்கள் என்று, கிறிஸ்துவினிமித்தம் உங்களை வேண்டிக்கொள்ளுகிறோம். (2 கொரிந்தியர் 5:18-20)

உயிர்த்தெழுதல்

முஹம்மதுவின் 'வெளிப்பாடுகளிலும்', அவருடைய பல கூற்றுகளிலும் நீங்காமல் இடம் பெற்றிருக்கும் கருப்பொருள்களில் ஒன்று நியாயப்படுத்துவதற்கான விருப்பம் அல்லது சுய-மதிப்பீடு ஆகும். தம்முடைய வழிநடத்தலுக்கும் அதிகாரத்திற்கும் கீழ் தம் எதிரிகள் வரும்படி அவர்களை தம் விசுவாச அறிக்கைக்கு அடிபணியச் செய்து, அல்லது திம்மா உடன்படிக்கையை ஏற்றுக்கொள்ளுமாறு அவர்களைக் கட்டாயப்படுத்தி அவர் இதனை சாதித்தார். மூன்றாவதாக அவர்களுக்கு இருந்த தெரிவு மரணம் மட்டுமே.

கிறிஸ்துவின் பணியைப் பற்றிய கிறிஸ்தவப் புரிந்துணர்விலும் நியாயப்படுத்துதல் உண்டு, ஆனால் அதை கிறிஸ்து தமக்காகச் செய்யவில்லை. பாடு அனுபவித்த மேசியா தம்மைத் தாழ்த்தி நிராகரிப்பை ஏற்றுக்கொண்டார். மரணத்தையும், அதன்

எல்லா அதிகாரத்தையும் தோற்கடித்த கிறிஸ்துவின் உயிர்த்தெழுதல் மற்றும் பரமேறுதல் மூலம் நியாயப்படுத்துதல் நமக்குக் கிடைக்கிறது:

... கிறிஸ்துவினுடைய ஆத்துமா பாதாளத்திலே விடப்படுவதில்லை யென்றும், அவருடைய மாம்சம் அழிவைக் காண்பதில்லையென்றும் ... இந்த இயேசுவை தேவன் எழுப்பினார்; இதற்கு நாங்களெல்லாரும் சாட்சிகளா யிருக்கிறோம். அவர் தேவனுடைய வலதுகரத்தினாலே உயர்த்தப்பட்டு, பிதா அருளிய வாக்குத்தத்தத்தின்படி பரிசுத்த ஆவியைப் பெற்று, நீங்கள் இப்பொழுது காண்கிறதும் கேட்கிறதுமாகிய இதைப் பொழிந்தருளினார். ... நீங்கள் சிலுவையில் அறைந்த இந்த இயேசுவையே தேவன் ஆண்டவரும் கிறிஸ்துவுமாக்கினாரென்று இஸ்ரவேல் குடும்பத்தார் யாவரும் நிச்சயமாய் அறியக்கடவர்கள் என்றான். (அப்போஸ்தலர் 2:31-36).

இயேசு ஒரு அடிமையின் ரூபத்தை எடுக்க எவ்வாறு தாமே முன்வந்து "தம்மைத் தாழ்த்தினார்" என்பதை பவுல் பிலிப்பியருக்கு எழுதிய நிருபத்தின் பிரசித்தி பெற்ற ஒரு பத்தி விவரிக்கிறது. அவர் மரணபரியந்தம் கீழ்ப்படிந்தார். ஆனால் தேவன் அவரை தன்னிகரற்ற அதிகாரம் கொண்ட ஆவிக்குரிய நிலைக்கு உயர்த்தினார். இந்த வெற்றி கிறிஸ்துவின் சொந்த முயற்சியினால் வந்ததல்ல, மாறாக சிலுவை யில் கிறிஸ்துவின் மேலான பலியை தேவன் நியாயப்படுத்தியதால் வந்தது:

கிறிஸ்து இயேசுவிலிருந்த சிந்தையே உங்களிலும் இருக்கக்கடவது; அவர் தேவனுடைய ரூபமாயிருந்தும், தேவனுக்குச் சமமாயிருப்பதைக் கொள்ளையாடின பொருளாக எண்ணாமல், தம்மைத்தாமே வெறுமை யாக்கி, அடிமையின் ரூபமெடுத்து, மனுஷர் சாயலானார். அவர் மனுஷ ரூபமாய்க் காணப்பட்டு, மரணபரியந்தம், அதாவது சிலுவையின் மரண பரியந்தமும் கீழ்ப்படிந்தவராகி, தம்மைத்தாமே தாழ்த்தினார். ஆதலால் தேவன் எல்லாவற்றிற்கும் மேலாக அவரை உயர்த்தி, இயேசுவின் நாமத் தில் ... முழங்கால் யாவும் முடங்கும்படிக்கும், ... எல்லா நாமத்திற்கும் மேலான நாமத்தை அவருக்குத் தந்தருளினார். (பிலிப்பியர் 2:5-11).

சிலுவையின் சீஷத்துவம்

கிறிஸ்தவர்களைப் பொறுத்தவரை, கிறிஸ்துவைப் பின்பற்றுவது என்பது அவருடைய மரணம் மற்றும் உயிர்த்தெழுதலில் பங்கு கொள்வதாகும். இயேசுவும், அவருடைய சீஷர்களும் கிறிஸ்துவுக்குள் "மரிப்பதை" பற்றி மீண்டும் மீண்டும் குறிப்பிடுகிறார்கள் – அதாவது, பழைய வாழ்க்கை மரித்து, புதிதாகப் பிறந்து, கிறிஸ்துவின் அன்பு மற்றும் ஒப்புரவாகுதலின் வழியில் புதிய வாழ்க்கையைப் பெற்று, நமக்காக வாழாமல் தேவனுக்காக வாழ்வதாகும். கிறிஸ்தவர்கள் தங்கள் பாடுகளின் அனுபவத்தை கிறிஸ்துவின் பாடுகளில் பங்குகொள்வதாக எடுத்துக்கொள்கிறார்கள். அவர்கள் நித்திய ஜீவனுடைய பாதையில் சந்திக்கும் சோதனைகளின் அர்த்தத்தை வரையறுக்கும் இது, தோல்வியின் அடையாளமாயிராமல், எதிர்கால வெற்றியின் அடையாளமாக இருக்கிறது. உண்மையான விசுவாசிகளுக்கு நியாயம் செய்வது இந்த உலகத்தின் கொடூரமான அதிகாரங்கள் அல்ல, மாறாக தேவனே அதைச் செய்கிறார்:

> ஒருவன் என் பின்னே வர விரும்பினால், அவன் தன்னைத்தான் வெறுத்து, தன் சிலுவையை எடுத்துக்கொண்டு என்னைப் பின்பற்றக்கடவன். தன் ஜீவனை இரட்சிக்க விரும்புகிறவன் அதை இழந்துபோவான், என்னிமித்தமாகவும் சுவிசேஷத்தினிமித்தமாகவும் தன் ஜீவனை இழந்து போகிறவன் அதை இரட்சித்துக்கொள்ளுவான். (மாற்கு 8:34-35; 1 யோவான் 3:14, 2 கொரிந்தியர் 5:14-15; எபிரெயர் 12;1-2 பார்க்கவும்)

சிலுவைக்கு எதிரான முஹம்மது

நாம் இப்போது அறிந்துகொண்ட எல்லாவற்றின்படியும், நாம் ஒரு ஆவிக்குரிய உலகத்தில் வாழ்கிறோம் என்பதைப் பற்றிய அறிவினாலும், முஹம்மது சிலுவையை வெறுத்தார் என்பதில் ஆச்சர்யப்பட நமக்கு ஒன்றுமில்லை. முஹம்மது தன் வீட்டில் சிலுவை அடையாளம் கொண்ட எதைப் பார்த்தாலும் அதை அழித்துவிடுவார் என்று ஒரு *ஹாதித்* அறிவிக்கிறது..[9]

அத்தியாயம் 3-ல் பார்த்தபடி, சிலுவையின் மீதான முஹம்மதுவின் வெறுப்பு, இஸ்லாமிய இயேசுவான ஈசா சிலுவையை அழிக்கும் இஸ்லாமிய தீர்க்கதரிசியாக மீண்டும் பூமிக்கு வந்து, கிறிஸ்தவத்தை பூமியிலிராதபடி அழித்துவிடுவார் என்று போதிக்கும் அளவிற்கு இருந்தது.

இன்று, சிலுவையின் மீதான முஹம்மதுவின் வெறுப்பை பல இஸ்லாமியரிடம் காணலாம். உலகத்தின் பல பகுதிகளில் இன்று கிறிஸ்தவ சிலுவை இஸ்லாமிய ரால் வெறுக்கப்படுகிறது, தடை செய்யப்படுகிறது மற்றும் அழிக்கப்படுகிறது.

இது, 1995-ல் கேண்டர்பரியின் ஆர்ச் பிஷப் ஜார்ஜ் கேரி அவர்கள் பயணம் செய்த விமானம் சவூதி அரேபியாவில் கட்டாயமாக தரையிறங்க வேண்டிய சூழ்நிலையில், அவரது கழுத்தில் தொங்கிய சிலுவையை அகற்றும்படி கட்டாயப்படுத்தப்பட்டு ஒப்புக்கொள்ளும் அளவிற்கு இருந்தது. இந்தச் சம்பவத்தை எப்பிஸ்கோப்பல் நியூஸ் சர்வீஸில் டேவிட் ஸ்கிட்மோர் விவரித்துள்ளார்:

> கெய்ரோ-விலிருந்து சூடான் சென்று கொண்டிருந்த கேரியின் விமானம் இடையில் சவூதி அரேபியாவில் நிறுத்தப்பட வேண்டியதாக இருந்தது. விமானம் சவூதி அரேபியாவின் செங்கடல் கடற்கரை நகரமாகிய ஜிட்டா-வை நெருங்கும்போது, கேரி அணிந்திருந்த மதகுருக்களுக்கான கழுத்துப் பட்டை மற்றும் மார்பருகே தொங்கும் சிலுவை உள்ளிட்ட எல்லா மதரீதியான அடையாளங்களையும் அகற்றுமாறு சொல்லப்பட்டது.

சிலுவை இஸ்லாமியர்களால் நிராகரிக்கப்பட்டாலும், கிறிஸ்தவர்களாகிய நமக்கு அது விடுதலையின் சின்னமாக இருக்கிறது.

இந்தப் பகுதிகளில், இயேசு கிறிஸ்துவைப் பின்பற்றுவதற்கான ஒரு அர்ப்பணிப்பின் ஜெபத்தையும், விடுதலையின் சில சாட்சிகளையும், இஸ்லாமின் வல்லமை மற்றும் *ஷஹதா* உடன்படிக்கையிலிருந்து விடுதலையாவதற்கான ஒரு ஜெபத்தையும் பற்றிப் பார்க்கவிருக்கிறோம். இந்த ஜெபங்கள் குறிப்பாக இஸ்லாமை விட்டு விலகி நசரேயனாகிய இயேசு கிறிஸ்துவைப் பின்பற்றத் தீர்மானிப்பவர்களுக்காகவும், ஏற்கனவே இயேசு

---

9. W. முயிர், *த லைஃப் ஆஃப் முஹம்மத்*, தொகுதி 3, பக்.61, குறிப்பு 47.

வைப் பின்பற்றி, இஸ்லாமின் அனைத்து கொள்கைகள் மற்றும் வல்லமைகளிலிருந்து விடுதலை பெற உரிமைகோருகிறவர்களுக்காகவும் கொடுக்கப்பட்டுள்ளன.

இயேசுவைப் பின்பற்றுங்கள்

இந்த ஜெபத்தை சத்தமாக வாசித்து, கிறிஸ்துவைப் பின்பற்றுவதற்கான உங்கள் அர்ப்பணிப்பை உறுதி செய்ய அழைக்கப்படுகிறீர்கள். நீங்கள் சொல்வதை நன்றாக அறிந்து கொள்ள உதவியாக வாசிப்பதற்கு முன் கவனமாக அதை ஆய்வு செய்யுங்கள்.

இந்த ஜெபத்தைக் கருத்தில் கொள்ளும்போது, அதில் பின்வரும் அம்சங்கள் இருப்பதைக் கவனியுங்கள்:

1. *இரண்டு அறிக்கையிடுதல்கள்:*

    ▪ நான் ஒரு பாவி, என்னால் என்னை இரட்சித்துக் கொள்ள முடியாது.

    ▪ ஒரேயொரு தேவன் மட்டுமே உண்டு, அவர் நம்முடைய பாவங்களுக்காக மரிக்கும்படி தம்முடைய குமாரனை அனுப்பிய சிருஷ்டிகராவார்.

2. என்னுடைய பாவங்களையும், தீமையான எல்லாவற்றையும் *விட்டு விலகுதல்* (மனந்திரும்புதல்).

3. பாவமன்னிப்பு, விடுதலை, நித்திய வாழ்வு மற்றும் பரிசுத்த ஆவியானவரைக் *கேட்டுக் கொள்ளுதல்.*

4. என் வாழ்க்கையின் ஆண்டவராக கிறிஸ்துவின் மீது *விசுவாசத்தை மாற்றி வைத்தல்.*

5. கிறிஸ்துவுக்குக் கீழ்ப்படிந்து, அவருக்கு ஊழியம் செய்ய *வாக்குப்பண்ணி, பிரதிஷ்டை செய்தல்.*

6. கிறிஸ்துவுக்குள் என் அடையாளத்தை *அறிவித்தல்.*

இயேசு கிறிஸ்துவைப் பின்பற்ற அர்ப்பணிக்கும் அறிக்கையும், ஜெபமும்

சிருஷ்டிகரும், சர்வவல்லமையுள்ள பிதாவுமாகிய ஒன்றான மெய் தேவனை விசுவாசிக்கிறேன்.

தெய்வங்கள் எனப்படும் மற்ற அனைத்தையும் கைவிடுகிறேன்.

நான் தேவனுக்கும், மற்றவர்களுக்கும் விரோதமாகப் பாவம் செய்தேன் என்று ஒப்புக்கொள்கிறேன். இதனால் நான் தேவனுக்குக் கீழ்ப்படியாமல், அவருக்கும் அவருடைய நியாயப்பிரமாணத்திற்கும் விரோதமாக முரட்டாட்டம் செய்தேன். என்னால் என்னுடைய பாவங்களிலிருந்து என்னை மீட்க முடியாது.

உயிர்த்தெழுந்த தேவகுமாரனாகிய இயேசுவே கிறிஸ்து என்று விசுவாசிக்கிறேன். அவர் என் ஸ்தானத்தில் சிலுவையில் மரித்து, என்னுடைய பாவங்களுக்கான நியாயத்தீர்ப்பைத் தம்மீது ஏற்றுக்கொண்டார். எனக்காக மரித்தோரிலிருந்து எழுப்பப்பட்டார்.

என் பாவங்களிலிருந்து மனந்திரும்புகிறேன்.

சிலுவையில் பெறப்பட்ட பாவமன்னிப்பு என்னும் கிறிஸ்துவின் ஈவுக்காக வேண்டிக் கொள்கிறேன்.

இப்போதே இந்த பாவமன்னிப்பின் ஈவைப் பெற்றுக்கொள்கிறேன்.

தேவனை என் தகப்பனாக ஏற்றுக்கொண்டு, அவருடையவனாக மாற விரும்புகிறேன்.

நித்திய ஜீவன் என்னும் ஈவை நாடுகிறேன்.

என் வாழ்க்கையின் உரிமைகளை கிறிஸ்துவிடம் ஒப்படைத்து, இன்று முதல் என் வாழ்க்கையை ஆளுகை செய்யும் கர்த்தராக அவரை அழைக்கிறேன்.

மற்ற எல்லா ஆவிக்குரிய விசுவாசங்களையும் கைவிடுகிறேன். குறிப்பாக ஷஹாதா-வையும், அதன் உரிமைகோரல்கள் அனைத்தையும் கைவிடுகிறேன்.

சாத்தானையும், எல்லா தீமையையும் நிராகரிக்கிறேன். பொல்லாத ஆவிகள் அல்லது பொல்லாங்கனின் கொள்கைகளுடன் நான் செய்த எல்லா அவபக்தியான ஒப்பந்தங்களையும் முறிக்கிறேன்.

என் மீது அவபக்தியான அதிகாரத்தை செயல்படுத்தியவர்களுடனான அவபக்தியான பிணைப்புகளைக் கைவிடுகிறேன்.

எனக்காக என்னுடைய முன்னோர்கள் செய்ததும், எவ்விதத்திலும் என்மீது தாக்கம் ஏற்படுத்தியதுமான எல்லா அவபக்தியான உடன்படிக்கைகளையும் கைவிடுகிறேன்.

இயேசு கிறிஸ்துவின் மூலம் தேவனிடமிருந்து வராத எல்லா மனோரீதியான அல்லது ஆவிக்குரிய திறமைகளையும் கைவிடுகிறேன்.

வாக்குப்பண்ணப்பட்ட பரிசுத்த ஆவியின் ஈவை வேண்டிக் கொள்கிறேன்.

பிதாவாகிய தேவனே, உமக்கு மட்டும் மகிமை செலுத்தும்படி என்னை விடுவித்து, மறுரூபமாக்கும்.

உம்மைக் கனம் பண்ணி நேசிக்கும்படி பரிசுத்த ஆவியின் கனியை எனக்குள் தாரும்.

இயேசு கிறிஸ்துவின் மூலம் என்னைப் பரிசுத்தப்படுத்தி தேவனுடன் இணைத்துக் கொள்கிறேன் என்பதை மனித சாட்சிகள் மற்றும் எல்லா ஆவிக்குரிய அதிகாரங்களுக்கும் முன்பாக அறிவிக்கிறேன்.

நான் பரலோகக் குடிமகன் என்று அறிக்கையிடுகிறேன். தேவன் என்னைக் காக்கிறார். பரிசுத்த ஆவியின் உதவியால் இயேசு கிறிஸ்துவுக்குக் கீழ்ப்படிந்து, அவரை மட்டுமே என் வாழ்நாள் முழுவதும் ஆண்டவராக பின்பற்றத் தீர்மானிக்கிறேன்.

ஆமென்.

விடுதலையின் சாட்சிகள்

இந்தப் அத்தியாயத்தில் உள்ள ஜெபங்களைப் பயன்படுத்தி விடுதலை பெற்றுக்கொண்ட சிலரின் சாட்சிகள் பின்வருமாறு.

ஒரு சீஷத்துவ வகுப்பு

வட அமெரிக்காவில் உள்ள ஒரு ஊழியத்தின் மூலம் இஸ்லாமிய பின்னணியிலிருந்து கிறிஸ்துவைத் தங்கள் கர்த்தராகவும் இரட்சகராகவும் ஏற்றுக்கொண்டு வந்தவர்களுக்காக ஒரு தீவிரப் பயிற்சி தொடர்ந்து நடைபெற்று வந்தது. அதில் பங்கு பெற்றவர்கள் தொடர்ந்து சீஷத்துவத்தில் சிரமங்களை அனுபவித்து வருவதாக அந்தப் பயிற்சியின் ஒருங்கிணைப்பாளர்கள் அறிந்தார்கள். ஷஹதா-வைக் கைவிடுவதற்காக இந்தப் புத்தகத்தில் கொடுக்கப்பட்டிருக்கும் ஜெபங்களைப் பற்றிக் கேள்விப்பட்ட அவர்கள் வகுப்பில் இருந்த அனைவரையும் இந்த ஜெபங்களைப் பயன்படுத்தி இஸ்லாமைக் கைவிட அழைப்பு விடுத்தார்கள். அப்படிச் செய்த பங்கேற்பாளர்கள் பெரிய விடுதலையையும், மிகுந்த சந்தோஷத்தையும் பெற்றுக்கொண்டார்கள். பின்னர் அவர்கள், “நாங்கள் இஸ்லாமைக் கைவிடுவது அவசியம் என்று ஏன் எங்களுக்கு யாரும் சொல்லவில்லை? இதை நீண்ட காலத்திற்கு முன்பே செய்திருக்க வேண்டுமே!” என்று கேட்டார்களாம். அதுமுதல், இஸ்லாமைக் கைவிடுதல் அவர்களுடைய பயிற்சியின் அவசியமான ஒரு பகுதியாக மாறியது.

ஷஹதா-வை கைவிட்ட மத்திய கிழக்கு கிறிஸ்தவர்கள்

மத்திய கிழக்கில் ஷஹதா-வைக் கைவிட்ட இரு இஸ்லாமியரின் சாட்சிகள்:

> நான் இப்போது உண்மையாகவே விடுதலையாக உணர்கிறேன். என் கழுத்தைச் சுற்றிக் கட்டியிருந்த நுகம் அவிழ்க்கப்பட்டு, அறுக்கப்பட்டது போல இருக்கிறது. இந்த ஜெபம் மிக மிக அருமையாக இருக்கிறது. கூண்டில் இருந்து விடுவிக்கப் பட்ட மிருகத்தைப் போல உணர்கிறேன். என்னால் விடுதலையை உணர முடிகிறது.
>
> இது எனக்கு மிகவும் தேவையாக இருந்தது, இது, என் மனதில் இருந்ததை அப்படியே அறிந்தது போல இருந்தது... இந்த ஜெபத்தை நான் மீண்டும் மீண்டும் சொல்லிக் கொண்டிருந்தபோது, வார்த்தைகளால் விவரிக்க முடியாத ஒரு வினோதமான ஆறுதலை என்னால் உணர முடிந்தது; என்னிலிருந்து ஒரு பாரமான சுமை இறக்கப்பட்டது போலவும், முழு விடுதலை பெற்றதாகவும் உணர்கிறேன். இது, அருமையான ஒரு விடுதலை உணர்வு!

சத்திய சந்திப்பு

ஷஹதா-வைக் (அல்லது *திம்மா*-வை) கைவிட உங்களை ஆயத்தப்படுத்துவதற்கான முதல் படி குறிப்பிட்ட சில வேத வசனங்களைக் கருத்தில் கொள்வதாகும். நம்முடைய ஜெபங்களுக்கு ஆதாரமாக இருக்கும் முக்கியமான ஒரு சத்தியத்தை உறுதி செய்வதற் காக நாம் இதைச் செய்கிறோம். இதை “சத்திய சந்திப்பு” என்று அழைக்கலாம்.

1 யோவான் நிருபம் மற்றும் யோவான் சுவிசேஷத்தில் உள்ள இந்த வசனங்கள் நாம் நம்பிக்கை கொண்டு ஜெபிப்பதற்காக நமக்குப் போதிக்கும் வேத சத்தியங்கள் யாவை?

தேவன் நம்மேல் வைத்திருக்கிற அன்பை நாம் அறிந்து விசுவாசித்திருக்கிறோம். தேவன் அன்பாகவே இருக்கிறார்; அன்பில் நிலைத்திருக்கிறவன் தேவனில் நிலைத்திருக்கிறான், தேவனும் அவனில் நிலைத்திருக்கிறார். (1 யோவான் 4:16)

தேவன், தம்முடைய ஒரேபேறான குமாரனை விசுவாசிக்கிறவன் எவனோ அவன் கெட்டுப்போகாமல் நித்தியஜீவனை அடையும்படிக்கு, அவரைத் தந்தருளி, இவ் வளவாய் உலகத்தில் அன்புகூர்ந்தார் [என்று இயேசு கூறினார்]. (யோவான் 3:16)

தேவனுடைய அன்பு நிராகரிப்பை மேற்கொள்கிறது என்று இவ்வசனங்கள் போதிக்கின்றன.

நாம் ஏற்றுக்கொண்டு ஜெபிக்க உதவும் எந்த தெய்வீக சத்தியத்தை இவ்விரு வசனங்களும் நமக்குப் போதிக்கின்றன?

தேவன் நமக்குப் பயமுள்ள ஆவியைக் கொடாமல், பலமும் அன்பும் தெளிந்த புத்தியுமுள்ள ஆவியையே கொடுத்திருக்கிறார். (2 தீமோத்தேயு 1:7)

அந்தப்படி, திரும்பவும் பயப்படுகிறதற்கு நீங்கள் அடிமைத்தனத்தின் ஆவியைப் பெறாமல், அப்பா பிதாவே, என்று கூப்பிடப்பண்ணுகிற புத்திர சுவிகாரத்தின் ஆவியைப் பெற்றீர்கள். நாம் தேவனுடைய பிள்ளைகளாயிருக்கிறோமென்று ஆவியானவர்தாமே நம்முடைய ஆவியுடனேகூடச் சாட்சிகொடுக்கிறார். நாம் பிள்ளைகளானால் சுதந்தரருமாமே; தேவனுடைய சுதந்தரரும், கிறிஸ்துவுக்கு உடன் சுதந்தரருமாமே; கிறிஸ்துவுடனேகூட நாம் மகிமைப்படும்படிக்கு அவருடனேகூடப் பாடுபட்டால் அப்படியாகும். (ரோமர் 8:15-17)

நம்முடைய சுதந்தரம் பயத்தில் இல்லை, மாறாக அது தேவனுக்குள் இருக்கிறது என்று இவை போதிக்கின்றன.

நாம் விசுவாசித்து ஜெபிக்க உதவும் எந்த சத்தியத்தை இவ்விரு வசனங்களும் நமக்குப் போதிக்கின்றன?

சத்தியத்தையும் அறிவீர்கள், சத்தியம் உங்களை விடுதலையாக்கும் [என்று இயேசு கூறினார்]. (யோவான் 8:32))

ஆனபடியினாலே, நீங்கள் மறுபடியும் அடிமைத்தனத்தின் நுகத்துக்குட்படாமல், கிறிஸ்து நமக்கு உண்டாக்கின சுயாதீன நிலைமையிலே நிலைகொண்டிருங்கள். (கலாத்தியர் 5:1)

நாம் விடுதலையோடு வாழ அழைக்கப்பட்டிருக்கிறோம் என்று இவை நமக்குப் போதிக்கின்றன.

நாம் நம்பிக்கை கொண்டு ஜெபிக்க உதவும் எந்த சத்தியத்தை இவ்விரு வசனங்களும் நமக்குப் போதிக்கின்றன?

உங்கள் சரீரமானது நீங்கள் தேவனாலே பெற்றும் உங்களில் தங்கியும் இருக்கிற பரிசுத்த ஆவியினுடைய ஆலயமாயிருக்கிறதென்றும், நீங்கள் உங்களுடையவர்களல்லவென்றும் அறியீர்களா? கிரயத்துக்குக் கொள்ளப்பட்டீர்களே; ஆகையால் தேவனுக்கு உடையவைகளாகிய உங்கள் சரீரத்தினாலும் உங்கள் ஆவியினாலும் தேவனை மகிமைப்படுத்துங்கள். (1 கொரிந்தியர் 6:9-20)

மரணம் நேரிடுகிறதாயிருந்தாலும் அதற்குத் தப்பும்படி தங்கள் ஜீவனையும் பாராமல், ஆட்டுக்குட்டியின் இரத்தத்தினாலும் தங்கள் சாட்சியின் வசனத்தினாலும் அவனை ஜெயித்தார்கள். (வெளிப்படுத்தின விசேஷம் 12:11)

நம்முடைய சரீரங்கள் ஒடுக்கப்படுவதற்கு அல்ல, அவை தேவனுக்குச் சொந்தமானவை: நம்முடைய இரத்தத்திற்கான விலை ஏற்கனவே செலுத்தப்பட்டாயிற்று என்று இவை நமக்குப் போதிக்கின்றன.

நாம் உரிமை கொண்டு ஜெபிக்க உதவும் எந்த சத்தியத்தை இவ்விரு வசனங்களும் நமக்குப் போதிக்கின்றன?

யூதனென்றும் கிரேக்கனென்றுமில்லை, அடிமையென்றும் சுயாதீனனென்று மில்லை, ஆணென்றும் பெண்ணென்றுமில்லை; நீங்களெல்லாரும் கிறிஸ்து இயேசுவுக்குள் ஒன்றாயிருக்கிறீர்கள். (கலாத்தியர் 3:28).

தேவனுக்கு முன்பாக ஆண்களும், பெண்களும் சமமே, ஒரு கூட்ட மக்கள் மற்றவர்களை விட மேலானவர்கள் அல்ல என்று இவை நமக்குப் போதிக்கின்றன.

நாம் விசுவாசித்து ஜெபிக்க உதவும் எந்த சத்தியத்தை இவ்விரு வசனங்களும் நமக்குப் போதிக்கின்றன?

கிறிஸ்துவுக்குள் எப்பொழுதும் எங்களை வெற்றிசிறக்கப்பண்ணி, எல்லா இடங்களிலேயும் எங்களைக்கொண்டு அவரை அறிகிற அறிவின் வாசனையை வெளிப்படுத்துகிற தேவனுக்கு ஸ்தோத்திரம். இரட்சிக்கப்படுகிறவர் களுக்குள்ளேயும், கெட்டுப்போகிறவர் களுக்குள்ளேயும், நாங்கள் தேவனுக்குக் கிறிஸ்துவின் நற்கந்தமாயிருக்கிறோம். (2 கொரிந்தியர் 2:14-15)

நாம் ஒன்றாயிருக்கிறதுபோல அவர்களும் ஒன்றாயிருக்கும்படி நீர் எனக்குத்தந்த மகிமையை நான் அவர்களுக்குக் கொடுத்தேன். ஒருமைப்பாட்டில் அவர்கள் தேறினவர்களாயிருக்கும்படிக்கும், என்னை நீர் அனுப்பினதையும், நீர் என்னில் அன்பாயிருக்கிறதுபோல அவர்களிலும் அன்பாயிருக்கிறதையும் உலகம் அறியும்படிக்கும், நான் அவர்களிலும் நீர் என்னிலும் இருக்கும்படி வேண்டிக்கொள்ளுகிறேன். (யோவான் 17:22-23)

ஒருவன் என் பின்னே வர விரும்பினால், அவன் தன்னைத் தான் வெறுத்து, தன் சிலுவையை அனுதினமும் எடுத்துக்கொண்டு, என்னைப் பின்பற்றக்கடவன் [என்று இயேசு கூறினார்]. (லூக்கா 9:23).

நம்முடைய சிறப்பம்சங்கள் சிறுமைப்படுதலோ அல்லது தாழ்வு மனப்பான்மையோ அல்ல, மாறாக அவை கிறிஸ்துவின் வெற்றியும், கிறிஸ்துவின் அன்பின் ஒற்றுமையும், சிலுவையுமே என்று இவை நமக்குப் போதிக்கின்றன.

நாம் ஏற்றுக்கொண்டு ஜெபிக்க உதவும் எந்த வேத சத்தியத்தை இவ்விரு வசனங்களும் நமக்குப் போதிக்கின்றன?

நான் போகிறது உங்களுக்குப் பிரயோஜனமாயிருக்கும்; நான் போகாதிருந்தால், தேற்றரவாளன் உங்களிடத்தில் வரார்; நான் போவேனேயாகில் அவரை உங்களிடத்திற்கு அனுப்புவேன். அவர் வந்து, பாவத்தைக்குறித்தும், நீதியைக்குறித்தும், நியாயத்தீர்ப்பைக்குறித்தும், உலகத்தைக் கண்டித்து உணர்த்துவார். (யோவான் 16:7-8)

86

சத்திய ஆவியாகிய அவர் வரும்போது, சகல சத்தியத்திற்குள்ளும் உங்களை நடத்துவார்; அவர் தம்முடைய சுயமாய்ப் பேசாமல், தாம் கேள்விப்பட்டவைகள் யாவையுஞ்சொல்லி, வரப்போகிற காரியங்களை உங்களுக்கு அறிவிப்பார். (யோவான் 16:13)

சத்தியத்தை வெளிப்படுத்தும் பரிசுத்த ஆவியின் வல்லமை நமக்கு உண்டு என்று இவை நமக்குப் போதிக்கின்றன.

நாம் விசுவாசித்து ஜெபிக்க உதவும் எந்த சத்தியத்தை இவ்விரு வசனங்களும் நமக்குப் போதிக்கின்றன?

... இயேசுவை நோக்கி, நமக்கு நியமித்திருக்கிற ஓட்டத்தில் பொறுமையோடே ஓடக்கடவோம்; அவர் தமக்குமுன் வைத்திருந்த சந்தோஷத்தின்பொருட்டு, அவமானத்தை எண்ணாமல், சிலுவையைச் சகித்து, தேவனுடைய சிங்காசனத்தின் வலதுபாரிசத்தில் வீற்றிருக்கிறார். (எபிரெயர் 12:1-2)

அவமானத்தை மேற்கொள்ளும்படி கிறிஸ்துவைப் பின்பற்றும் அதிகாரம் நமக்கு உண்டு என்று இவ்வசனம் நமக்குப் போதிக்கிறது.

நாம் நம்பிக்கைக் கொண்டு ஜெபிக்க உதவும் எந்த தெய்வீக சத்தியத்தை இவ்விரு வசனங்களும் நமக்குப் போதிக்கின்றன?

உன் கண்கள் கண்ட காரியங்களை நீ மறவாதபடிக்கும், உன் ஜீவனுள்ள நாளெல்லாம் அவைகள் உன் இருதயத்தை விட்டு நீங்காதபடிக்கும் நீ எச்சரிக்கையாயிருந்து, உன் ஆத்துமாவைச் ஜாக்கிரதையாய்க் காத்துக்கொள்; அவைகளை உன் பிள்ளைகளுக்கும் உன் பிள்ளைகளின் பிள்ளைகளுக்கும் அறிவிக்கக்கடவாய். (உபாகமம் 4:10)

ஆவிக்குரிய காரியங்களை நாமும் கற்றுக்கொண்டு, நம் பிள்ளைகளுக்கும் கற்றுக்கொடுக்கும் உரிமையும், பொறுப்பும் நமக்கு உண்டு என்று இவ்வசனம் நமக்குப் போதிக்கிறது.

நாம் ஏற்றுக் கொண்டு ஜெபிக்க உதவும் எந்த வேத சத்தியத்தை இவ்வசனங்கள் நமக்குப் போதிக்கின்றன?

மரணமும் ஜீவனும் நாவின் அதிகாரத்திலிருக்கும்; அதில் பிரியப்படுகிறவர்கள் அதின் கனியைப் புசிப்பார்கள். (நீதிமொழிகள் 18:21)

இப்பொழுதும், கர்த்தாவே அவர்கள் பயமுறுத்தல்களை தேவரீர் கவனித்து, ... உம்முடைய ஊழியக்காரர் உம்முடைய வசனத்தை முழுதைரியத்தோடும் சொல்லும்படி அவர்களுக்கு அநுக்கிரகஞ்செய்தருளும் என்றார்கள். (அப்போஸ்தலர் 4:29,30)

இயேசுவானவர் தேவனுடைய குமாரனென்று அறிக்கைபண்ணுகிறவன் எவனோ அவனில் தேவன் நிலைத்திருக்கிறார், அவனும் தேவனில் நிலைத்திருக்கிறான். (1 யோவான் 4:15)

ஆகையால், மிகுந்த பலனுக்கேதுவான உங்கள் தைரியத்தை விட்டுவிடாதிருங்கள். (எபிரெயர் 10:35)

அன்போடும், தைரியத்தோடும் சத்தியத்தைப் பேச கிறிஸ்துவுக்குள் நமக்கு அதிகாரம் உண்டு என்று இவை நமக்குப் போதிக்கின்றன.

நாம் விசுவாசித்து ஜெபிக்க உதவும் எந்த வேத சத்தியத்தை இவ்வசனங்கள் நமக்குப் போதிக்கின்றன?

> நாம் மனுஷருடைய சாட்சியை ஏற்றுக்கொண்டால், அதைப்பார்க்கிலும் தேவனுடைய சாட்சி அதிகமாயிருக்கிறது; தேவன் தமது குமாரனைக் குறித்துக் கொடுத்த சாட்சி இதுவே. (1 யோவான் 5:9)

> … சாட்சியின் வசனத்தினாலும் அவனை ஜெயித்தார்கள். (வெளிப்படுத்தின விசேஷம் 12:11)

நாம் சத்திய வார்த்தையில் முழுமையான திடநம்பிக்கைக் கொண்டிருக்கலாம் என்று இவை நமக்குப் போதிக்கின்றன.

நாம் உரிமை கொண்டு ஜெபிக்க உதவும் எந்த தெய்வீக சத்தியத்தை இவ்வசனங்கள் நமக்குப் போதிக்கின்றன?

> கடைசியாக, என் சகோதரரே, கர்த்தரிலும் அவருடைய சத்துவத்தின் வல்லமையிலும் பலப்படுங்கள். நீங்கள் பிசாசின் தந்திரங்களோடு எதிர்த்துநிற்கத் திராணியுள்ளவர் களாகும்படி, தேவனுடைய சர்வாயுத வர்க்கத்தையும் தரித்துக்கொள்ளுங்கள். (எபேசியர் 6:10-11)

> நாங்கள் மாம்சத்தில் நடக்கிறவர்களாயிருந்தும், மாம்சத்தின்படி போர்செய்கிறவர்களல்ல. எங்களுடைய போராயுதங்கள் மாம்சத்துக்கேற்றவைகளாயிராமல், அரண்களை நிர்மூலமாக்குகிறதற்கு தேவ பலமுள்ளவைகளாயிருக்கிறது. அவைகளால் நாங்கள் தர்க்கங்களையும், தேவனை அறிகிற அறிவுக்கு விரோதமாய் எழும்புகிற எல்லா மேட்டிமையையும் நிர்மூலமாக்கி, எந்த எண்ணத்தையும் கிறிஸ்துவுக்குக் கீழ்ப்படியச் சிறைப்படுத்துகிறவர்களாயிருக்கிறோம். (2 கொரிந்தியர் 10:3-5)

நாம் பாதுகாப்பற்றவர்களோ அல்லது ஆயுதமற்றவர்களோ அல்ல, கிறிஸ்துவுக்குள் நமக்கு ஆவிக்குரிய ஆயுதங்கள் உண்டு என்று இவை நமக்குப் போதிக்கின்றன.

நாம் நம்பிக்கைக் கொண்டு ஜெபிக்க உதவும் எந்த சத்தியத்தை இவ்வசனங்கள் நமக்குப் போதிக்கின்றன?

> என் சகோதரரே, நீங்கள் பலவிதமான சோதனைகளில் அகப்படும்போது, உங்கள் விசுவாசத்தின் பரீட்சையானது பொறுமையை உண்டாக்குமென்று அறிந்து, அதை மிகுந்த சந்தோஷமாக எண்ணுங்கள். (யாக்கோபு 1:2,3; பிலிப்பியர் 1:29 பார்க்கவும்)

கிறிஸ்துவின் நாமத்தினிமித்தம் துன்புறுவதை நாம் சந்தோஷமாகக் கருத வேண்டுமென்று இது நமக்குப் போதிக்கிறது.

நாம் ஏற்றுக் கொண்டு ஜெபிக்க உதவும் எந்த வேத சத்தியத்தை இவ்வசனங்கள் நமக்குப் போதிக்கின்றன?

> இப்பொழுதே இந்த உலகத்துக்கு நியாயத்தீர்ப்பு உண்டாகிறது; இப்பொழுதே இந்த உலகத்தின் அதிபதி புறம்பாகத் தள்ளப்படுவான். நான் பூமியிலிருந்து உயர்த்தப்பட்டிருக்கும்போது, எல்லாரையும் என்னிடத்தில் இழுத்துக்கொள்ளு வேன் என்றார். (யோவான் 12:31-32)

சிலுவை சாத்தானின் வல்லமையை அழித்து, கிறிஸ்துவின் விடுதலைக்குள் நம்மைக் கொண்டு செல்கிறது என இவை நமக்குப் போதிக்கின்றன.

நாம் உரிமை கொண்டு ஜெபிக்க உதவும் எந்த வேத சத்தியத்தை இவ்வசனங்கள் நமக்குப் போதிக்கின்றன?

> உங்கள் பாவங்களினாலேயும், உங்கள் மாம்ச விருத்தசேதனமில்லாமையினாலேயும் மரித்தவர்களாயிருந்த உங்களையும் அவரோடேகூட உயிர்ப்பித்து, அக்கிரமங்களெல்லாவற்றையும் உங்களுக்கு மன்னித்து; நமக்கு எதிரிடையாகவும் கட்டளைகளால் நமக்கு விரோதமாகவும் இருந்த கையெழுத்தைக் குலைத்து, அதை நடுவிலிராதபடிக்கு எடுத்து, சிலுவையின்மேல் ஆணியடித்து; துரைத்தனங்களையும் அதிகாரங்களையும் உரிந்துகொண்டு, வெளியரங்கமான கோலமாக்கி, அவைகளின்மேல் சிலுவையிலே வெற்றிசிறந்தார். (கொலோசெயர் 2:13-15)

சிலுவை, அவபக்தியில் செய்த உடன்படிக்கைகளை ரத்து செய்து, அவற்றின் வல்லமைகளை அழிக்கிறது என்று இவை நமக்குப் போதிக்கின்றன.

ஜெபிப்பதற்கு முன்னர், நம்முடைய ஜெபங்களும், அறிக்கைகளும் வல்லமையும், பயனும் வாய்ந்தவை என்பதை நாம் புரிந்து கொள்ள வேண்டும். முழுமையான விடுதலைக்குள் உங்களைக் கொண்டு வருவது தேவனுடைய சித்தம் என்பதில் தேவனுடன் ஒத்துப்போகத் தீர்மானியுங்கள். கிறிஸ்து உங்களை ஏற்றுக் கொண்டிருக்கிறார் மற்றும் பொல்லாங்கனின் எல்லா கண்ணிகளிலிருந்தும் உங்களை விடுதலை செய்ய விரும்புகிறார் என்னும் சத்தியத்தை உங்கள் ஆவியில் ஏற்றுக்கொள்ளுங்கள். இஸ்லாமிய உடன்படிக்கைகளின் பொய்களை எதிர்த்து, அவற்றை நிராகரிக்கத் தீர்மானியுங்கள்.

இது ஷஹதா-வைக் கைவிடச் செய்யும் ஜெபமாகும். இதை நின்று கொண்டு சொல்வது நல்லது.

ஷஹதா-வை கைவிட்டு, அதன் அதிகாரத்தை முறிக்கும் அறிக்கையும், ஜெபமும்

முஹம்மது போதித்து, செயல்படுத்திய பொய்யான கீழ்ப்படிதலைக் கைவிடுகிறேன்.

முஹம்மது தேவனிடமிருந்து வந்த தூதர் என்னும் நம்பிக்கை பொய்யானது என்று நிராகரித்து, அதைக் கைவிடுகிறேன்.

குரான் தேவனுடைய வார்த்தை என்னும் உரிமைகோரலை நிராகரிக்கிறேன்.

ஷஹதா-வையும், அதை மனப்பாடமாகச் சொன்னதையும் நிராகரித்துக் கைவிடுகிறேன்.

அல்-ஃபாத்திஹா சொன்னதைக் கைவிடுகிறேன். யூதர்கள் தேவனுடைய கோபத்திற்கு ஆளானவர்கள் மற்றும் கிறிஸ்தவர்கள் வழிவிலகிப் போனவர்கள் என்று அது சொல்வதை நிராகரிக்கிறேன்.

யூதர்களை வெறுத்ததை நிராகரிக்கிறேன். அவர்கள் வேதாகமத்தை மாசுபடுத்தினார்கள் என்ற குற்றச்சாட்டை நிராகரிக்கிறேன்.

தேவன் யூதர்களை நிராகரித்துவிட்டார் என்று சொன்னதை நிராகரித்து, அதைப் பொய்யென்று அறிவிக்கிறேன்.

குரானை மனப்பாடமாகச் சொன்னதைக் கைவிட்டு, என் வாழ்க்கையின் மீதான அதன் அதிகாரத்தை நிராகரிக்கிறேன்.

முஹம்மதுவின் முன்மாதிரியைப் பின்பற்றி செய்த எல்லாப் பொய்யான ஆராதனைகளையும் கைவிடுகிறேன்.

முஹம்மது கொண்டு வந்த தேவனைப் பற்றிய எல்லா பொய்யான போதனைகளையும், குரானில் சித்தரிக்கப்படும் அல்லாஹ்-தான் தேவன் என்ற நம்பிக்கையையும் கைவிடுகிறேன்.

[ஷியா பின்னணியில் இருந்து வந்தவர்களுக்காக: அலியுடனும், பன்னிரண்டு கலிஃபாக்களுடனும் கொண்டிருந்த எல்லா தொடர்புகளையும் நிராகரித்துக் கைவிடுகிறேன். ஹுசைன் மற்றும் இஸ்லாமிய இரத்தசாட்சிகளினால் வந்த எல்லா துக்கத்தையும் கைவிடுகிறேன்.]

முஹம்மதுவின் முன்மாதிரியை குறிப்பாக நிராகரிக்கிறேன். வன்முறை, அச்சுறுத்தல், வெறுப்பு, குற்ற உணர்வு, வஞ்சகம், உயர்வு மனப்பான்மை, கற்பழித்தல், பெண்களைத் தவறாக நடத்துதல், களவு மற்றும் முஹம்மது செய்த எல்லாப் பாவங்களையும் கைவிடுகிறேன்.

அவமானத்தை நிராகரித்துக் கைவிடுகிறேன். கிறிஸ்து இயேசுவுக்குள் ஆக்கினைத் தீர்ப்பில்லை மற்றும் கிறிஸ்துவின் இரத்தம் எல்லா அவமானத்திலிருந்தும் என்னைக் கழுவி சுத்திகரிக்கிறது என்று அறிக்கையிடுகிறேன்.

இஸ்லாமின் தூண்டுதலால் வந்த எல்லா பயத்தையும் நிராகரித்துக் கைவிடுகிறேன். இஸ்லாம் நிமித்தமாக கொண்டிருந்த பயங்களுக்காக தேவனிடம் மன்னிப்புக் கேட்டு, எல்லாவற்றிலும் என் கர்த்தராகிய இயேசுவின் பிதாவாகிய தேவன் மீது நம்பிக்கை வைக்கத் தீர்மானிக்கிறேன்.

பிறருக்கு சாபம் கொடுத்ததை நிராகரித்துக் கைவிடுகிறேன். ஆசீர்வாதமாக இருக்கத் தீர்மானிக்கிறேன்.

ஜின்-உடன் கொண்டிருந்த எல்லாத் தொடர்புகளையும் நிராகரித்துக் கைவிடுகிறேன். குவாரின் பற்றிய இஸ்லாமிய போதனைகளை நிராகரித்து, பிசாசுகளுடனான எல்லாத் தொடர்புகளையும் அறுத்துக் கொள்கிறேன்.

தேவனுடைய வார்த்தையை என் பாதையின் வெளிச்சமாகக் கொண்டு ஆவியில் நடக்கத் தீர்மானிக்கிறேன்.

முஹம்மதுவை அல்லாஹ்-வின் தூதர் என்று நம்பியதால் நான் செய்த எல்லா அவபக்தியான செய்கைகளுக்காகவும் தேவனுடைய மன்னிப்பை நாடுகிறேன்.

இயேசு மீண்டும் வரும்போது முஹம்மதுவின் ஷாரியா-வைப் பின்பற்றும்படி எல்லோரையும் கட்டாயப்படுத்துவார் என்ற தூஷணமான நம்பிக்கையை நிராகரித்துக் கைவிடுகிறேன்.

கிறிஸ்துவை மட்டுமே பின்பற்றத் தீர்மானிக்கிறேன்.

கிறிஸ்து தேவனுடைய குமாரன் என்றும், அவர் என்னுடைய பாவங்களுக்காக சிலுவையில் மரித்து, என்னுடைய இரட்சிப்பிற்காக மரித்தோரிலிருந்து உயிர்த்தெழுந்தார் என்றும் அறிக்கையிடுகிறேன். கிறிஸ்துவின் சிலுவைக்காக

தேவனைத் துதித்து, என்னுடைய சிலுவையை எடுத்துக்கொண்டு அவரைப் பின்பற்றத் தீர்மானிக்கிறேன்.

கிறிஸ்துவே எல்லாவற்றிற்கும் ஆண்டவராக இருக்கிறார், அவரே பரலோகத்தையும் பூமியையும் ஆளுகிறார். அவர் என் வாழ்க்கையின் ஆண்டவராக இருக்கிறார் என்று அறிக்கையிடுகிறேன். ஜீவனுள்ளோரையும், மரித்தோரையும் நியாயந்தீர்க்க அவர் மீண்டும் வருவார் என்று அறிக்கையிடுகிறேன். கிறிஸ்துவைச் சார்ந்து கொண்டு, நாம் இரட்சிக்கப்படுவதற்கு வானத்தின் கீழும், பூமியின் மேலும் வேறெந்த நாமமும் கொடுக்கப்படவில்லை என்று அறிக்கையிடுகிறேன்.

எனக்குப் கிறிஸ்துவின் இருதயமாகிய புதிய இருதயத்தைக் கொடுக்குமாறும், நான் செய்யும், சொல்லும் எல்லாவற்றிலும் என்னை வழிநடத்துமாறும் பிதாவாகிய தேவனிடம் வேண்டிக்கொள்கிறேன்.

எல்லாப் பொய்யான ஆராதனைகளையும் நிராகரித்து, பிதா, குமாரன், பரிசுத்த ஆவியாகிய ஜீவனுள்ள தேவனை ஆராதிக்க என் சரீரத்தை ஒப்புக்கொடுக்கிறேன்.

ஆமென்.

6

திம்மா-விலிருந்து விடுதலை

"... நன்மையானவைகளைப் பேசுகிற இரத்தம்."
எபிரெயர் 12:24

இந்தப் அத்தியாயத்தில், இஸ்லாமிய ஆதிக்கத்தின் கீழ் வரும் இஸ்லாமியர் அல்லாதவர்களை நடத்துவதற்கான இஸ்லாமியக் கொள்கையைப் பற்றிப் பார்க்கவிருக்கிறோம். கிறிஸ்தவர்கள், யூதர்கள் உள்ளிட்ட இவர்களை இஸ்லாமில் *திம்மிக்கள்* என்கிறார்கள்.

திம்மா உடன்படிக்கை

2006-ல், போப் பெனடிக்ட் பிரசித்தி பெற்ற ரீகன்ஸ்பர்க் விரிவுரை ஆற்றியபோது, பைசான்டைன் பேரரசர் மேனுவல் II பேலேயோலோகஸ் சொன்னதை மேற்கோளிட்டார். அவர் சொன்னது: "தான் பிரசங்கித்த நம்பிக்கையைப் பட்டயத்தால் பரப்ப முஹம்மது கட்டளையிட்டார்."

போப் சொன்னதைக் கேட்ட இஸ்லாமியர்கள் கோபத்தை வெளிப்படுத்தினார்கள். அவருடைய பேச்சுக்குப் பின், உலகெங்கும் நடந்த கலகங்களில் சுமார் 100 பேர் கொல்லப்பட்டனர். அவற்றில் குறிப்பிடத்தக்க பதில் சவூதி அரேபியாவின் கிராண்ட் முஃப்தியான ஷேக் அப்துல் ஆசிஸ் அல்-ஷேக்-இடமிருந்து வந்தது. அவர், "இஸ்லாம் வன்முறையால் பரப்பப்படவில்லை" என்ற செய்தியை வெளியிட்டு, துரோகிகளுக்கு மூன்றாவதாக தெரிவு செய்ய ஒன்று இருந்ததால், இது இஸ்லாமைப் பற்றிய தவறான குற்றச்சாட்டு என்று விவாதித்தார். இஸ்லாமைத் தெரிவு செய்வது முதல் தெரிவாகவும், பட்டயம் இரண்டாம் தெரிவாகவும், "சரணடைந்து வரி செலுத்தினால், இஸ்லாமியர்களின் பாதுகாப்பின் கீழ் அவரவர் தங்கள் தங்கள் மதத்திலேயே இருக்கலாம்" என்பது மூன்றாவது தெரிவாகவும் இருந்தன.

முஃப்தி சொன்ன மூன்று தெரிவுகள்:

1. இஸ்லாமுக்கு மாறுதல்;

2. பட்டயம் – கொலை செய் அல்லது கொலை செய்யப்படு; அல்லது

3. இஸ்லாமிய சக்திகளிடம் சரணடை.

முதல் இரண்டு தெரிவுகளும் முஹம்மது சொன்னதையே குறிக்கின்றன; அவர் சொன்னதாவது:

மக்கள், அல்லாஹ்-வைத் தவிர வேறு யாருக்கும் தொழுது கொள்ளப்படும் உரிமை இல்லை மற்றும் முஹம்மதுவே அல்லாஹ்-வின் தூதர் என்பதை சாட்சியாக சொல்லும் வரை அவர்களுக்கு விரோதமாக யுத்தம் செய்ய எனக்கு (அல்லாஹ்) கட்டளையிட்டிருக்கிறார்... ஆகவே, அவர்கள் அதையெல்லாம் செய்துவிட்டால், என்னிடமிருந்து தங்கள் ஜீவனையும், உடைமைகளையும் காப்பாற்றிக் கொள்ளலாம்...

இருப்பினும், இந்த வாக்கியங்களைத் திருத்தம் செய்து, முஹம்மது மூன்றாவது தெரிவைக் கொடுத்தார்; அது இஸ்லாமுக்கு மாறுதல் அல்லது பட்டயத்தை எடுத்துக் கொள்ளுதல் என்பதோடு, சரணடைந்து *ஜிஸ்யா* என்னும் வரியைச் செலுத்துதல் ஆகும்:

அல்லாஹ்-வின் பெயரிலும், அல்லாஹ்-வின் வழியிலும் யுத்தம் செய்...

அல்லாஹ்-வை விசுவாசிக்காதவர்களுக்கு விரோதமாக யுத்தம் செய். பரிசுத்த யுத்தம் செய்...

தொடர்பாளர்களாகிய உன் எதிரிகளைச் சந்திக்கும்போது, மூன்றில் ஒன்றைச் செய்யும்படி அவர்களுக்கு அழைப்பு கொடு.

அவர்கள் அவற்றில் ஒன்றுக்கு உடன்பட்டால், நீயும் அதை ஏற்றுக்கொண்டு, அவர்களுக்கு எந்தத் தீங்கும் செய்யாமல் விட்டுவிடு.

அவர்கள் இஸ்லாமை ஏற்றுக்கொள்ளுமாறு அழைப்பு கொடு; அவர்கள் அதை ஏற்றுக்கொண்டால், நீயும் அவர்களை ஏற்றுக்கொண்டு, அவர்களுக்கு விரோதமாக யுத்தம் செய்வதைத் தவிர்த்துவிடு...

அவர்கள் இஸ்லாமை ஏற்றுக்கொள்ள மறுத்தால், அவர்களிடம் *ஜிஸ்யா* வரியைக் கேள்.

அவர்கள் அதைச் செலுத்த ஒப்புக்கொண்டால், அதை ஏற்றுக்கொள், அவர்கள் மேல் கைவைக்காதே.

அவர்கள் வரி செலுத்த மறுத்தால், அவர்களுக்கு விரோதமாக யுத்தம் செய்ய அல்லாஹ்-வின் உதவியை நாடு.

ஜிஸ்யா வரி செலுத்தும் நிபந்தனையும் குரான் வசனத்தின் அடிப்படையிலேயே அமைந்துள்ளது:

வேதம் அருளப்பெற்றவர்களில் எவர்கள் ... அவர்கள் (தம்) கையால் கீழ்ப்படிதலுடன் ஜிஸ்யா (என்னும் கப்பம்) கட்டும் வரையில் அவர்களுடன் போர் புரியுங்கள். (Q9:29).

இஸ்லாமிய ஆதிக்கத்திற்கு சரணடைந்த சமுதாயங்கள் திம்மா ஒப்பந்தத்தை ஏற்றுக்கொண்டதாக இஸ்லாமிய சட்டத்தினால் கருதப்படுவார்கள். அது, இஸ்லாமியர் அல்லாதவர்கள் இரண்டு காரியங்களைச் செய்ய ஒப்புக்கொள்ள வைக்கும் உடன்படிக்கை ஆகும்: 1) இஸ்லாமியருக்கு வருடாந்திர ஜிஸ்யா வரி செலுத்த வேண்டும் மற்றும் 2) தோற்றுப்போன தாழ்வு மனப்பான்மையுடன் அவமதிக்கப்பட்ட அல்லது 'சிறுமைப்பட்ட' நிலையில் இருக்க வேண்டும்.

இஸ்லாமிய வர்ணனையாளரான இபின் காதிர்-ன் Q9:29 பற்றிய வர்ணனை இவ்வாறு இருக்கிறது: "திம்மா மக்களை கனம் பண்ணவோ அல்லது இஸ்லாமியரை விட உயர்த் தவோ இஸ்லாமியருக்கு அனுமதி இல்லை, ஏனென்றால் அவர்கள் துயர நிலையில் இருப்பவர்கள், அவமதிக்கப்பட்டவர்கள் மற்றும் சிறுமைப்படுத்தப்பட்டவர்கள் ஆவர்."

திம்மா உடன்படிக்கையை ஏற்றுக்கொண்ட இஸ்லாமியர் அல்லாதவர்கள் தாங்கள் மேற்கொள்ளப்படுவதற்கு முன்னர் இருந்த மதத்திலேயே இருக்க *ஷாரியா* அனுமதிக்கிறது. இத்தகைய நிபந்தனைகளுடன் வாழும் இஸ்லாமியர் அல்லாத மக்கள் *திம்மிக்கள்* என்று அழைக்கப்படுகிறார்கள்.

திம்மா அமைப்பு குரானில் உள்ள இரண்டு இறையியல் கோட்பாடுகளின் அரசியல் வெளிப்பாடாக உள்ளது:

1. இஸ்லாம் மற்ற மதங்களை வெற்றி கொண்டிருக்க வேண்டும்:

   அவனே தன் தூதரை நேரான வழியைக் கொண்டும், சத்திய மார்க்கத்தைக் கொண்டும், அனுப்பியருளினான்; சகல மார்க்கங்களையும் விட அதை மேலோங்கச் செய்வதற்காக (இதற்கு) அல்லாஹ் சாட்சியாக இருப்பதே போதுமானது. (Q48:28)

2. சரி எது, தவறு எது என்பதைப் பற்றிய இஸ்லாமின் போதனைகளை நடைமுறைக்குக் கொண்டுவரும் அதிகார இடத்தில் இஸ்லாமியர்கள் இருக்க வேண்டும்:

   மனிதர்களுக்காக தோற்றுவிக்கப்பட்ட (சமுதாயத்தில்) சிறந்த சமுதாயமாக நீங்கள் இருக்கிறீர்கள்; (ஏனெனில்) நீங்கள் நல்லதைச் செய்ய ஏவுகிறீர்கள்; தீயதை விட்டும் விலக்குகிறீர்கள்; இன்னும் அல்லாஹ்வின்மேல் (திடமாக) நம்பிக்கை கொள்கிறீர்கள். (Q3:110)

ஜிஸ்யா

இஸ்லாமிய *ஷாரியா* சட்டத்தின்படி, இஸ்லாமியர்கள் விட்டு வைத்திருக்காவிட்டால் வாழ்க்கை தொலைந்து போன நிலைமையில் இருப்பவர்களாக இஸ்லாமியர் அல்லாதவர்களை *திம்மா* உடன்படிக்கை கருதுகிறது. இது இஸ்லாமின் தோற்றத்திற்கு முந்தைய கருத்துக்கு வழிநடத்துகிறது, நீங்கள் ஒருவரை வெற்றிகொண்டு அவரை வாழவிட்டால், அவர்களுடைய தலை உங்களுக்குச் சொந்தம். இதனால், திம்மி ஆண்கள் இஸ்லாமிய மாநிலங்களுக்குச் செலுத்தும் வருடாந்திர ஜிஸ்யா வரி என்பது திம்மிக்கள் தங்கள் இரத்தத்திற்கு பதிலாக அதிகாரபூர்வ இஸ்லாமிய ஆதாரங்கள் விவரிக்கிறபடி செலுத்தும் மீட்புக் கிரயம் எனப்படுகிறது. *ஜிஸ்யா* என்னும் சொல்லுக்கு 'பரிகாரம்', 'ஈட்டுத்தொகை' அல்லது 'கப்பம்' என்று பொருள். இஸ்லாமிய எழுத்தாளர்கள் அதன் அர்த்தத்தைப் பின்வருமாறு விவரித்தார்கள்:

> ... இந்த வரி இஸ்லாமிய அரசாங்கத்தின் கீழ் இருக்கும் சுதந்திரமான இஸ்லாமியர் அல்லாதவரிடமிருந்து வாங்கப்படுகிறது, அதன் மூலம் அவர்கள் தங்களுக்குப் பாதுகாப்பை உறுதி செய்யும் ஒப்பந்தத்தை [திம்மா ஒப்பந்தம்]

ஒப்புக்கொள்கிறார்கள். அது அவர்களைக் கொல்லாமல் விடுவதற்கான ஈட்டுத்தொகையைப் போலாகிறது..[10]

பத்தொன்பதாம் நூற்றாண்டைச் சேர்ந்த அல்ஜீரிய வர்ணனையாளர் முஹம்மது இபின் யூஸுப் அத்ஃபாயிஷ் Q9:29 வர்ணனையில் இந்தக் கோட்பாட்டைப் பின்வருமாறு விளக்குகிறார்:

> இப்படிச் சொல்லப்பட்டது: அது [ஜிஸ்யா] அவர்களுடைய இரத்தத்திற்கான பரிகாரம். ஆடு அவர்களைக் கொல்லாமல் விட்டதற்கு ஈடாக செலுத்தப்பட்டது என்று சொல்லப்படுகிறது. கொலை செய்தல் மற்றும் அடிமைப்படுத்துதல் என்னும் கடமைகளுக்குப் (*வாஜிப்*) பதிலாக இருப்பதே அதன் நோக்கம் ... அது இஸ்லாமியருக்கு ஆதாயமானது.

அல்லது, இதற்கு சுமார் ஒரு நூற்றாண்டுக்கும் முன்னர் வில்லியம் ஈட்டன் 1798 -ல் வெளியிட்ட *சர்வே ஆஃப் த டர்கிஷ் எம்பயர் (Survey of the Turkish Empire)* -ல் இதை இவ்வாறு விளக்குகிறார்:

> கிறிஸ்தவ அடிமைகள் வருடாந்திர வரி [ஜிஸ்யா] செலுத்துவதைப் பற்றி கொடுக்கப்பட்ட அவர்களுடைய சூத்திரத்தில் உள்ள வார்த்தைகள், அவர்களிடம் பெறப்படும் தொகை அவர்கள் அந்த ஆண்டில் தங்கள் தலையைக் காத்துக் கொள்ள அனுமதிக்கும் ஈட்டுத்தொகையாக எடுத்துக்கொள்ளப்பட்டது.

ஒப்புக்கொள்ளாததற்கான அபராதம்

இஸ்லாமிய சட்டத்தில், திம்மா உடன்படிக்கையை ஒப்புக்கொள்ளாமல் இருப்பதற்குக் கடுமையான அபராதம் விதிக்கப்பட்டது. திம்மி ஒருவர் ஜிஸ்யா வரி செலுத்தத் தவறினால் அல்லது திம்மிக்களுக்குக் கொடுக்கப்பட்ட விதிமுறைகளுக்குக் கீழ்ப்படியத் தவறினால், மீண்டும் ஜிஹாத் துவங்கப்படும் என்பதே அபராதமாக இருந்தது. இது யுத்த நிபந்தனைகளைக் குறிக்கிறது: திம்மிக்களின் உடைமைகள் கொள்ளையடிக்கப்பட வேண்டும், பெண்களை அடிமைப்படுத்திக் கற்பழிக்க வேண்டும் மற்றும் ஆண்களைக் கொலை செய்ய வேண்டும் (அல்லது பட்டய முனையில் மதமாற்றம் செய்ய வேண்டும்).

குறிப்பிட்ட ஒரு திம்மா உடன்படிக்கையின் பிரசித்தி பெற்ற உதாரணம் உமர் ஒப்பந்தம் எனப்படுகிறது; அதில், சிரியாவைச் சேர்ந்த கிறிஸ்தவர்கள் இந்த ஜிஹாத் அபராதத்தைத் தொடங்கி வைத்தார்கள் என்னும் ஒரு வாக்கியம் உள்ளது:

> இவை, பாதுகாப்புக்காக எங்களுக்கும், எங்கள் மதத்தைப் பின்பற்றுகிறவர்களுக்கும் எதிராக நாங்கள் நியமிக்கும் நிபந்தனைகள் ஆகும். இந்த வாக்குறுதிகளில் எதையாவது நாங்கள் மீறினால், அது உங்களுக்கு ஆதரவாகவும், எங்களுக்கு விரோதமாகவும் மாறும். அப்போது நாங்கள் திம்மாவை மீறிவிட்டோம் என்றாகும், அதனால் நீங்கள் துரோகமும், கலகமும் செய்பவர்களுக்குச் செய்வதையே எங்களுக்கும் செய்ய உங்களுக்கு அனுமதி கொடுக்கப்படுகிறது.

---

10. எட்வர்ட் W. லேன், *அராபிக்-இங்க்லீஷ் லெக்ஸிகன்.*

இதே கருத்தை இபின் கியூதாமா-வும் சொல்லியிருக்கிறார், இஸ்லாமியரல்லாத ஒரு திம்மி *திம்மா* உடன்படிக்கையின் நிபந்தனைகளை ஒப்புக்கொள்ளவில்லை என்றால், அவர்கள் தங்கள் ஜீவனையும் உடைமைகளையும் இழக்க நேரிடும்.

> பாதுகாக்கப்பட்ட ஒருவர் தலை வரி [ஜிஸ்யா] செலுத்தவோ அல்லது சமுதாயத்தின் சட்டங்களுக்குக் கீழ்ப்படியவோ மறுத்து, தன் பாதுகாப்பு ஒப்பந்தத்தை மீறும்போது… தன்னையும் தன் உடைமைகளையும் *ஹலால்* ஆக்குகிறார் ['நேர்மையாக' – இஸ்லாமியரால் பிடிக்கப்பட்டு கொலை செய்யப்படத் தன்னை விட்டுக்கொடுக்கிறார்].

அநேக திம்மி சமுதாயங்களின் சரித்திரத்தில் படுகொலைகள், கற்பழிப்பு மற்றும் கொள்ளையடித்தல் போன்ற அதிர வைக்கும் சரித்திர சம்பவங்கள் குறிப்பிடத்தக்க அளவில் உள்ளன. இவை இஸ்லாமியர் அல்லாதவர்களை எப்போதுமே அச்சுறுத்தலின் கீழ் இருக்கும் நிலையில் வைத்து, முழுச் சமுதாயத்தின் மீதும் திம்மாவின் மனோரீதியான மற்றும் ஆவிக்குரிய அடிமைத்தனத்தை மீண்டும் மீண்டும் உறுதி செய்கின்றன. இதற்கான இரண்டு உதாரணங்கள்:

- 1066-ல், கிரனாடா-வில் ஏறக்குறைய 3,000 யூதர்கள் இஸ்லாமியரால் படுகொலை செய்யப்பட்டார்கள். இதன் பின்னணியில், கிரானாடா-வில் இஸ்லாமிய சுல்தானின் கீழ் சாமுயேல் ஹா-நாகித் என்னும் யூதர் முக்கிய மந்திரியாக வேலை செய்தது இருந்தது. அவருக்குப் பின் அவரது பதவிக்கு அவரது மகன் ஜோசப் ஹா-நாகித் வந்தார். இந்த யூதர்களின் வெற்றி இஸ்லாமியர் அல்லாதவர்கள் இஸ்லாமியர் மீது அதிகாரத்தை செலுத்தத் தடை செய்யும் திம்மா நிபந்தனைகளில் ஏற்பட்ட ஒரு பிளவாகக் கருதப்பட்டது. ஆகவே, திம்மா ஒழுங்குமுறைகளுக்குக் கீழ்ப்படியக் கேட்டு யூதர்களுக்கு விரோதமாகத் தூண்டிவிடும்படி செய்யப்பட்ட ஒரு மதவாத பிரச்சாரம் படுகொலைக்குக் காரணமாயிற்று. "யூதர்கள் சுல்தான்களுக்குக் கீழ் முக்கிய பதவியில் வேலை செய்யும்போதெல்லாம் அவர்கள் தங்கள் [திம்மி] நிலைக்கு விரோதமாக நிரந்தர கலக நிலைக்குச் சென்று விடுகிறார்கள், அதுவே அவர்களுடைய பாதுகாப்பை இழக்கக் காரணமாகிறது" என்று வட ஆப்பிரிக்க நீதிபதி அ-மகிழி பிற்பாடு எழுதினார். அதாவது, அவர்களுடைய இரத்தம் ஹலால் செய்யப்பட்டது.

- 1860-ல், தமஸ்குவில் சுமார் 5000-க்கும் மேற்பட்ட கிறிஸ்தவர்கள் படுகொலை செய்யப்பட்டார்கள். அதன் பின்னணி பின்வருமாறு: ஆட்டோமன்கள் அதிகாரபூர்வமாக திம்மா சட்டங்களை அழித்துவிட்டார்கள். இது, ஐரோப்பிய வல்லமைகளிடமிருந்து வந்த அரசியல் அழுத்தத்தினால் செய்யப்பட்டது. தமஸ்குவில் இருந்த இஸ்லாமிய பிரசங்கியார்கள் இந்த முன்னேற்றத்தை எதிர்த்து, கிறிஸ்தவர்கள் திம்மிக்களாக அடிபணிந்து நடக்காமல் போனதால், அவர்களின் பாதுகாப்பு அழிக்கப்படுகிறது என்று அறிவித்தார்கள். அதனால் நேர்ந்த படுகொலை பழமையான ஜிஹாத் யுத்த செயல்முறைகளைப் பின்பற்றி நடந்தது: ஆண்கள் கொல்லப்பட்டார்கள், பெண்களும் சிறுபிள்ளைகளும் அடிமைப்படுத்தப்பட்டார்கள், சிறைபிடிக்கப்பட்ட பெண்கள் கற்பழிக்கப்பட்டார்கள், அவர்களுடைய உடைமைகள்

கொள்ளையடிக்கப்பட்டன. சிலர் இஸ்லாமுக்கு மாறித் தங்கள் உயிரைக் காத்துக் கொண்டார்கள்.

கலக்கமுண்டாக்கும் சடங்கு

ஒவ்வொரு ஆண்டும் ஆண்கள் ஜிஸ்யா வரி செலுத்தி, குறிப்பிட்ட ஒரு சடங்கைச் செய்ய வேண்டும். இருபதாம் நூற்றாண்டு வரை இஸ்லாமிய உலகம் முழுவதும் இருந்த திம்மி ஆண்கள் இந்தச் சடங்கைச் செய்து வந்தார்கள்.

ஜிஸ்யா செலுத்தும் சடங்கில் ஒரு சக்தி வாய்ந்த அடையாளம் இருந்தது, இஸ்லாமியர் ஒருவர் திம்மியை கழுத்தில் அடிப்பார், மற்றும் சில இடங்களில் திம்மியின் கழுத்தில் கயிறைக் கட்டி இழுத்துச் செல்வார்கள். இத்தகைய சடங்குகள் மூலம் திம்மி மரணம் அல்லது அடிமைத்தனத்திற்குத் தப்பி தன் ஜீவனைக் காத்துக் கொள்ள இந்த வரியைச் செலுத்தினார் என்று அறியலாம். ஜிஸ்யா வரியை ஆண்டுதோறும் செலுத்துவதன் மூலம் தலை துண்டிக்கப்பட்டு மரிக்காமல் காத்துக் கொள்ளலாம் என்பதை இந்தச் சடங்கு செய்து காண்பிப்பதாக இருந்தது.

ஒன்பதாம் நூற்றாண்டு முதல் இருபதாம் நூற்றாண்டு வரை, மொரோக்கோ முதல் புக்காரா வரை, இந்தச் சடங்கைப் பற்றி இஸ்லாமிய மற்றும் இஸ்லாமியர் அல்லாத ஆதாரங்கள் பல அறிக்கைகளைக் கொடுக்கின்றன. இந்தச் சடங்கு ஏமன் மற்றும் ஆப்கானிஸ்தான் போன்ற இஸ்லாமிய நாடுகளில், 1940-களின் இறுதியிலும், 1950-களின் ஆரம்பத்திலும் யூதர்கள் இஸ்ரவேல் நாட்டுக்குத் திரும்பியது வரை நடந்து கொண்டிருந்தது. சமீப காலங்களில், இந்தச் சடங்கை மீண்டும் கொண்டு வர வேண்டும் என்று தீவிர இஸ்லாமியர்கள் பலமுறை கேட்டு வருகிறார்கள்.

தலை துண்டிக்கப்படுவதற்கு அடையாளமான ஜிஸ்யா வரி செலுத்தும் சடங்கு ஒரு 'இரத்த ஒப்பந்தம்' அல்லது 'இரத்த ஆணையாகக்' கருதப்படுகிறது (அத்தியாயம் 2-ல் சொல்லப்பட்டது). இதன்படி, சடங்கு செய்பவர் தன் ஒப்பந்தத்தின் நிபந்தனைகளைக் கைக்கொள்ளத் தவறினால், தன் தலை துண்டிக்கப்படும் விதத்தில் தன் மீது தானே மரணத்தை வருவித்துக் கொள்கிறார். இத்தகைய ஆணைகள் பல நூற்றாண்டுகளாக இரகசிய சமுதாயங்கள் மற்றும் ஆவி வழிபாட்டு கூட்டங்களில் கொண்டாட்டங்களின் துவக்கமாக செய்யப்பட்டு வருகின்றன. இந்தக் கொண்டாட்டங்களில் பங்கேற்பவர்களை அடிபணிந்து, கீழ்ப்படிய வைக்க அவர்களைக் கட்டி வைப்பதற்கான மனோரீதியான-ஆவிக்குரிய வல்லமை அவர்களுக்கு உண்டு.

ஜிஸ்யா சடங்கு அதில் பங்குபெறும் திம்மியிடம் அவருடைய ஜீவனைக் காத்து வரும் திம்மா உடன்படிக்கையின் எந்த நிபந்தனையை அவர் மீறினாலும் அவருடைய தலையை இழக்க ஒப்புதல் கேட்பதற்கு அடையாளமாக இருக்கிறது. இது தன்னைத்தானே சபிக்கும் செயலாகிறது, அதாவது, "என் உடன்படிக்கையின் எந்த நிபந்தனையை நான் மீறினாலும் என் தலையை எடுக்கும் உரிமை உனக்கு உண்டு" என்று சொல்வது போலாகும். பின்னர், ஒரு திம்மி இந்த உடன்படிக் கையை மீறுவார் என்றால், பொதுவெளியில் நடந்த இந்தச் சடங்கின் மூலம் அவர் ஏற்கனவே தனக்குத்தானே மரண தண்டனை விதித்துக் கொண்டிருக்கிறார் என்பதால், அவர் தன் முன் அனுமதியுடன்தான் கொல்லப்படுகிறார் என்றாகிறது.

இந்தப் பகுதிகளில், இஸ்லாமியர் அல்லாதவர்கள் மீது திம்மா அமைப்பு ஏற்படுத்தும் மனோரீதியான தாக்கத்தைப் பற்றிப் பார்ப்போம்.

தாழ்மையான நன்றியறிதல்

மொத்தத்தில், பழைய இஸ்லாமிய சட்டத்தின்படி, இஸ்லாமியர் அல்லாதவர்கள் தங்களை வெல்லும் இஸ்லாமியருக்குத் தங்கள் ஜீவனைக் கொடுக்கக் கடமைப்பட்டிருக்கிறார்கள் என்று கருதப்படுகிறது. அதனால் அவர்கள் நன்றி மனப்பான்மையும், தாழ்வு மனப்பான்மையும் கொண்டிருக்க வேண்டும் என்று எதிர்பார்க்கப்படுகிறது. இந்தக் கருத்தை இஸ்லாமிய வர்ணனையாளர்கள் வெளியரங்கமாகவே வலியுறுத்துகிறார்கள்.

இஸ்லாமியர் அல்லாதவர் மீது சிறுமையையும், பாதிக்கப்படும் தன்மையையும் திணிக்க பல ஷாரியா விதிமுறைகள் ஏற்படுத்தப்பட்டன. உதாரணங்கள்:

- திம்மிக்களின் சாட்சி ஷாரியா நீதிமன்றங்களில் ஏற்றுக்கொள்ளப்பட மாட் டாது: இதனால் அவர்கள் சகலவிதமான ஒடுக்கத்திற்கும் ஆளானார்கள்.
- திம்மிக்களின் வீடுகள் இஸ்லாமியரின் வீடுகளை விடத் தாழ்ந்து இருக்க வேண்டும்.
- திம்மிக்களுக்கு குதிரை சவாரி செய்யவோ அல்லது இஸ்லாமியரின் கைகளுக்கு மேல் தங்கள் கைகளை உயர்த்தவோ அனுமதி இல்லை.
- பொது சாலைகளில் இஸ்லாமியர் வரும்போது திம்மிக்கள் விலகி, அவர்கள் கடந்து போகும் வரை சாலையோரத்தில் நடக்க வேண்டும்.
- எவ்வித சுய-பாதுகாப்பு முறைகளையும் திம்மிக்கள் பயன்படுத்தக் கூடாது, அதனால் அவர்கள் இஸ்லாமியரின் கைகளால் வன்முறைக்கு ஆளாகும் சாத்தியம் இருந்தது.
- இஸ்லாமியர் அல்லாதவர்களின் அடையாளங்கள் அல்லது சடங்குகள் பொதுவெளியில் காணப்படக் கூடாது.
- புதிய தேவாலயங்களைக் கட்டுவதோ, பழுதடைந்த தேவாலயங்களை பழுதுபார்ப்பதோ கூடாது.
- இஸ்லாமை குறைசொல்லி விமர்சிக்கக் கூடாது.
- திம்மிக்கள் தனிப்பட்ட உடைகள் அல்லது வண்ணத் திட்டுகள் கொண்ட உடைகளைப் பயன்படுத்தி வித்தியாசமாக உடையணிய வேண்டும்.
- இஸ்லாமிய ஆண்கள் திம்மி பெண்களைத் திருமணம் செய்து கொள்ளலாம், அவர்களுடைய பிள்ளைகளை இஸ்லாமியராக வளர்க்க வேண்டும்; இருப்பினும், இஸ்லாமிய பெண்கள் திம்மி ஆண்களைத் திருமணம் செய்யக்கூடாது.
- இஸ்லாமியர் அல்லாத சமுதாயத்தின் மீது சிறுமையையும், பிரிவினையை யும் திணித்த மற்றும் பல சட்டங்களும் இருந்தன.

இத்தகைய சட்டங்கள் குரான் சொல்வது போல 'சிறுமைப்படுதப்பட்டதன்" சமூக மற்றும் சட்டரீதியான வெளிப்பாடுகளாக அறியப்பட்டிருந்தன (Q:29).

திம்மா அமைப்பு தான் ஆதிக்கம் செலுத்திய இஸ்லாமியர் அல்லாத சமுதாயத்தினரை குறைவுபடச் செய்து, அவமதிப்பதற்காக ஏற்படுத்தப்பட்டது. இபின் அபியா என்னும் பதினெட்டாம் நூற்றாண்டைச் சேர்ந்த மொரோக்கோ வர்ணனையாளர் அதன் நோக்கம் ஆத்துமாவைக் கொலை செய்வதாகும் என்று விவரித்தார்:

> [திம்மி] தன் ஆத்துமா, நன்மைகள் மற்றும் விருப்பங்களை மரணத்திற்கு ஒப்புக்கொடுக்கக் கட்டளையிடப்படுகிறார். எல்லாவற்றிற்கும் மேலாக, அவர் வாழ்க்கை, தலைமைத்துவம் மற்றும் கனத்திற்கான ஆசையைக் கொன்று விட வேண்டும். [திம்மி] தன் ஆத்துமாவின் ஏக்கங்களைத் தடுத்து, அது முழுமையாக அடிபணியும் வரை அதனால் சுமக்க முடியாத அளவு பாரத்தை அதன் மீது அதிகமதிகமாக சுமத்த வேண்டும். அதன் மூலம் அவருக்குத் தாங்க முடியாத ஒன்று என்று எதுவுமே இருக்கக் கூடாது. அடிபணிவதோ அல்லது வல்லமையுடன் இருப்பதோ அவருக்கு சர்வ சாதாரணமாக இருக்க வேண்டும். ஏழ்மையும், ஐஸ்வர்யமும் அவருக்கு ஒன்றாக இருக்க வேண்டும்; தடுப்பதும், இணங்குவதும் ஒன்றாக இருக்க வேண்டும்; இழப்பதும், கிடைப்பதும் ஒன்றாக இருக்க வேண்டும். இப்படி எல்லாமே ஒன்றான பின்னர், [அவருடைய ஆத்துமா] கொடுக்க வேண்டியதை பணிவுடனும், விருப்பத்துடனும் கொடுக்கும்.

தாழ்மைப்படுத்தும் மனோதத்துவம்

'திம்மியாக்குதல்' என்னும் பதம் திம்மா உடன்படிக்கை கொடுக்கும் எல்லா நிபந்தனைகளையும் விவரிக்கப் பயன்படுத்தப்படுகிறது. பாலியல் வெறி மற்றும் இனவெறியைப் போல, திம்மியாக்குதல் சட்ட மற்றும் சமூக அமைப்புகளில் மட்டும் வெளிப்படுத்தப்படுவதில்லை, நன்றியுடன் தாழ்ந்திருத்தல் மற்றும் சேவை செய்வதற்கான விருப்பம் என்னும் மனோதத்துவத்திலும் வெளிப்படுகிறது. ஆதிக்கம் செலுத்தும் சமுதாயம் தன்னைப் பாதுகாத்துக் கொள்ள இந்த மனோதத்துவத்தைப் பின்பற்றுகிறது.

"முதியோரும் இளைஞருமான நாம் நம்மைத் தாழ்மைப்படுத்துவதை ஒப்புக்கொள்ளப் பழகிவிட்டோம்" என்று மாபெரும் இடைக்கால ஐபீரிய யூத நிபுணரான மைமோனைட்ஸ் கூறியிருப்பது சரியே; இருபதாம் நூற்றாண்டின் ஆரம்பத்தில், ஆதிக்கம் செலுத்திய துருக்கியர்கள் மற்றும் அல்பேனிய இஸ்லாமியர்களின் வன்முறையைப் பற்றிய தலைமுறை கடந்த பயம் எவ்வாறு பால்கன்ஸ்-ல் கிறிஸ்தவ மக்கள்தொகையை பாதித்தது என்பதை செர்பிய புவியியல் நிபுணரான ஜோவன் விஜிக் விவரிக்கிறார்:

> [அவர்கள்] எஜமானுக்கு முன்பாகத் தங்களை தாழ்த்தி, அவருக்குப் பிரியமாக நடந்து கொண்டு, அவருக்கு ஏற்புடையவர்களாக இருப்பதைக் கடமையாகக் கருதும் தாழ்மையான அல்லது அடிமை நிலையில் இருப்பதற்குப் பழகிக் கொண்டார்கள். இவர்கள் வாய் திறவாதவர்களாகவும், இரகசியமாக வைத்துக் கொள்பவர்களாகவும், வஞ்சகர்களாகவும் மாறினார்கள்; பிறர் மீது நம்பிக்கையே வைக்கமாட்டார்கள்; கடுமையான தண்டனைகளைத் தவிர்த்து, தங்கள் உயிரைக் காத்துக் கொள்ள, மாய்மாலம் மற்றும் இழிவான செயல்களைச் செய்து வந்தார்கள்.
>
> ஒடுக்கம் மற்றும் வன்முறையின் நேரடித் தாக்கம் ஏறக்குறைய எல்லா கிறிஸ்தவர்களிடமும் பயமாகவும், சந்தேகமாகவும் வெளிப்பட்டது … மாசிடோனியாவில் இருந்தவர்கள், "எங்கள் கனவில் கூட துருக்கியர்கள் மற்றும்

அல்பேனியர்களிடமிருந்து ஓடுவது போல் இருக்கிறது" என்று சொல்லக் கேட்டிருக்கிறேன்."

திம்மிக்கள் எந்த அளவுக்குத் தாழ்த்தப்படுகிறார்களோ அந்த அளவுக்கு இஸ்லாமியர்கள் உயர்வாகக் கருதப்படுகிறார்கள். அவர்கள் திம்மிக்களை வாழ அனுமதித்து, அவர்களுடைய உடைமைகளை எடுத்துக்கொள்ளாமல் விடுவதால் தாங்கள் தாராள மனதுடையவர்கள் என்ற உணர்வு ஏற்படுகிறது. ஈரானில் கிறிஸ்தவத்திற்கு மாறிய ஒருவர், "கிறிஸ்தவம் இன்னும் தாழ்த்தப்பட்ட இனத்தைச் சேர்ந்தவர்களின் மதமாகவே பார்க்கப்படுகிறது. இஸ்லாம் எஜமானர்கள் மற்றும் அதிபதிகளின் மதமாகவும், கிறிஸ்தவம் அடிமைகளின் மதமாகவும் இருக்கின்றன" என்றார்.

திம்மியாக்குதல் பற்றிய இந்த உலகக் கண்ணோட்டம் எந்த அளவிற்கு இஸ்லாமியர் அல்லாதவரை சிறுமைப்படுத்துகிறதாக இருக்கிறதோ அந்த அளவிற்கு இஸ்லாமியருக்கும் தீமையானதாக இருக்கிறது. சமநிலையில் போட்டி போடக் கற்றுக்கொள்ள சாத்தியமற்ற சூழ்நிலைகளை ஏற்படுத்துவதில் இஸ்லாமியர் தங்களுக்குத் தாங்களே தீமை வருவித்துக் கொள்கிறார்கள். பொருளாதார பாதுகாப்புக்கான கொள்கைகள் தேசத்தின் பொருளாதாரத்தை நலிவடையச் செய்கின்றன; அதேவிதமாக, மதப் பாதுகாப்பான திம்மா மூலம் இஸ்லாமியர்கள் ஒரு பொய்யான உயர்வு நிலைக் கிடைப்பதாக நம்பினாலும், இறுதியில் அது அவர்களை பலவீனப்படுத்தியது, மற்றும் தங்களைப் பற்றியும், தங்களைச் சுற்றியுள்ள உலகத்தைப் பற்றியும் உண்மையாகப் புரிந்து கொள்ளும் அவர்களின் திறமையைப் பாதித்துவிட்டது.

திம்மியாக்குதல் அமைப்பு தலைமுறை தலைமுறையாக இரு பக்கங்களிலும் நன்கு ஆழமாகப் பதிந்து விட்ட மனப்பான்மைகளை உருவாக்கியிருக்கிறது. இனத்தின் அடிப்படையிலான அடிமைத்தனம் ஒழிக்கப்பட்ட பின்பும் பல ஆண்டுகளாக இனவெறி தொடருவது போல, ஜிஸ்யா வரி எல்லாம் நீக்கப்பட்டு நீண்ட காலம் ஆன பிறகும், திம்மியாக்குதல் அமைப்பு இஸ்லாமியருக்கும் மற்றவர்களுக்கும் இடையேயான உறவை இன்னும் பாதிக்கிறது, அந்த உறவில் ஆதிக்கம் செலுத்துகிறது என்றுகூடச் சொல்லலாம்.

திம்மியாக்குதலின் மனோதத்துவம் ஷாரியா சட்டத்திற்கு உட்படாத சமூகங்களைக் கூடப் பாதிக்க முடியும். அது கல்வி ஆலோசனைகளை முடக்கி, அரசியல் போதனைகளை பாதிக்கிறது. உதாரணமாக, இஸ்லாம் ஒரு சமாதானத்தின் மதம் என்று அறிவித்தும், அதற்கு நன்றி செலுத்தியும், அந்த மதத்தைப் புகழ்ந்த அநேக மேற்கத்திய அரசியல்வாதிகள் உண்டு. இத்தகைய புகழ்ச்சியும், நன்றியறிதலும் இஸ்லாமிய ஆதிக்கத்திற்கு திம்மி அமைப்பு வெளிப்படுத்தும் பண்புகளாகும்.

மதரீதியான உபத்திரவமும், திம்மா திரும்புதலும்

பத்தொன்பதாம் மற்றும் இருபதாம் நூற்றாண்டுகளில், திம்மா அமைப்பை குறைக்க அல்லது நீக்க ஐரோப்பிய சக்திகள் இஸ்லாமிய உலகத்தை வலியுறுத்தின. இருப்பினும், சென்ற நூற்றாண்டில் உலகளாவிய ஷாரியா எழுப்புதல் ஒன்று நடந்திருக்கிறது. அந்த எழுப்புதலின் ஒரு பகுதியாக, திம்மாவின் சட்டங்களும், உலகக் கண்ணோட்டமும் இஸ்லாமிய உலகமெங்கும் திரும்பிக் கொண்டிருக்கின்றன. இதன் மூலம் தவறான அபிப்பிராயங்களும், அச்சுறுத்தலும், கிறிஸ்தவர்கள் மற்றும் இஸ்லாமியர் அல்லாதவர்களிடம் பாரபட்சமும் நிறைந்த

சூழல் அதிகரித்திருக்கிறது. இதற்கு உதாரணமாக பாகிஸ்தானைக் குறிப்பிடலாம், அது மதச்சார்பற்ற அரசியல் அமைப்புடன் ஏற்படுத்தப்பட்ட நாடாக இருந்தபோதிலும், பின்னர் தன்னைத்தானே இஸ்லாமிய நாடு என்று அறிவித்துக் கொண்டு, ஷாரியா நீதிமன்றங்களை மீண்டும் அறிமுகப்படுத்தி, இஸ்லாமியர் அல்லாதவருக்கு விரோதமாக பாரபட்சம் காண்பிக்கும் தூஷண சட்டத்தையும் கொண்டு வந்தது. ஷாரியா-வை உயிர்ப்பிக்கும் இந்தத் திட்டத்தினால் பாகிஸ்தானிய கிறிஸ்தவர்கள் அதிக உபத்திரவத்திற்கு ஆளாகிறார்கள்.

இன்றைய உலகத்தில், ஷாரியா உயிர்ப்பிக்கப்பட்ட இடங்களில் எல்லாம் கிறிஸ்த வர்களுக்கும், இஸ்லாமியர் அல்லாதவர்களுக்கும் வாழ்க்கை மோசமானதாக மாறி வருகிறது. இன்று, கிறிஸ்தவர்கள் உபத்திரவப்படுத்தப்படும் ஐந்து நாடுகளில் நான்கு நாடுகள் இஸ்லாமிய நாடுகளாக இருக்கின்றன. இந்த இடங்களில் குறிப் பாக ஆராதனை நடத்தும் இடங்களைக் கட்டக் கூடாது என்பன போன்ற கட்டுப் பாடுகள் மூலம் கிறிஸ்தவர்களை உபத்திரவப்படுத்துவது, ஒரு பெரிய ஷாரியா எழுப்புதலின் ஒரு பகுதியான திம்மா சட்ட எழுப்புதலின் ஆதரவில் நடக்கிறது.

இந்தப் பகுதிகளில், திம்மா உடன்படிக்கையையும், பாதிப்பு ஏற்படுத்தும் அதன் ஆவிக்குரிய தாக்கத்தையும் கைவிடுவதற்கான காரணங்களைப் பற்றிப் பார்ப்போம்.

ஒரு ஆவிக்குரிய தீர்வு

ஆழமான நிராகரிப்பினால் நிறைந்திருந்த முஹம்மது புண்பட்ட ஆவியும், குற்றப்படுத்தும் எண்ணமும், பாதிக்கப்பட்ட மனநிலையும், வன்முறை ஆவியும், பிறர் மீது ஆதிக்கம் செலுத்தும் சித்தமும் கொண்டவரானார். ஒடுக்கப்பட்ட இந்த ஆவிக்குரிய நிலையினால் உந்தப்பட்டதான ஜிஹாத் 'பிழைப்பு' பிறரை அவமதிப்பதன் மூலம் நிம்மதி தேடியது. அதனால் வந்ததுதான் அவமதிக்கும் திம்மா அமைப்பு.

இதற்கு முரணாக, கிறிஸ்து தாம் நிராகரிக்கப்பட்டபோது, குற்றப்படுத்துதலையும், வன்முறையையும், பிறர் மீது ஆதிக்கம் செலுத்துவதையும், புண்பட்ட ஆவியுடன் இருப்பதையும் மறுத்தார். அவருடைய சிலுவையும், உயிர்த்தெழுதலும் நிராகரிப்பை யும், இருளின் அதிகாரத்தையும் தோற்கடித்தன. திம்மா பாரம்பரியத்திலிருந்து விடுதலை பெற விரும்பும் கிறிஸ்தவர்கள் சிலுவைக்கு நேராகத் திரும்பலாம்.

திம்மாவிலிருந்து விடுதலை பெற்ற சாட்சிகள்

திம்மா உடன்படிக்கையைக் கைவிடுவதற்கான ஜெபம் செய்து விடுதலை பெற்ற சிலரின் சாட்சிகள் பின்வருமாறு.

தலைமுறைகள் தாண்டிய பயம்

நான் ஒரு பெண்மணிக்காக ஜெபித்தேன், அவர் தன் வாழ்க்கையின் பல்வேறு பகுதிகளில் பயத்துடன் இருந்தார். அவருடைய முன்னோர்கள் நூறு ஆண்டு களுக்கு முன்னர் சிரியாவின் தமஸ்குவில் வாழ்ந்திருக்கிறார்கள். அங்கு, 1860-ல், பிரசித்தி பெற்ற கிறிஸ்தவப் படுகொலை நடந்திருக்கிறது. நான் அவரை திம்மா உடன்படிக்கையைக் கைவிட்டு ஜெபம் செய்யும்படி உற்சாகப்படுத்தி

னேன், அவர் அதைச் செய்தபோது பயத்தின் ஆவி முறிந்தது. அவர் தன் அனுதின வாழ்க்கையில் குறிப்பிடத்தக்க அளவு விடுதலையைக் கண்டார்.

படுகொலைப் பாரம்பரியத்திலிருந்து விடுதலை

ஆர்மீனிய பின்னணி உடைய ஒருவரின் முன்னோர்கள் கிரேக்கப் பெயர்களை வைத்துக் கொண்டு, சிமிர்னா வழியாக எகிப்துக்கு ஓடி, படுகொலையிலிருந்து தப்பித்திருக்கிறார்கள். அதற்கு ஒரு நூற்றாண்டிற்குப் பின்னர், இப்படி அகதியாகச் சென்றவர்களின் மகனாகிய இவர் அனுதின வாழ்க்கையில் ஒடுக்குகிற பயத்தினால் கஷ்டப்பட்டிருக்கிறார். எல்லாக் கதவுகளையும், ஜன்னல்களையும் பூட்டிவிட்டோமா இல்லையா என்பதைப் பற்றிய மிகுந்த கவலையுடன்தான் வீட்டை விட்டு வெளியே செல்வார். இருப்பினும், கடந்தகாலப் படுகொலையினால் ஏற்பட்ட அதிர்ச்சியினால் வந்த தலைமுறை தாண்டிய பயத்தைக் கைவிட்டு, விடுதலைக்காக அவர் ஜெபித்தபோது, குறிப்பிடத்தக்க ஆவிக்குரிய விடுதலையையும், சுகத்தையும் பெற்றுக்கொண்டார்.

இஸ்லாமியருக்கு செய்யும் ஊழியத்தில் அதிக பயன்தன்மை

திம்மியாக்குதல் மற்றும் திம்மா-வைக் கைவிட்ட பின்னர் இஸ்லாமியர் மத்தியில் தான் செய்து வந்த ஊழியம் எப்படி மாறியது என்பதைப் பற்றி நியூசிலாந்தைச் சேர்ந்த பெண்மணி ஒருவர் என்னுடன் பகிர்ந்து கொண்டார்:

> 1989-ல் நடந்த உங்கள் கருத்தரங்கில் நான் திம்மியாக்குதலுக்கு விரோதமான ஜெபம் செய்ததிலிருந்து தனிப்பட்ட உறவில் இருந்த அச்சுறுத்தல் மற்றும் பயத்திலிருந்து வல்லமையாக விடுவிக்கப்பட்டு, இஸ்லாமியருக்கு அதிக பயன்தன்மையுடன் சுவிசேஷம் அறிவித்து வருகிறேன்... உங்கள் கருத்தரங்கில் பங்கேற்ற மாற்றுமொருவரும் திம்மா-வைக் கைவிட்ட பின்னர் மத்திய கிழக்குப் பெண்களைச் சந்திப்பதில் அதிக பயன்தன்மையைக் கண்டு வருகிறார்.

பயத்திலிருந்து தைரியத்திற்கு: சுவிசேஷம் அறிவிக்கும் பயிற்சி

அரபு மொழி பேசும் கிறிஸ்தவர்களின் குழு ஒன்று இந்தப் புத்தகத்தில் கொடுக்கப்பட்ட ஜெபங்களைப் பயன்படுத்தி, ஐரோப்பிய நாடுகளுக்கு சுற்றுலா வந்த இஸ்லாமியருக்கு சுவிசேஷம் அறிவிக்க ஆயத்தமாகி இருக்கிறார்கள். இந்தக் கிறிஸ்தவர்கள் ஒரு சுயாதீனமான நாட்டில் இருந்தாலும், தங்கள் விசுவாசத்தைப் பகிர்ந்து கொள்வதற்குப் பயந்ததாக ஒப்புக்கொண்டார்கள். திம்மியாக்குதல் பற்றிய ஆலோசனை பயத்திலிருந்து விடுதலையாக வேண்டியதன் அவசியத்தை அவர்களுக்கு உணர்த்தியது. ஒரு தலைவர் இப்படி விளக்கினார்: “உங்கள் சார்பில் செய்யப்படும் உடன்படிக்கையினால், பயம் உங்களுக்குள் வந்து வாசம் பண்ணுகிறது.” திம்மா உடன்படிக்கையின் விபரங்களைப் பற்றிக் கலந்தாலோசித்த பின்னர், மக்கள் விடுதலையின் ஜெபத்தை ஏறெடுத்து, திம்மா உடன்படிக்கையை ஒருசேர கைவிட்டார்கள். நிகழ்ச்சியின் கடைசி நாளில், அவர்களில் ஒருவர் இந்த மதிப்பீட்டை எழுதினார்:

விளைவுகள் வியக்கத்தக்க விதத்தில் இருந்தன. இது மிக அவசியமான ஊழியப் பயிற்சித் தலைப்பாகவும், ஆழமான ஆசீர்வாதங்கள் மற்றும் உண்மையான விடுதலைக்குக் காரணமாகவும் இருந்தது என்பதை ஒருவர் விடாமல் கலந்து கொண்ட அனைவருமே வல்லமையாக வெளிப்படுத்தினார்கள். குறிப்பாக, திம்மா உடன்படிக்கையைக் கைவிட்டு, இயேசுவின் இரத்தத்தின் மூலம் அவர்களுக்கு இயேசுவுடன் இருக்கும் உடன்படிக்கையை அறிக்கையிடுவதற்கு எல்லோருக்கும் வாய்ப்புக் கிடைத்தது. ஜெபத்தினால் இயேசுவின் இரத்தத்தின் மூலம் இந்த ஒப்பந்தத்திலிருந்து விடுதலை உண்டு என்பதற்காக தேவனுக்கு ஸ்தோத்திரம்.

காப்டிய கிறிஸ்தவர் ஒருவர் இஸ்லாமியர் மத்தியில் சுவிசேஷம் அறிவிக்க விடுதலையும், வல்லமையும் பெற்றுக்கொண்டார்.

காப்டிய கிறிஸ்தவ வழக்கறிஞர் ஒருவர் இவ்வாறு தம் சாட்சியைப் பகிர்ந்து கொண்டார்:

நான் ஒரு இஸ்லாமிய தேசத்தில் என் சட்டப் படிப்பின் ஒரு பகுதியாக ஷாரியா-வை முக்கியப் பாடமாக நான்கு ஆண்டுகள் படித்தேன். ஷாரியா சட்டத்தின் கீழ் கிறிஸ்தவர்கள் அவமதிக்கப்படுவதையும், திம்மா ஒழுங்குமுறைகளையும் பற்றி விபரமாகப் படித்தேன், ஆனால் அத்தகைய போதனைகள் என் குணத்தின் மீது தனிப்பட்ட விதத்தில் ஏற்படுத்திய தாக்கத்தைப் புரிந்து கொள்வதை ஏதோ ஒன்று தடுத்தது. நான் அர்ப்பணிப்புள்ள ஒரு கிறிஸ்தவன், ஆண்டவராகிய இயேசு கிறிஸ்துவை நேசித்தேன், ஆனால் எப்போதுமே என் இஸ்லாமிய நண்பர்கள் முன்பாக அவரை என் ஆண்டவர் என்று அறிக்கையிடத் தவறினேன். அவர்களுடைய உணர்ச்சிகளைப் புண்படுத்தி விடுவோமோ என்று நினைத்ததுதான் அதற்குக் காரணம்.

திம்மியாக்குதல் பற்றிய ஒரு கருத்தரங்கில் கலந்து கொண்டபோதுதான் என்னுடைய ஆவிக்குரிய நிலை வெளிச்சத்திற்கு வந்தது, என் ஆத்துமாவில் இருந்த ஆழமான மனஉளைச்சல்கள் வெளியே வந்தன. இஸ்லாமியர் வெற்றிகொண்ட எல்லைகளான எங்கள் முன்னோர்களின் தேசங்களில் அவர்களின் ஆதிக்கத்தை நான் சந்தோஷமாக ஏற்றுக்கொண்டு, அதை ஆதரித்த பல சூழ்நிலைகள் என் நினைவுக்கு வந்தன. அப்போதுதான், பல ஆண்டுகளாக திம்மியின் அவமதிப்பை ஏற்றுக்கொண்டு அதன் கீழ் வாழ்ந்து வந்ததை உணர்ந்தேன். ஆனால், ஜெபம் செய்த அந்தத் தருணத்திலேயே கிறிஸ்துவுக்குள் மிகப்பெரிய விடுதலையைப் பெற்றுக்கொண்டேன்.

அன்றிரவு வீடு திரும்பியதும், எனக்கு நெருக்கமான ஒரு இஸ்லாமிய தோழியை அழைத்து, இயேசு கிறிஸ்து அவளை நேசிக்கிறார், அவளுக்காக அவர் சிலுவையில் மரித்திருக்கிறார் என்று சொன்னேன். அன்று முதல், இஸ்லாமியர் மத்தியில் என் ஊழியம் பயனுள்ளதாக மாறியிருக்கிறது, அவர்களில் அநேகர் கிறிஸ்துவைத் தங்கள் கர்த்தரும், இரட்சகருமாக ஏற்றுக்கொண்டு அறிக்கையிடுவதைக் காண்கிறேன்.

திம்மா உடன்படிக்கையைக் கைவிடுவதற்கான காரணங்கள்

இந்தப் அத்தியாயத்தில் வரும் அறிக்கையிடல்கள் மற்றும் ஜெபங்களை பின்வரும் பல்வேறு காரணங்களுக்காக நீங்கள் செய்ய விரும்பலாம்:

- நீங்களோ அல்லது உங்கள் முன்னோர்களோ இஸ்லாமிய ஆதிக்கத்தின் கீழ் வாழ்ந்து, திம்மா உடன்படிக்கையை ஏற்றுக் கொண்டிருக்கலாம், அல்லது ஜிஹாத் மற்றும் திம்மியாக்குதல் ஆகிய கொள்கைகளால் தாக்கமடைந்த சூழ்நிலைகளில் வாழ்ந்திருக்கலாம்.
- உங்கள் தனிப்பட்ட அல்லது குடும்ப சரித்திரத்தில், ஜிஹாத்உடன் தொடர்புடைய வன்முறை அல்லது திம்மா நிபந்தனைகளின் கீழ் ஏற்படக் கூடிய தவறான நடத்துதல்கள் போன்ற அதிர்ச்சி மிக்க சம்பவங்களால் அதிகம் பாதிக்கப்பட்டிருக்கலாம். அப்படிப்பட்ட சம்பவங்களை நீங்கள் கேள்விப்படாமல் இருந்தாலும், அவை உங்கள் குடும்ப சரித்திரத்தில் நடந்திருக்குமோ என்ற சந்தேகம் இருக்கலாம்.
- நீங்களோ அல்லது உங்கள் முன்னோர்களோ இஸ்லாமிய ஜிஹாத் மூலம் அச்சுறுத்தப்பட்டிருக்கலாம். இஸ்லாமின் கீழ் வாழ்ந்த குடும்ப சரித்திரம் உங்களுக்கு இல்லாதிருந்தாலும், அதைப் பற்றிய பயம் மற்றும் அச்சுறுத்தலிலிருந்து விடுதலை பெற விரும்பலாம்.
- நீங்களோ அல்லது உங்கள் முன்னோர்களோ இஸ்லாமியராக வாழ்ந்திருக்கலாம், அதனால் திம்மா உடன்படிக்கை மற்றும் அதன் விளைவுகளில் உங்களுக்கு இருந்த பங்கைக் கைவிட விரும்பலாம்.

இந்த ஜெபங்கள் திம்மா உடன்படிக்கையையும், அதன் எல்லா ஆவிக்குரிய விளைவுகளையும் ரத்து செய்யும் விதத்தில் வடிவமைக்கப்பட்டுள்ளன. இனி இவை உங்கள் வாழ்க்கையில் எந்த அதிகாரத்தையும் கொண்டிருக்கக் கூடாது என்பதே அதன் நோக்கம். ஒரு இஸ்லாமிய மாகாணத்தில் திம்மியாக வாழ்ந்ததால் உங்களுக்கோ அல்லது உங்கள் முன்னோர்களுக்கோ விரோதமாக சொல்லப்பட்ட எல்லா சாபங்களையும் எதிர்த்து, அவற்றை முறிக்கவும் இந்த ஜெபங்கள் உதவும். கடந்த காலத்தில் இதைப் பற்றி அறியாமல் இருந்ததற்காக மனஸ்தாபப்பட்டும், தேவனுடைய வார்த்தையின் சத்தியத்தில் நிற்க விரும்பியும் இந்த ஜெபங்களை நீங்கள் ஏறெடுக்கலாம். இவை, பின்வருவன போன்ற திம்மியாக்குதலின் எல்லா எதிர்மறையான ஆவிக்குரிய தாக்கங்களிலிருந்தும் விடுதலை கோரும் வகையில் அமைக்கப்பட்டுள்ளன:

- புண்படுதல்
- பயம்
- அச்சுறுத்தல்
- அவமானம்
- குற்ற உணர்வு
- தாழ்வு மனப்பான்மை
- சுய-வெறுப்பு மற்றும் சுய-நிராகரிப்பு
- பிறரை வெறுத்தல்
- மனஅழுத்தம்

- வஞ்சகம்

- சிறுமை

- விலகியிருத்தல் மற்றும் தனிமைப்படுத்திக் கொள்ளுதல்

- அமைதி

இப்போது திம்மா உடன்படிக்கையைக் கைவிடுவதற்கான ஜெபத்தைப் பற்றிப் பார்ப்போம். இன்று இஸ்லாமின் ஆதிக்கத்தின் கீழ் வாழும் அல்லது இஸ்லாமிய ஆட்சியின் கீழ் வாழ்ந்த முன்னோர்களைக் கொண்ட கிறிஸ்தவர்களை விடுதலையாக்கும் விதத்தில் இந்த ஜெபம் அமைக்கப்பட்டுள்ளது.

சத்திய சந்திப்பு

திம்மா-வைக் கைவிடுவதற்கான ஜெபத்தைச் செய்யும் முன் இதை நீங்கள் சென்ற அத்தியாயத்தில் செய்திருக்காவிட்டால், அத்தியாயம் 5-ல் உள்ள சத்திய சந்திப்பு வசனங்களை சத்தமாக வாசிக்கவும்.

பங்குபெறுபவர்கள் அனைவரும் எழுந்து நின்று, திம்மா-வைக் கைவிடுவதற்கான இந்த ஜெபத்தை சத்தமாக வாசிக்கவும்.

திம்மா-வைக் கைவிட்டு, அதன் வல்லமையை முறிப்பதற்கான அறிக்கையிடலும், ஜெபமும்

அறிக்கையிடல் ஜெபம்

அன்பான தேவனே, நான் பாவம் செய்து உம்மை விட்டு விலகினேன் என்பதை அறிக்கையிடுகிறேன். நான் மனந்திரும்பி, என் இரட்சகரும், ஆண்டவருமாகிய கிறிஸ்துவிடம் வருகிறேன். நான் மற்றவர்களை பலமுறை அச்சுறுத்தியதையும், பிறரைச் சிறுமைப்படுத்த அல்லது தாழ்மைப்படுத்த முயன்றதையும் தயவு செய்து மன்னியும். என் பெருமையை எனக்கு மன்னியும். பலமுறை பிறரைத் தவறாக நடத்தியதை அல்லது அவர்கள் மீது ஆதிக்கம் செலுத்தியதை மன்னியும். இயேசுவின் நாமத்தில் இவை அனைத்தையும் நான் கைவிடுகிறேன்.

தேவனே, எங்கள் கர்த்தராகிய இயேசு கிறிஸ்துவின் பிதாவே, கிறிஸ்து சிலுவை யில் சம்பாதித்த பாவமன்னிப்பு என்னும் ஈவுக்காக நான் உம்மைத் துதிக்கிறேன். நீர் என்னை ஏற்றுக் கொண்டிருக்கிறீர் என்பதை ஒப்புக்கொள்கிறேன். சிலுவை யின் மூலம் நாங்கள் உம்முடனும், ஒருவருக்கொருவரும் ஒப்புரவாக்கப்பட்டிருக்கி றோம் என்பதால் உமக்கு நன்றி. நான் உம்முடைய பிள்ளையும், தேவராஜ்யத்தின் சுதந்தரவாளியுமாக இருக்கிறேன் என்று இன்று அறிக்கை செய்கிறேன்.

அறிக்கைகளும், கைவிடல்களும்

பிதாவே, நான் இனி பயத்திற்கு அடிமையாயிராமல், உம்முடைய அன்பின் பிள்ளையாயிருக்கிறேன் என்பதை ஒப்புக்கொள்கிறேன். முஹம்மது போதித்த இஸ்லாமின் கோரிக்கைகளை நிராகரித்துக் கைவிடுகிறேன். "குரானின் அல்லாஹ்-வுக்கு" கீழ்படிந்த சகல வழிகளையும் கைவிட்டு, எங்கள் கர்த்தராகிய

இயேசு கிறிஸ்துவின் தேவனை மட்டுமே ஆராதிப்பேன் என்று அறிக்கையிடுகிறேன்.

திம்மா உடன்படிக்கை மற்றும் அதன் கோட்பாடுகளுக்குக் கீழ்ப்படிந்திருந்த என் முன்னோர்களின் பாவங்களிலிருந்து நான் மனந்திரும்பி, அவர்களுடைய பாவங்களுக்காக உம்மிடம் மன்னிப்புக் கேட்கிறேன்.

இஸ்லாமிய சமுதாயம் மற்றும் கொள்கைகளுடன் நானோ அல்லது என் முன்னோர்களோ செய்த எல்லா சரணடையும் ஒப்பந்தங்களையும் கைவிட்டு, ரத்து செய்கிறேன்.

திம்மாவையும், அதன் எல்லா நிபந்தனைகளையும் முழுமையாக நிராகரிக்கிறேன்.

ஜிஸ்யா வரி செலுத்தும் சடங்கில் என் கழுத்தில் விழுந்த அடியையும், அது குறிக்கும் அனைத்தையும் கைவிடுகிறேன். இந்தச் சடங்கு குறிக்கும் தலை துண்டித்தல் மற்றும் மரணம் ஆகிய சாபங்களைக் குறிப்பாகக் கைவிடுகிறேன்.

திம்மா உடன்படிக்கை கிறிஸ்துவின் சிலுவையில் ஆணியடிக்கப்பட்டுவிட்டது என்று அறிக்கையிடுகிறேன். திம்மா வெளியரங்கமான கோலமாகிவிட்டது, அதற்கு என் மீது எந்த வல்லமையோ அல்லது உரிமையோ இல்லை. திம்மா உடன்படிக்கையின் ஆவிக்குரிய கோட்பாடுகள் கிறிஸ்துவின் சிலுவை மூலம் வெளியரங்கமாக்கப்பட்டு, ஆயுதமற்றதாக்கப்பட்டு, தோற்கடிக்கப்பட்டு, அவமானப்படுத்தப்பட்டிருக்கிறது என்று அறிக்கையிடுகிறேன்.

இஸ்லாமிடம் எனக்கு இருக்கும் பொய்யான நன்றியுணர்வைக் கைவிடுகிறேன்.

பொய்யான குற்ற உணர்வுகளைக் கைவிடுகிறேன்.

வஞ்சகம் மற்றும் பொய்களைக் கைவிடுகிறேன்.

கிறிஸ்துவின் மீதான என் விசுவாசத்தைப் பற்றிப் பேசாமல் அமைதியாக இருக்க ஒப்புக்கொண்டதைக் கைவிடுகிறேன்.

இனி நான் அமைதியாயிராமல் பேசுவேன்.

"சத்தியம் என்னை விடுதலை ஆக்கும்".[11] என்று அறிக்கையிட்டு, கிறிஸ்து இயேசுவுக்குள் விடுதலையோடு வாழத் தீர்மானிக்கிறேன்.

இஸ்லாமின் பெயரில் எனக்கும், என் குடும்பத்திற்கும் விரோதமாக சொல்லப்பட்ட எல்லா சாபங்களையும் நிராகரித்து ரத்து செய்கிறேன். என் முன்னோர்களுக்கு விரோதமாக சொல்லப்பட்ட எல்லா சாபங்களையும் நிராகரித்து ரத்து செய்கிறேன்.

மரண சாபத்தைக் குறிப்பாக நிராகரித்து முறிக்கிறேன். மரணமே, என்மீது உனக்கு எந்த அதிகாரமும் இல்லை!

இந்தச் சாபங்களுக்கு என்மீது எந்த அதிகாரமும் இல்லை என்று அறிவிக்கிறேன்.

கிறிஸ்துவின் ஆசீர்வாதங்களை என் ஆவிக்குரிய சுதந்தரமாக உரிமைகோருகிறேன்.

---

11. யோவான் 8:32

அச்சுறுத்தலை நிராகரிக்கிறேன். கிறிஸ்து இயேசுவுக்குள் தைரியமாக இருக்கத் தீர்மானிக்கிறேன்.

வஞ்சகமாக செயல்படுவதையும், கட்டுப்படுத்துவதையும் நிராகரிக்கிறேன்.

தவறாக நடத்துவதையும், வன்முறையையும் நிராகரிக்கிறேன்.

பயத்தை நிராகரிக்கிறேன். நிராகரிக்கப்படுவதற்கான பயத்தைக் கைவிடுகிறேன். என் சொத்துக்களையும், உடைமைகளையும் இழந்துவிடுவோமோ என்ற பயத்தைக் கைவிடுகிறேன். ஏழையாகி விடுவோமோ என்ற பயத்தைக் கைவிடுகிறேன். அடிமைப்படுத்தப்படுவோமோ என்ற பயத்தைக் கைவிடுகிறேன். கற்பழிக்கப்படுவோமோ என்ற பயத்தைக் கைவிடுகிறேன். தனிமைப்படுத்தப்படுவோமோ என்ற பயத்தைக் கைவிடுகிறேன். என் குடும்பத்தை இழந்துவிடுவேனோ என்ற பயத்தைக் கைவிடுகிறேன். கொலை செய்யப்படுவேனோ அல்லது மரித்துவிடுவேனோ என்ற பயத்தைக் கைவிடுகிறேன்.

இஸ்லாமைக் குறித்த பயத்தைக் கைவிடுகிறேன்.

பொது அல்லது அரசியல் செயல்பாடுகளில் ஈடுபடுவதைக் குறித்த பயத்தைக் கைவிடுகிறேன்.

இயேசு கிறிஸ்துவே எல்லாவற்றிற்கும் ஆண்டவர் என்று அறிவிக்கிறேன்.

இயேசுவே என் வாழ்க்கையின் எல்லாப் பகுதிகளுக்கும் ஆண்டவர் என்று ஏற்றுக்கொண்டு, அவருக்கு அடிபணிகிறேன். இயேசு கிறிஸ்துவே என் நகரத்தின் ஆண்டவர். இயேசு கிறிஸ்துவே என் தேசத்தின் ஆண்டவர். இயேசு கிறிஸ்துவே இந்த தேசத்தில் இருக்கும் எல்லா மக்களின் ஆண்டவர். இயேசு கிறிஸ்துவே என் ஆண்டவர், அவருக்கு என்னை ஒப்புவிக்கிறேன்.

தாழ்மைப்படுத்தப்படுவதைக் கைவிடுகிறேன். கிறிஸ்து என்னை ஏற்றுக்கொண்டார் என்பதை அறிக்கையிடுகிறேன். அவரை மட்டுமே நான் சேவிப்பேன்.

அவமானத்தைக் கைவிடுகிறேன். சிலுவையின் மூலம் நான் எல்லாப் பாவங்களிலிருந்தும் சுத்திகரிக்கப்பட்டிருக்கிறேன் என்று அறிவிக்கிறேன். அவமானத்திற்கு என்மீது எந்த உரிமையும் இல்லை, நான் மகிமையில் கிறிஸ்துவோடு ஆளுவேன்.

ஆண்டவரே, இஸ்லாமியரை வெறுத்ததற்காக என்னையும், என் முன்னோர்களையும் மன்னியும். இஸ்லாமியர் மீதும், மற்றுமுள்ள எல்லோர் மீதும் கொண்ட பகையைக் கைவிட்டு, இஸ்லாமியர் மீதும், இந்த உலகத்தில் உள்ள எல்லோர் மீதும் கிறிஸ்துவின் அன்பைக் கூறுகிறேன்.

சபை மற்றும் சபைத்தலைவர்களின் தவறான அடிபணிதல்களின் பாவங்களிலிருந்து மனந்திரும்புகிறேன்.

தனிமைப்படுத்தப்படலைக் கைவிடுகிறேன். கிறிஸ்துவின் மூலம் நான் மன்னிக்கப்பட்டு, தேவனால் ஏற்றுக்கொள்ளப்பட்டிருக்கிறேன் என்று அறிவிக்கிறேன். நான் தேவனோடு ஒப்புரவாகியிருக்கிறேன். வானத்தில் அல்லது

பூமியில் உள்ள எந்த வல்லமையும் தேவனுடைய சிங்காசனத்திற்கு முன்பாக என்மீது எந்தக் குற்றத்தையும் சாட்ட முடியாது.

நம்முடைய பிதாவாகிய தேவனுக்கும், என் ஒரே இரட்சகரான கிறிஸ்துவுக்கும், எனக்கு ஜீவன் தரும் ஒரே பரிசுத்த ஆவியானவருக்கும் என் துதியையும், நன்றியையும் செலுத்துகிறேன்.

ஆண்டவராகிய இயேசு கிறிஸ்துவுக்கு ஜீவனுள்ள சாட்சியாக வாழ என்னை அர்ப்பணிக்கிறேன். அவருடைய சிலுவையைக் குறித்து நான் வெட்கப்படமாட்டேன். அவருடைய உயிர்த்தெழுதலைக் குறித்து நான் வெட்கப்படமாட்டேன்.

நான் ஆபிரகாம், ஈசாக்கு, யாக்கோபின் தேவனாகிய ஜீவனுள்ள தேவனுடைய பிள்ளை என்று அறிவிக்கிறேன்.

தேவனுடைய மற்றும் அவருடைய மேசியாவின் வெற்றியை அறிவிக்கிறேன். பிதாவாகிய தேவனுடைய மகிமைக்காக எல்லா நாவும் இயேசுவே கிறிஸ்து என்று அறிக்கையிடும், எல்லா முழங்கால்களும் அவருக்கு முன் முடங்கும் என்று அறிவிக்கிறேன்.

திம்மியாக்குதல் அமைப்பில் நான் பங்கேற்கக் காரணமான இஸ்லாமியரை மன்னிக்கிறேன் என்று அறிவிக்கிறேன்.

பிதாவாகிய தேவனே, திம்மாவிலிருந்தும், திம்மியாக்குதல் ஆவியிலிருந்தும், திம்மா உடன்படிக்கையுடன் இணைந்துள்ள எல்லா அவபக்தியான கொள்கையிலிருந்தும் என்னை விடுவியும்.

இப்போது உம்முடைய பரிசுத்த ஆவியினால் என்னை நிரப்பி, இயேசு கிறிஸ்துவின் ராஜ்யத்தின் எல்லா ஆசீர்வாதங்களையும் என்மீது பொழிந்தருளும். உம்முடைய வார்த்தையின் சத்தியத்தைத் தெளிவாக அறிந்து கொண்டு, அதை என் வாழ்க்கையின் எல்லா அம்சங்களிலும் கைக்கொள்ள கிருபை தாரும். நீர் வாக்குப்பண்ணியபடி, நம்பிக்கை மற்றும் ஜீவனின் வார்த்தைகளை எனக்குத் தாரும். இயேசுவின் நாமத்தில் அந்த வார்த்தைகளை பிறரிடம் அதிகாரத்துடனும், வல்லமையுடனும் பேச என் உதடுகளை ஆசீர்வதியும். கிறிஸ்துவுக்கு உண்மையான சாட்சியாக இருப்பதற்கான தைரியத்தை எனக்குத் தாரும். இஸ்லாமியரை அதிகமாக நேசிக்க அருள் செய்து, அவர்களுடன் கிறிஸ்துவின் அன்பைப் பகிர்ந்து கொள்ளும் வஞ்சையைத் தாரும்.

இவை அனைத்தையும் என் ஆண்டவரும், இரட்சகருமாகிய இயேசு கிறிஸ்துவின் நாமத்தில் அறிக்கையிட்டு, வேண்டிக் கொள்கிறேன்.

ஆமென்.

7

பொய் சொல்லுதல், பொய்யான உயர்வுநிலை, மற்றும் சாபமிடுதல்

"மரணமும் ஜீவனும் நாவின் அதிகாரத்திலிருக்கும்; அதில் பிரியப்படுகிறவர்கள் அதின் கனியைப் புசிப்பார்கள்."

நீதிமொழிகள் 18:21

பொய் சொல்வதிலிருந்து விடுதலை

இந்தப் பகுதிகளில், பொய்யைப் பற்றிய இஸ்லாமிய போதனைகளைக் கருத்தில் கொண்டு, பொய்களை நிராகரிக்கத் தீர்மானிப்போம்.

உண்மை விலையேறப்பெற்றது

இஸ்லாமிய ஜிஹாத்-க்கு விரோதமாகப் பேசியதற்காக பொய்க் குற்றஞ்சாட்டப் பட்டு சிறையில் அடைக்கப்பட்ட டாமனிக் என்னும் போதகர் உண்மையைப் பற்றி இவ்வாறு கூறினார்:

> ... உண்மை கடினமானது மற்றும் அதிக விலைபெறுவது என்றாலும், உண்மை பேசுவதைத் தவிர நமக்கு வேறு வழியில்லை. அதற்கு ஆகும் மிகுந்த விலையை செலுத்தித்தான் ஆக வேண்டும். அதற்கு மாறாக நாம் செய்யக் கூடியது உண்மையை மூட்டைக் கட்டி அனுப்பி விடுவது மட்டுமே. உண்மையை நேசிப்பவர் இரும்பு மனம் கொண்டவர் போல கூடுதலாகப் போராட வேண்டும். அதேசமயம் அவர் உண்மையான இருதயத்துடனும், (கண்ணாடி போன்ற) வெளிப்படைத்தன்மையுடனும் இருப்பது அவசியம். இரும்பு மனம் உறுதியானது; அது உண்மைக்கான அர்ப்பணிப்பில் மாறாமல் உறுதியாக இருக்கும்... கண்ணாடி இருதயம் என்பது எவ்வித மறைவான ஆர்வங்களோ அல்லது தனிப்பட்ட திட்டங்களோ இல்லாமல் சுத்தமாக இருக்கும். உண்மையை நேசிப்பவரும் கண்ணாடியைப் போல மென்மையானவராக இருக்கிறார், இந்த உலகத்தில் உள்ள அநீதி மற்றும் பொய்களைப் பார்த்து எளிதில் மனம் உடைந்து போகிறவராக இருப்பார்.

> இப்படி நொறுங்குண்ட இருதயத்துடன் இருப்பது பலவீனத்தின் அடையாளம் அல்ல, மாறாக அது பலம் மற்றும் வல்லமையின் அடையாளமாக இருக்கிறது. அப்படிப்பட்டவர் உறுதியான மனமும், தம்மைச் சுற்றியிருக்கும் உண்மையின்மை மற்றும் பொய்களின் மத்தியில் சரியாகப் பேசும் வாயும் கொண்டிருப்பார். அவருடைய இருதயம் அமைதியாக இருக்கவே முடியாது. அது எப்போதும் அநீதிக்கு எதிராகப் போராடிக் கொண்டே இருக்கும்.

நாம் தேவனோடு உறவு கொள்வதற்கான அடிப்படைக் காரியம் தேவன் உண்மையாயிருக்கிறார் என்னும் உண்மையாகும். தேவன் தொடர்புகொள்கிறவர்: அவர் மனுக்குலத்துடனான உறவில் தம்மை இணைத்துக் கொள்கிறார்.

ஷாரியா கலாச்சாரம்

குரான் மற்றும் இஸ்லாமின் போதனைகளைப் பொறுத்தவரை, குறிப்பிட்ட சில சூழ்நிலைகளில் பொய் சொல்வது அனுமதிக்கப்படுகிறது. பொய் எப்படி அனுமதிக்கப்படுகிறது மற்றும் அது சிலசமயம் இஸ்லாமில் கடமையாக இருக்கிறது என்பதைப் பற்றி அத்தியாயம் 3-ல் பார்த்தோம்.

குரானில், அல்லாஹ்-வும் ஜனங்களை வழிவிலகச் செய்து வஞ்சித்தார் என்று சொல்லப்பட்டிருக்கிறது:

> அல்லாஹ் தான் நாடியோரை வழிதவறச் செய்கின்றான், தான் நாடியோருக்கு நேர்வழியையும் காண்பிக்கின்றான்; அவன் மிகைத்தவனாகவும் ஞானமுடையவனாகவும் இருக்கின்றான். (Q14:4)

ஷாரியா சட்டம் அங்கீகரிக்கும் பொய்களின் வகைகள் பின்வருமாறு:

- யுத்தத்தில் பொய் சொல்லுதல்
- கணவன்மார்கள் தங்கள் மனைவிகளிடம் பொய் சொல்லுதல்
- ஒருவர் தன்னைக் காத்துக்கொள்ள பொய் சொல்லுதல்
- உம்மா-வைக் காக்கப் பொய் சொல்லுதல்
- இஸ்லாமியர் தாங்கள் ஆபத்தில் இருப்பதாக நினைக்கும்போது தங்களைக் காத்துக் கொள்ள பொய் சொல்லுதல் (டாக்கியா): இதன்படி, இஸ்லாமியர்கள் தங்கள் விசுவாசத்தை மறுதலிக்கவும் அனுமதியுண்டு (Q16:106).

இந்த மதரீதியான மதிப்புகள் இஸ்லாமிய கலாச்சாரத்தை ஆழமான விதங்களில் பாதித்துள்ளன.

சத்திய சந்திப்பு

இஸ்லாமைப் போல கிறிஸ்தவர்கள் தங்கள் விசுவாசத்தை மறுதலிக்க அனுமதிக்கப்படுவதில்லை:

மனுஷர் முன்பாக என்னை அறிக்கை பண்ணுகிறவன் எவனோ, அவனை நானும் பரலோகத்திலிருக்கிற என் பிதாவின் முன்பாக அறிக்கைப் பண்ணுவேன். மனுஷர் முன்பாக என்னை மறுதலிக்கிறவன் எவனோ, அவனை நானும் பரலோகத்திலிருக்கிற என் பிதாவின் முன்பாக மறுதலிப்பேன். (மத்தேயு 10:32-33)

இயேசு, "உள்ளதை உள்ளதென்றும், இல்லதை இல்லதென்றும் சொல்லுங்கள்" என்றார் (மத்தேயு 5:37)

ஆதியாகமம் 17-ம் அதிகாரத்தின்படி, தேவன் ஆபிரகாமுடன் ஏற்படுத்தியது என்ன?

உனக்கும் உனக்குப் பின்வரும் உன் சந்ததிக்கும் நான் தேவனாயிருக்கும்படி எனக்கும் உனக்கும், உனக்குப்பின் தலைமுறை தலைமுறையாக வரும் உன் சந்ததிக்கும் நடுவே, என் உடன்படிக்கையை நித்திய உடன்படிக்கையாக ஸ்தாபிப்பேன். நீ பரதேசியாய்த் தங்கிவருகிற கானான் தேசமுழுவதையும், உனக்கும் உனக்குப் பின்வரும் உன் சந்ததிக்கும் நித்திய சுதந்தரமாகக் கொடுத்து, நான் அவர்களுக்குத் தேவனாயிருப்பேன் என்றார். (ஆதியாகமம் 15:7-8)

சங்கீதம் 89-ன்படி, தேவன் தாவீதோடு ஏற்படுத்தியது என்ன?

என்னால் தெரிந்துகொள்ளப்பட்டவனோடே உடன்படிக்கைபண்ணி, என் தாசனாகிய தாவீதை நோக்கி: என்றென்றைக்கும் உன் சந்ததியை நிலைப்படுத்தி, தலைமுறை தலைமுறையாக உன் சிங்காசனத்தை ஸ்தாபிப்பேன் என்று ஆணையிட்டேன் என்றீர். (சங்கீதம் 89:3-4)

தேவன் தம்முடைய ஜனங்களுடன் உடன்படிக்கைகளை ஏற்படுத்துகிறார் என்பதை நீங்கள் இப்போது வாசித்த இந்த இரு வேதப்பகுதிகளிலிருந்தும் அறியலாம்.

அடுத்து வரும் வேதப்பகுதிகளில், நீங்கள் அறிந்து கொள்ளும் தேவனுடைய இரு உறவின் முறை பண்புகள் யாவை?

பொய் சொல்ல தேவன் ஒரு மனிதன் அல்ல; மனம்மாற அவர் ஒரு மனுபுத்திரனும் அல்ல; அவர் சொல்லியும் செய்யாதிருப்பாரா? அவர் வசனித்தும் நிறைவேற்றாதிருப்பாரா? (எண்ணாகமம் 23:19)

கர்த்தரைத் துதியுங்கள்; அவர் நல்லவர், அவர் கிருபை என்றுமுள்ளது. (சங்கீதம் 136:1)

சுவிசேஷத்தைக்குறித்து அவர்கள் உங்கள்நிமித்தம் பகைஞராயிருக்கிறார்கள்; தெரிந்துகொள்ளுதலைக்குறித்து அவர்கள் பிதாக்களினிமித்தம் அன்புகூரப்பட்டவர் களாயிருக்கிறார்கள். தேவனுடைய கிருபைவரங்களும், அவர்களை அழைத்த அழைப்பும் மாறாதவைகளே. (ரோமர் 11:28-29)

பொய்யுரையாத தேவன் ஆதிகாலமுதல் நித்திய ஜீவனைக்குறித்து வாக்குத்தத்தம்பண்ணி, அதைக்குறித்த நம்பிக்கையைப்பற்றி தேவபக்திக்கேதுவான சத்தியத்தை அறிகிற அறிவும் விசுவாசமும் தேவனால் தெரிந்துகொள்ளப்பட்டவர்களுக்கு உண்டாகும்படி... (தீத்து 1:3)

113

அந்தப்படி, தேவனும் வாக்குத்தத்தம் பண்ணப்பட்டவைகளைச் சுதந்தரித்துக் கொள்ளுகிறவர்களுக்குத் தமது ஆலோசனையின் மாறாத நிச்சயத்தைப் பரிபூரணமாய்க் காண்பிக்கும்படி சித்தமுள்ளவராய், ஓர் ஆணையினாலே அதை ஸ்திரப்படுத்தினார். நமக்கு முன் வைக்கப்பட்ட நம்பிக்கையைப் பற்றிக்கொள் ளும்படி அடைக்கலமாய் ஓடிவந்த நமக்கு இரண்டு மாறாத விசேஷங்களினால் நிறைந்த ஆறுதலுண்டாகும்படிக்கு எவ்வளவேனும் பொய்யுரையாத தேவன் அப்படிச் செய்தார். அந்த நம்பிக்கை நமக்கு நிலையும் உறுதியும் திரைக்குள்ளாகப் போகிறதுமான ஆத்தும நங்கூரமாயிருக்கிறது. (எபிரெயர் 6:17-19)

நாங்கள் உங்களுக்குச் சொன்னவார்த்தை ஆம் அல்ல என்று இருக்கவில்லை; ... தேவகுமாரனாகிய இயேசுகிறிஸ்துவும் ஆம் என்றும் அல்ல என்றும் இராமல், ஆம் என்றே இருக்கிறார். (2 கொரிந்தியர் 1:18-19)

தேவன் தம்முடைய உறவுகளில் மாறாதவராகவும், உண்மையுள்ளவராகவும் இருக்கிறார். அவர் எப்போதும் தம் வாக்கைக் காப்பாற்றுகிறார்.

லேவியராகமத்தின்படி, தேவன் மனிதர்களிடம் எதிர்பார்ப்பது என்ன?

பின்னும் கர்த்தர் மோசேயை நோக்கி: நீ இஸ்ரவேல் புத்திரரின் சபை அனைத்தோடும் சொல்லவேண்டியது என்னவென்றால்: உங்கள் தேவனும் கர்த்தருமாகிய நான் பரிசுத்தர், ஆகையால் நீங்களும் பரிசுத்தராயிருங்கள். (லேவியராகமம் 19:1-2)

வேதாகமம் கூறும் மெய்யான தேவன் நாமும் தம்மைப் போல பரிசுத்தமாக இருக்க வேண்டுமென்று விரும்புகிறார்.

அடுத்த மூன்று வசனங்களின்படி, நம்முடைய வாழ்க்கையில் தேவனுடைய பரிசுத்தத்தை வெளிப்படுத்துவது எப்படி?

உம்முடைய கிருபை என் கண்களுக்கு முன்பாக இருக்கிறது; உம்முடைய சத்தியத்திலே நடந்துகொள்ளுகிறேன். [12] (சங்கீதம் 26:3)

உமது கையில் என் ஆவியை ஒப்புவிக்கிறேன்; சத்தியபரனாகிய கர்த்தாவே, நீர் என்னை மீட்டுக்கொண்டீர். (சங்கீதம் 31:5)

கர்த்தாவே நீர் உம்முடைய இரக்கங்களை எனக்குக் கிடையாமற் போகப்பண்ணாதேயும்; உமது கிருபையும் உமது உண்மையும் எப்பொழுதும் என்னைக் காக்கக்கடவது. (சங்கீதம் 40:11)

தேவன் தம்முடைய வார்த்தையில் உண்மையுள்ளவராக இருப்பதால், நாமும் உண்மை யுள்ளவர்களாக, சத்தியத்தில் நடந்து, தேவனுடைய பரிசுத்தத்தை வெளிப்படுத்த முடியும். சாத்தான் நம் இருதயங்களில் பொய்யை வைக்க விரும்பினாலும், தேவனுடைய சத்தியம் நம்மைக் காக்கும்.

தாவீதின் இந்த சங்கீதத்தின்படி, சத்தியம் நமக்குச் செய்வது என்ன?

---

12. இங்கு 'சத்தியம்' என்று மொழிபெயர்க்கப்பட்ட வார்த்தைக்கு 'உண்மைத்தன்மை' என்ற அர்த்தமும் உண்டு.

> இதோ, நான் துர்க்குணத்தில் உருவானேன்; என் தாய் என்னைப் பாவத்தில் கர்ப்பந்தரித்தாள்.
>
> இதோ, உள்ளத்தில் உண்மையிருக்க விரும்புகிறீர்; அந்தக்கரணத்தில் ஞானத்தை எனக்குத் தெரியப்படுத்துவீர்.
>
> நீர் என்னை ஈசோப்பினால் சுத்திகரியும், அப்பொழுது நான் சுத்தமாவேன்; என்னைக் கழுவியருளும், அப்பொழுது நான் உறைந்த மழையிலும் வெண்மையாவேன். (சங்கீதம் 51:5-7)

சத்தியம் நம்மைச் சுத்திகரிக்கும் என்று இந்த சங்கீதம் கூறுகிறது.

இந்த வசனத்தின்படி, இயேசுவின் வாழ்க்கையை நிரப்பி இருந்தது எது?

> ... கிருபையினாலும் சத்தியத்தினாலும் நிறைந்தவராய், ... அவருடைய மகிமையைக் கண்டோம்; அது பிதாவுக்கு ஒரே பேறானவருடைய மகிமைக்கு ஏற்ற மகிமையாகவே இருந்தது. (யோவான் 1:14)

இயேசு சத்தியத்தினால் நிறைந்திருந்தார்.

நாம் எதில் வாழும்படி அழைக்கப்படுகிறோம்?

> சத்தியத்தின்படி செய்கிறவனோ தன் கிரியைகள் தேவனுக்குள்ளாய்ச் செய்யப்படுகிறதென்று வெளியாகும்படிக்கு, ஒளியினிடத்தில் வருகிறான் என்றார். (யோவான் 3:21)

நாம் சத்தியத்தில் வாழும்படி அழைக்கப்படுகிறோம்.

அடுத்த இரண்டு வசனங்களின்படி, எதன் மூலமாக மட்டும் நாம் தேவனை அறிய முடியும்?

> தேவன் ஆவியாயிருக்கிறார், அவரைத் தொழுதுகொள்ளுகிறவர்கள் ஆவியோடும் உண்மையோடும் அவரைத் தொழுதுகொள்ளவேண்டும் என்றார். (யோவான் 4:24)
>
> அதற்கு இயேசு: நானே வழியும் சத்தியமும் ஜீவனுமாயிருக்கிறேன்; என்னாலேயல்லாமல் ஒருவனும் பிதாவினிடத்தில் வரான். (யோவான் 14:6)

நாம் சத்தியத்தின் மூலமாக மட்டுமே தேவனிடம் வர முடியும் என்று இயேசு சொல்கிறார். (சுவிசேஷப் புத்தகங்களில், இயேசு, "மெய்யாகவே உங்களுக்குச் சொல்லுகிறேன்" என்று 78 முறை சொல்கிறார்.)

பவுல் எழுதும் இந்த வேதப்பகுதியின்படி, கிறிஸ்துவைப் பின்பற்றுவதுடன் ஒத்து வராதது எது?

> எங்களுக்குத் தெரிந்திருக்கிறபடி, நியாயப்பிரமாணம் நீதிமானுக்கு விதிக்கப்படாமல், அக்கிரமக்காரருக்கும், அடங்காதவர்களுக்கும், பக்தியில்லாதவர்களுக்கும், பாவிகளுக்கும், அசுத்தருக்கும், சீர்கெட்டவர்களுக்கும், தாய்தகப்பன்மாரை அடிக்கிறவர்களுக்கும், கொலைபாதகருக்கும், வேசிக்கள்ளருக்கும், ஆண்புணர்ச்சிக்காரருக்கும், மனுஷரைத் திருடுகிறவர்களுக்கும், பொய்யருக்கும்,

பொய்யாணை இடுகிறவர்களுக்கும், நித்தியானந்த தேவனுடைய மகிமையான சுவிசேஷத்தின்படி எனக்கு ஒப்புவிக்கப்பட்டிருக்கிற ஆரோக்கியமான உபதேசத்திற்கு எதிரிடையாயிருக்கிற மற்றெந்தச் செய்கைக்கும் விரோதமாய் விதிக்கப்பட்டிருக்கிறது. (1 தீமோத்தேயு 1:9-11)

பொய் சொல்லுதல் கிறிஸ்துவைப் பின்பற்றுவதுடன் ஒத்துப் போகாது என்று பவுல் கூறுகிறார்.

பங்கேற்பவர்கள் அனைவரும் எழுந்து நின்று, வஞ்சகத்தைக் கைவிடுவதற்கான இந்த ஜெபத்தை சத்தமாக வாசிக்க வேண்டும்.

வஞ்சகத்தைக் கைவிடுவதற்கான அறிக்கையிடலும், ஜெபமும்

பிதாவே, நீர் சத்தியத்தின் தேவனாக இருக்கிறீர் மற்றும் இருளான இரவில் உம் வெளிச்சத்தைப் பிரகாசிக்கப் பண்ணுகிறீர் என்பதால் உமக்கு நன்றி. இனி இருளில் வாழாமல் உம்முடைய வெளிச்சத்தில் வாழ இன்று நான் தீர்மானிக்கிறேன்.

நான் பேசிய எல்லாப் பொய்களையும் தயவுசெய்து எனக்கு மன்னியும். சரியான பாதைக்குப் பதிலாக சவுகரியமான மற்றும் எளிதான பாதையையே பெரும்பாலும் தெரிந்தெடுத்திருக்கிறேன். ஆண்டவரே, எல்லா அவபக்தியிலிருந்தும் என் உதடுகளைக் கழுவிச் சுத்திகரிக்குமாறு வேண்டிக் கொள்கிறேன். சத்தியத்தைக் கேட்க விருப்பப்படும் இருதயத்தையும், சத்தியத்தைப் பிறருக்குத் தெரிவிக்க ஆயத்தமாயிருக்கும் வாயையும் எனக்குத் தாரும்.

சத்தியத்தில் ஆறுதல் பெற்றுக்கொள்ளவும், பொய்களை நிராகரிக்கவும் எனக்கு தைரியம் தாரும்.

என் அனுதின வாழ்க்கையில் பொய் சொல்வதை இன்று நான் நிராகரிக்கிறேன்.

தாக்கியா உட்பட, பொய் சொல்லுவதை நியாயப்படுத்தும் இஸ்லாமின் எல்லாப் போதனைகளையும் நிராகரிக்கிறேன். எல்லாப் பொய்கள் மற்றும் வஞ்சகத்திலிருந்து மனந்திரும்பத் தீர்மானிக்கிறேன். சத்தியத்தில் வாழத் தீர்மானிக்கிறேன்.

இயேசு கிறிஸ்துவே வழியும், சத்தியமும், ஜீவனுமாக இருக்கிறார் என்று அறிவிக்கிறேன். அவருடைய சத்தியத்தின் பாதுகாப்பின் கீழ் வாழத் தீர்மானிக்கிறேன்.

என்னுடைய பாதுகாப்பு உமக்குள் இருக்கிறது என்று அறிக்கையிடுகிறேன், சத்தியம் என்னை விடுதலையாக்கும்.

பரம பிதாவே, உம்முடைய சத்தியத்தின் வெளிச்சத்தில் நடக்க எனக்குக் கற்றுத்தாரும்.

உம்முடைய சத்தியத்தின்படியான வார்த்தைகளைப் பேசவும், வழியில் நடக்கவும் அருள் செய்யும்.

ஆமென்.

பொய்யான உயர்வுநிலையிலிருந்து விடுதலை

இந்தப் பகுதியில், ஒருசிலர் மற்றவர்களை விட மேலானவர்கள் என்னும் இஸ்லாமிய போதனையைப் பற்றிப் பார்த்து, இதனை வேதாகமப் போதனையுடன் ஒப்பிடவிருக்கிறோம். பின்னர், பொய்யான உயர்வு மனப்பான்மைகளை நிராகரிக்கத் தீர்மானிப்போம்.

உயர்வுநிலைக்கான இஸ்லாமின் உரிமைகோரல்

இஸ்லாமில் யார் 'மிக உயர்ந்தவர்' என்னும் உயர்வுநிலை பெரிதும் வலியுறுத்தப்படுகிறது. இஸ்லாமியர்கள் கிறிஸ்தவர்களையும், யூதர்களையும் விடச் சிறந்தவர்கள் என்று குரான் கூறுகிறது:

> மனிதர்களுக்காக தோற்றுவிக்கப்பட்ட (சமுதாயத்தில்) சிறந்த சமுதாயமாக நீங்கள் இருக்கிறீர்கள்; (ஏனெனில்) நீங்கள் நல்லதைச் செய்ய ஏவுகிறீர்கள்; தீயதை விட்டும் விலக்குகிறீர்கள்; இன்னும் அல்லாஹ்வின்மேல் (திடமாக) நம்பிக்கை கொள்கிறீர்கள்; வேதத்தையுடையோரும் (உங்களைப் போன்றே) நம்பிக்கை கொண்டிருப்பின், (அது) அவர்களுக்கு நன்மையாகும் - அவர்களில் (சிலர்) நம்பிக்கை கொண்டோராயும் இருக்கின்றனர்; எனினும் அவர்களில் பலர் (இறை கட்டளையை மீறும்) பாவிகளாகவே இருக்கின்றனர். (Q3:110)

மற்றும் இஸ்லாம் மற்ற மதங்களை ஆளுகிறதாக இருக்க வேண்டும்:

> தன் தூதரை நேரான வழியைக் கொண்டும், சத்திய மார்க்கத்தைக் கொண்டும், அனுப்பியருளினான்; சகல மார்க்கங்களையும் விட அதை மேலோங்கச் செய்வதற்காக (இதற்கு) அல்லாஹ் சாட்சியாக இருப்பதே போதுமானது. (Q48:28)

தாழ்வாக மதிக்கப்படுவது இஸ்லாமில் அவமானமாகக் கருதப்படுகிறது. உயர்வுநிலையை வலியுறுத்தும் முஹம்மதுவின் ஹாதித்-கள் அநேகம் உண்டு. உதாரணமாக, இந்த உலகத்தில் வாழ்ந்தவர்களிலேயே தாம்தான் மிக உயர்ந்தவன் என்று முஹம்மது அறிவித்ததாக அல்-திமிர்தி என்பவரின் ஹாதித் சொல்கிறது:

> நியாயத்தீர்ப்பின் நாளில் ஆதாமின் பிள்ளைகளில் நான் சிறந்தவனாக இருப்பேன், நான் பெருமைக்குச் சொல்லவில்லை. புகழின் கொடி என் கையில் இருக்கும், நான் பெருமைக்குச் சொல்லவில்லை. பூமி தன்னைத் திறந்து கொடுக்கும் முதல் மனிதன் [அதாவது, முதலில் உயிர்த்தெழுபவன்] நானாகத்தான் இருப்பேன், நான் பெருமைக்குச் சொல்லவில்லை.

இஸ்லாமிய மதம் அரபுக் கலாச்சாரத்தில் ஆழமான தாக்கத்தை ஏற்படுத்தி, ஆயிரம் ஆண்டுகளுக்கு மேலாக அதை உருவாக்கி வருகிறது. அரபுக் கலாச்சாரங்களில், கனம் மற்றும் அவமானம் பற்றிய கருத்துக்கள் மிக முக்கியமானவை என்பதால் மக்கள் தாழ்வாக இருப்பதை வெறுக்கிறார்கள். சர்ச்சையில் இருக்கும் இருவர் ஒருவரை ஒருவர் தாழ்த்தினாலும், அவர்களுக்குக் குற்றம் செய்த உணர்வே இருக்காது.

ஒருவர் இஸ்லாமை விட்டு விலகி கிறிஸ்துவைப் பின்பற்றத் தீர்மானிக்கும்போது, அவர் உயர்வுநிலையில் இருக்க வேண்டும் என்ற உணர்வுபூர்வமான உலகக் கண்ணோட்டத்தையும், அதைக் கொண்டு திருப்தியடைவதையும், அவமானம் பற்றிய பயத்தையும் கைவிட வேண்டும்.

சத்திய சந்திப்பு

ஏதேன் தோட்டத்தில், சர்ப்பம் ஏவாளிடம் "தேவனைப் போலாவாய்" என்று சொல்லி அவளை வஞ்சித்தது; அதன்படி ஏவாளும் சர்ப்பம் விரும்பியதைச் செய்தாள். அது

ஆதாமும், ஏவாளும் வீழ்ந்து போகக் காரணமாயிற்று. உயர்வுநிலை அடைய விரும்புவதைப் பற்றி இந்த வேதப்பகுதியிலிருந்து நாம் கற்றுக்கொள்வது என்ன?

ஸ்திரீ சர்ப்பத்தைப் பார்த்து: நாங்கள் தோட்டத்திலுள்ள விருட்சங்களின் கனிகளைப் புசிக்கலாம்; ஆனாலும், தோட்டத்தின் நடுவில் இருக்கிற விருட்சத்தின் கனியைக் குறித்து, தேவன்: நீங்கள் சாகாதபடிக்கு அதைப் புசிக்கவும் அதைத் தொடவும் வேண்டாம் என்று சொன்னார் என்றாள்.

அப்பொழுது சர்ப்பம் ஸ்திரீயை நோக்கி: நீங்கள் சாகவே சாவதில்லை; நீங்கள் இதைப் புசிக்கும் நாளிலே உங்கள் கண்கள் திறக்கப்படும் என்றும், நீங்கள் நன்மை தீமை அறிந்து தேவர்களைப்போல் இருப்பீர்கள் என்றும் தேவன் அறிவார் என்றது. (ஆதியாகமம் 3:2-5)

உயர்வுநிலையை அடைய வேண்டும் என்பது மனிதர்களுக்கு ஒரு கண்ணியைப் போல இருக்கிறது: பிறரை விட மேலான நிலையில் இருக்க வேண்டும் என்று விரும்புபவர்கள் மூலம் இந்த உலகத்தில் ஏராளமான பிரச்சனைகளும், வேதனைகளும் உண்டாகின்றன.

தங்களில் யார் பெரியவனாக இருந்தார்கள் அல்லது இருப்பார்கள் என்னும் கேள்வி இயேசுவின் சீஷர்கள் மத்தியில் அடிக்கடி எழுந்தது. இயேசுவின் ராஜ்யத்தில் யாருக்கு கனத்துக்குரிய ஸ்தானம் கிடைக்கும் என்று யோவானும், யாக்கோபும் அறிய விரும்பினார்கள். யோவானையும், யாக்கோபையும் போல, உலகெங்கும் உள்ளவர்கள் கனத்துக்குரிய பதவிகளையும், பொறுப்புகளையும் நாடுகிறார்கள். இதைப் பற்றி இயேசு சொல்வதென்ன?

அப்பொழுது செபெதேயுவின் குமாரராகிய யாக்கோபும் யோவானும் அவரிடத்தில் வந்து: போதகரே, நாங்கள் கேட்டுக் கொள்ளப்போகிறதை நீர் எங்களுக்குச் செய்யவேண்டுமென்று விரும்புகிறோம் என்றார்கள்.

அவர் அவர்களை நோக்கி: நான் உங்களுக்கு என்னசெய்யவேண்டுமென்று விரும்புகிறீர்கள் என்று கேட்டார்.

அதற்கு அவர்கள்: உமது மகிமையிலே, எங்களில் ஒருவன் உமது வலது பாரிசத்திலும், ஒருவன் உமது இடதுபாரிசத்திலும் உட்கார்ந்திருக்கும்படி அருள் செய்யவேண்டும் என்றார்கள். ...

மற்றப் பத்துப்பேரும் அதைக்கேட்டு, யாக்கோபின் மேலும் யோவானின் மேலும் எரிச்சலானார்கள். அப்பொழுது, இயேசு அவர்களைக் கிட்டவரச்செய்து: புறஜாதியாருக்கு.[13] அதிகாரிகளாக எண்ணப்பட்டவர்கள் அவர்களை இறுமாப்பாய் ஆளுகிறார்கள் என்றும், அவர்களில் பெரியவர்கள் அவர்கள் மேல் கடினமாய் அதிகாரம் செலுத்துகிறார்கள் என்றும், நீங்கள் அறிந்திருக்கிறீர்கள். உங்களுக்குள்ளே அப்படி இருக்கலாகாது; உங்களில் எவனாகிலும் பெரியவனாயிருக்க விரும்பினால், அவன் உங்களுக்குப் பணிவிடைக்காரனா யிருக்கக்கடவன். உங்களில் எவனாகிலும் முதன்மையானவனாயிருக்க விரும்பினால், அவன் எல்லாருக்கும் ஊழியக்காரனாயிருக்கக்கடவன். அப்படியே,

_____

13. இயேசு இங்கு எல்லா தேசத்தை சேர்ந்தவர்களையும் புறஜாதியார் என்று குறிப்பிடுகிறார்: தான் முக்கியமாகக் கருதப்பட வேண்டும் என்பது உலகளாவிய மனித சுபாவமாக உள்ளது.

மனுஷகுமாரனும் ஊழியங்கொள்ளும்படி வராமல், ஊழியஞ்செய்யவும்,
அநேகரை மீட்கும்பொருளாகத் தம்முடைய ஜீவனைக்கொடுக்கவும் வந்தார்
என்றார். (மாற்கு 10:35-45)

தம்முடைய சீஷர்கள் உண்மையில் தம்மைப் பின்பற்ற விரும்பினால், முதலில் எப்படிப்
பிறருக்கு ஊழியம் செய்ய வேண்டுமென்று கற்றுக்கொள்வது அவசியம் என்று இயேசு
இவ்விதமான விருப்பத்தைக் குறித்துச் சொன்னார்.

உயர்வு மனப்பான்மை என்னும் ஆபத்து கெட்ட குமாரன் கதையிலும் வருகிறது (லூக்கா
15;11-32). 'நல்ல' குமாரன் தன்னை உயர்ந்தவனாகக் கருதியதால், நீண்ட காலமாகக்
காணாமல் போய்த் திரும்பி வந்திருந்த மகனுக்காகத் தன் தகப்பன் கொண்டாடிய
விருந்தில் கலந்து கொள்ள விரும்பவில்லை. அதற்காக தகப்பன் அவனைக் கடிந்து
கொண்டார். தேவனுடைய பார்வையில், உண்மையான வெற்றி என்பது
மற்றவர்களைத் தாழ்வாகக் கருதுவதோ அல்லது அவர்களை அடக்கி ஆளுவதோ அல்ல,
மாறாக மற்றவர்களுக்கு ஊழியம் செய்ய நாடுவதே ஆகும்.

பிலிப்பியர் 2-ல் உள்ள இந்த அழகான பகுதியில், ஒருசிலர் மற்றவர்களை விடத்
தங்களை உயர்வுநிலையில் இருப்பதாகக் கருதும் நோக்கில் உலகத்தைப் பார்க்கும்
ஒடுக்க நிலையிலிருந்து விடுதலை பெற உதவும் வழி எது?

ஆதலால் கிறிஸ்துவுக்குள் யாதொரு ஆறுதலும், அன்பினாலே யாதொரு
தேறுதலும், ஆவியின் யாதொரு ஐக்கியமும், யாதொரு உருக்கமான பட்சமும்
இரக்கங்களும் உண்டானால், நீங்கள் ஏக சிந்தையும் ஏக அன்புமுள்ளவர்களா
யிருந்து, இசைந்த ஆத்துமாக்களாய் ஒன்றையே சிந்தித்து, என் சந்தோஷத்தை
நிறைவாக்குங்கள். ஒன்றையும் வாதினாலாவது வீண்பெருமையினாலாவது
செய்யாமல், மனத்தாழ்மையினாலே ஒருவரையொருவர் தங்களிலும்
மேன்மையானவர்களாக எண்ணக்கடவீர்கள். அவனவன்
தனக்கானவைகளையல்ல, பிறருக்கானவைகளையும் நோக்குவானாக.

கிறிஸ்து இயேசுவிலிருந்த சிந்தையே உங்களிலும் இருக்கக்கடவது; அவர்
தேவனுடைய ரூபமாயிருந்தும், தேவனுக்குச் சமமாயிருப்பதைக்
கொள்ளையாடின பொருளாக எண்ணாமல், தம்மைத்தாமே வெறுமையாக்கி,
அடிமையின் ரூபமெடுத்து, மனுஷர் சாயலானார்.

அவர் மனுஷரூபமாய்க் காணப்பட்டு, மரணபரியந்தம், அதாவது சிலுவையின்
மரணபரியந்தமும் கீழ்ப்படிந்தவராகி, தம்மைத்தாமே தாழ்த்தினார்!

ஆதலால் தேவன் எல்லாவற்றிற்கும் மேலாக அவரை உயர்த்தி, இயேசுவின்
நாமத்தில் வானோர் பூதலத்தோர் பூமியின் கீழானோருடைய முழங்கால் யாவும்
முடங்கும்படிக்கும், பிதாவாகிய தேவனுக்கு மகிமையாக இயேசுகிறிஸ்து
கர்த்தரென்று நாவுகள் யாவும் அறிக்கைபண்ணும்படிக்கும், எல்லா நாமத்திற்கும்
மேலான நாமத்தை அவருக்குத் தந்தருளினார். (பிலிப்பியர் 2:1-11)

உயர்வுநிலை என்னும் ஒடுக்குகிற உலகக் கண்ணோட்டத்திலிருந்து விடுதலை
பெறுவதற்கான வழி இயேசு கிறிஸ்துவின் முன்மாதிரியே.

119

இயேசுவின் இருதயம் முற்றிலும் மாறுபட்டது. அவர் ஆதிக்கம் செலுத்துவதை அல்ல, ஊழியம் செய்வதையே தெரிந்தெடுத்தார். அவர் கொலை செய்யவில்லை, மாறாக தம் ஜீவனைப் பிறருக்காகக் கொடுத்தார். நம்மைத் தாழ்த்துவது என்றால் என்ன என்று இயேசு நடைமுறையான வழிகளில் காண்பித்தார்: "அவர் தம்மை வெறுமையாக்கி" (பிலிப்பியர் 2:7), அவர் வாழ்ந்த காலத்தில் மிகுந்த அவமானத்துக்குரிய மரணமாகக் கருதப்பட்ட சிலுவை மரணத்தை ஏற்க முன்வந்தார்.

கிறிஸ்துவின் உண்மையான சீஷர் இதையே செய்வார். அவர்கள் உயர்வு மனப்பான்மையில் எந்த இன்பமும் பெற்றுக்கொள்வதில்லை. உண்மையாக கிறிஸ்துவைப் பின்பற்றுகிறவர்கள் அவமானத்தையோ அல்லது மற்றவர்கள் என்ன நினைப்பார்கள் என்றோ பயப்படமாட்டார்கள், ஏனென்றால் அவர்கள் தங்களுக்கு தேவன் நீதி செய்து, பாதுகாப்பார் என்று நம்புகிறார்கள்.

பொய்யான உயர்வு மனப்பான்மையைக் கைவிடுவதற்கான இந்த ஜெபத்தை பங்கேற்பவர்கள் எழுந்து நின்று சத்தமாக வாசிக்க வேண்டும்.

உயர்வு மனப்பான்மையைக் கைவிடுவதற்கான அறிக்கையிடலும் ஜெபமும்

பிதாவே, நீர் என்னை உண்டாக்கி இருப்பதால், நான் அதிசயமாக உண்டாக்கப்பட்டிருக்கிறேன், அதற்காக உமக்கு நன்றி. நீர் என்னை நேசித்து, என்னை உம்முடையவன்(ள்) என்று அழைப்பதற்காக நன்றி. இயேசு கிறிஸ்துவைப் பின்பற்றும் சிலாக்கியத்திற்காக நன்றி.

உயர்வு மனப்பான்மை கொண்டிருக்க விரும்பியதற்காக என்னை மன்னியும். அத்தகைய விருப்பங்களைக் கைவிட்டு, முற்றிலும் நிராகரிக்கிறேன். பிறரை விடச் சிறந்தவன்(ள்) என்று உணர்ந்து ஆறுதல் அடைய மறுக்கிறேன். நானும் மற்றவர்களைப் போல ஒரு பாவி என்று ஒப்புக்கொள்கிறேன். உம்மாலன்றி என்னால் ஒன்றும் செய்ய முடியாது.

ஒரு உயர்ந்த கூட்டம் அல்லது பின்னணியைச் சார்ந்திருக்கும் உணர்வுகளிலிருந்து மனந்திரும்பி, அதைக் கைவிடுகிறேன். உம்முடைய பார்வையில் எல்லோரும் சமம் என்பதை அறிக்கையிடுகிறேன்.

பிறரை அவமதித்து, நிராகரிக்கும் வார்த்தைகளைப் பேசியதற்கு மனஸ்தாபப்படுகிறேன், அந்த வார்த்தைகளைப் பேசியதற்காக என்னை மன்னியும்.

மற்றவர்களின் இனம், பாலினம், செல்வம், அல்லது கல்வியின் அடிபப்டையில் அவர்களைக் குறித்துத் தாழ்வாக நினைத்ததை நிராகரிக்கிறேன்.

தேவகிருபையால் மட்டுமே உம்முடைய பிரசன்னத்தில் என்னால் நிற்க முடிகிறது என்பதை ஒப்புக்கொள்கிறேன். எல்லா மனித நியாயத்தீர்ப்புகளிலிருந்தும் என்னை விலக்கிக் கொள்கிறேன், என்னை இரட்சிக்கும்படி உம்மையே நோக்கிப் பார்க்கிறேன்.

நீதிமான்கள் உயர்ந்தவர்கள், இஸ்லாம் மக்களை வெற்றியாளர்கள் ஆக்குகிறது, மற்றும் இஸ்லாமியர்கள் இஸ்லாமியர் அல்லாதவர்களை விட மேலானவர்கள் என்னும் இஸ்லாமின் போதனைகளைக் குறிப்பாகக் கைவிடுகிறேன்.

ஆண்கள் பெண்களை விடச் சிறந்தவர்கள் என்னும் உரிமைகோரலை நிராகரித்துக் கைவிடுகிறேன்.

பரம பிதாவே, பொய்யான உயர்வு மனப்பான்மைகளிலிருந்து மனந்திரும்பி, உமக்கு ஊழியம் செய்யத் தீர்மானிக்கிறேன்.

ஆண்டவரே, மற்றவர்களின் வெற்றியைக் கொண்டாடத் தீர்மானிக்கிறேன். எல்லாவிதப் பொறாமை மற்றும் காழ்ப்புணர்ச்சியை நிராகரித்துக் கைவிடுகிறேன்.

ஆண்டவரே, உமக்குள் நான் யாராக இருக்கிறேன் என்பதைப் பற்றிய தெளிவான மற்றும் துல்லியமான நியாயத்தீர்ப்பை எனக்குத் தாரும். நீர் என்னை எப்படிப் பார்க்கிறீர் என்பதை எனக்குப் போதித்தருளும். நீர் என்னை எந்த நோக்கத்தில் உருவாக்கினீரோ அதில் திருப்தியடைய எனக்கு உதவும்.

ஆமென்.

சாபமிடுதலில் இருந்து விடுதலை

இந்தப் பகுதிகளில், இஸ்லாமில் மற்றவர்களுக்குச் சாபமிடுவதைப் பற்றிப் பார்த்து, இந்த வழக்கத்தைக் கைவிடத் தீர்மானித்து, நமக்கு விரோதமாகக் கொடுக்கப்பட்ட சாபங்களை முறிக்கக் கற்றுக்கொள்வோம்.

இஸ்லாமில் சாபமிடுதல்

அத்தியாயம் 2-ல் உள்ள விபரங்களைப் பயன்படுத்தி, இஸ்லாம் மூலம் அல்லது மற்ற வழிகளில் வரும் பலவிதமான அடிமைத்தனங்களில் இருந்து மற்றவர்கள் விடுதலை பெற உதவும் ஜெபத் திட்டங்களை விசுவாசிகள் உருவாக்கலாம். “தலைவர்களுக்கான கையேட்டில்” அத்தகைய ஜெபங்களுக்கான சில உதாரணங்கள் கொடுக்கப்பட்டுள்ளன.

இந்தப் பகுதியில், ஒரு குறிப்பிட்ட இஸ்லாமியச் சடங்கைப் பற்றிப் பார்த்து, அதைக் கைவிடுவதற்கான ஜெபத்தைக் கற்றுக்கொள்ள இருக்கிறோம். இஸ்லாமியப் பின்னணியிலிருந்து வந்த கிறிஸ்தவர் ஒருவர் தான் இஸ்லாமியராக இருந்தபோது இந்தச் சடங்கு தன்னுடைய மதரீதியான அனுபவத்தில் முக்கிய இடம் பெற்றிருந்தது என்றும், இதற்கு ஆவிக்குரிய வல்லமை இருந்ததாகத் தான் உணர்ந்ததாகவும் குறிப்பிட்டதன் விளைவாக இந்த ஜெபம் உருவாக்கப்பட்டது.

கிறிஸ்துவை தெய்வமாக அறிக்கையிடும் கிறிஸ்தவர்களை சபிக்கும்படி குரான் வலியுறுத்துகிறது: “பொய்யர்கள் மீது அல்லாஹ்வின் சாபம் உண்டாகட்டும்” என்று நாம் பிரார்த்திப்போம்!” (Q3:61). இருப்பினும், ஹாதித்களில் சாபமிடுதல் பற்றிய முரண் பாடான வாக்கியங்கள் உள்ளன. ஒருபுறம், முஹம்மது எதிர் பாலினரைப் போல நடந்து கொள்ளும் யூதர்கள் அல்லது கிறிஸ்தவர்கள், ஆண்கள் அல்லது பெண்கள் என்று எல்லா வகையினரையும் சபித்ததாக பல ஹாதித்கள் அறிவிக்கின்றன. மறுபுறம், சாபமிடுதலில் உள்ள ஆபத்துக்களைக் குறித்து எச்சரித்து, இஸ்லாமியர்கள் மற்ற இஸ்லாமியரை ஒருபோதும் சாபமிடவே கூடாது என்று சொல்லும் ஹாதித்களும் உண்டு.

இந்த முரண்பாடான பதிவுகளால், இஸ்லாமியர்களைப் பொறுத்தவரை சாபமிடுதல் சரியா, தவறா, யாருக்கு அவர்கள் சாபமிடலாம், அதை இஸ்லாமிய வழியில் செய்வது

எப்படி என்பதைப் பற்றி இஸ்லாமிய ஆராய்ச்சியாளர்கள் பல வித்தியாசமான கருத்துக்களைச் சொல்லி வருகிறார்கள். இருப்பினும், இஸ்லாமியர் அல்லாதவர்களை சபிப்பது இஸ்லாமிய கலாச்சாரங்களில் வழக்கமாக நடைபெறுகிறது. எகிப்தில் இஸ்லாமியப் பள்ளியில் படித்த பிள்ளைகளுக்கு கிறிஸ்தவர்களுக்கும், யூதர்களுக்கும், இஸ்லாமை விசுவாசிக்காத எல்லோருக்கும் விரோதமான சாபங்கள் மனப்பாடமாகக் கற்றுக் கொடுக்கப்பட்டது என்று 1836-ல் எட்வர்ட் லேன் என்பவர் எழுதி வைத்திருக்கிறார்..[14]

சாபமிடும் சடங்கு

மசூதிகளில் நடைபெற்ற கூட்டு சாபமிடுதல் நிகழ்ச்சிகளில் பெருங்கூட்ட மக்கள் பங்குபெறுவது அவர்களின் வழக்கம் என்று பல்வேறு தேசங்களில் முன்பு இஸ்லாமியராக இருந்தவர்கள் சொல்லக் கேட்டிருக்கிறேன்.

ஒரு நண்பர் இந்த நிகழ்ச்சிகளைப் பற்றி இவ்வாறு சொன்னார்: மசூதியில் வெள்ளிக்கிழமை ஜெபங்களை நடத்தும் இமாம் இத்தகைய நிகழ்ச்சிகளையும் நடத்துவார். ஆண்கள் "தோளோடு தோள்" சேர்த்து வரிசையில் இருப்பார்கள். அவர்கள் இஸ்லாமியருக்கு விரோதமானவர்கள் என்று கருதுபவர்களை இமாம் சொல்லச் சொல்ல கூடவே அவருடன் சொல்லி சபிப்பார்கள். சடங்கு போன்ற இந்த சாபங்களை மீண்டும் மீண்டும் சொல்வார்கள். அதைச் செய்யும்போது, சபிப்பவர்கள் உணர்வுபூர்வமான ஒரு உச்சநிலையை அனுபவிப்பார்கள், அது வெறுப்பு மற்றும் பரவசத்தின் மிக வலுவான உணர்ச்சியாக இருக்கும், ஆவிக்குரிய விதத்தில் "உசுப்பேற்றி" (தங்கள் சரீரங்களில் ஒரு வல்லமை பாய்ந்து செல்லும் உணர்ச்சி) விடப்பட்டது போலவும் உணருவார்கள் என்று அந்த நண்பர் கூறினார். அவருடைய அனுபவத்தின்படி, இந்த வழக்கம் தகப்பனிட மிருந்து மகனுக்குக் கொடுக்கப்படுகிறது, அதுவே அவர்களைக் கட்டி வைத்திருந்தது. தன் தகப்பனுடன் தொடர்பு கொண்டிருப்பதாக உணர வைக்கும் அந்த உணர்ச்சி, அவர் மூலமாக தன் தாத்தாவுடனும், அவருக்கு முன்னால் இருந்த முன்னோர்களுடனும் தொடர்பு உண்டாக்கியது: அவர்கள் அனைவரும் "தோளோடு தோள்" சேர்த்து வரிசையில் நின்று, இஸ்லாமின் சார்பில் மற்றவர்களை சபிப்பார்கள்.

சவூதி அரேபியாவிலிருந்து வந்த மற்றுமொரு நண்பர் இவ்வாறு சொன்னார். இப்போது அவர் கிறிஸ்தவராக இருக்கிறார். அவர் முன்பு உபவாச மாதமாகிய ரமடான் எப்போது வரும் என்று காத்திருப்பார். அந்த நாட்களில் ஆயிரக்காணக்கான ஆண்கள் மெக்காவின் பெரிய மசூதியில் கூடி ஜெபம் செய்வார்கள். திரள்கூட்டமான அவர்கள் அனைவரும் சேர்ந்து இஸ்லாமியர் அல்லாதவர்களை சபிக்கும் அந்தத் தருணத்திற்காக இவர் பரவசத்துடன் காத்திருப்பாராம். இவரும் அவர்களுடன் சேர்ந்து சபிக்கும்போது அந்த ஆவிக்குரிய "உசுப்பேற்றத்தை" உணர்ந்திருக்கிறார். துரோகிகளை சபிக்கும்போது இமாம் அழுது கொண்டிருப்பார். எல்லோரும் அந்தத் தருணத்தில் தங்கள் ஆற்றலையும், வெறுப்பையும் அதிகமாகக் காண்பித்து இமாமின் சாப வார்த்தைகளை ஆதரிப்பார்களாம்.

இத்தகைய நிகழ்வு, சாபமிடக் கூடாது என்று சொல்லும் இயேசுவின் போதனைக்கு (லூக்கா 6:28) முரணாக இருக்கின்றது: கிறிஸ்தவர்கள் பிறரை சபிக்கக் கூடாது என்றும்,

---

14. எட்வர்ட் W. லேன், *அன் அக்கவுன்ட் ஆஃப் த மானர்ஸ் அன்ட் கஸ்டம்ஸ் ஆஃப் த மாடர்ன் ஈஜிப்ஷியன்ஸ்*, பக். 276

சாபத்திற்கு பதிலாக ஆசீர்வாதத்தைக் கூற வேண்டும் என்றும் போதிக்கப்படுகிறார்கள். இத்தகைய சடங்கு தொழுகை செய்பவருக்கும் இமாமுக்கும் இடையில் ஒரு 'ஆத்தும கட்டு' உண்டாகச் செய்கிறது, மற்றும் ஒரு தகப்பனும் மகனும் சேர்ந்து அதைச் செய்யும்போது அவர்களுக்குள்ளும் அதே காரியம் நடக்கிறது. என் நண்பர் இளைஞனாயிருந்தபோது, இயேசுவை அறியும் முன், இந்தச் சாபமிடும் அனுபவங்கள் அவரைப் பெரிதாக பாதித்திருந்தது.

'ஆத்தும கட்டு' என்பது என்ன? ஒருவரின் ஆத்துமா இன்னொருவரின் ஆத்துமாவுடன் இணைக்கப்பட்டிருப்பதாகும்: அவர்கள் இருவரும் ஒருவரிடமிருந்து ஒருவர் விடுதலை பெற முடியாது. ஆத்தும கட்டு என்பது நாம் அத்தியாயம் 2-ல் பார்த்த திறந்த வாசல் அல்லது கால்பதிக்கும் இடம் போன்றது. மொத்தத்தில், ஆத்தும கட்டு என்பது இரண்டு பேர் நடுவே ஆவிக்குரிய தாக்கம் ஒருவரிடமிருந்து மற்றவரிடம் கடந்து செல்லத்தக்கதாக அவர்களைக் கட்டி வைக்கும் உடன்படிக்கை ஆகும். சில ஆத்தும கட்டுகள் நல்லதாக இருக்கலாம், உண்மையில் அவை ஆசீர்வாதமாகக் கூட இருக்கும். உதாரணம்: பெற்றோருக்கும் பிள்ளைக்கும் இடையேயான தேவபக்தியுள்ள ஆத்தும கட்டு. அதேசமயம், தீமையான மற்ற ஆத்தும கட்டுகளும் உண்டு.

ஒருவர் அவபக்தியான ஆத்தும கட்டுடன் இருப்பார் என்றால், அந்த ஆத்தும கட்டை முறிப்பதற்கு மன்னித்தல் மிகவும் அவசியம். ஒருவர் மற்றவரை மன்னிக்காமல் இருக்கும் வரை, அவர்கள் நடுவே ஆத்தும கட்டு என்னும் அந்த அவபக்தியான பிணைப்பு அல்லது இணைப்பு இருந்து கொண்டேதான் இருக்கும்.

ஆத்தும கட்டுகள் அவபக்தியானவையாக இருக்கலாம். அதிர்ஷ்டவசமாக, கிறிஸ்தவர் களால் அவபக்தியான ஆத்தும கட்டுகளை அறுக்க அல்லது முறிக்க முடியும். அதற்கு அவர்கள் அத்தியாயம் 2-ல் கொடுக்கப்பட்ட ஐந்து படி-செயல்முறையைப் பயன்படுத்த வேண்டும்: அவை, அறிக்கையிடுதல், கைவிடுதல், முறித்தல், (தேவைப்பட்டால்) துரத்துதல், மற்றும் ஆசீர்வதித்தல் ஆகும்.

சாபத்தை முறிப்பது எப்படி?

நான் ஒரு மாநாட்டில் போதித்துக் கொண்டிருந்தபோது, ஒரு இளைஞர் என்னை அணுகி உதவி கேட்டார். அவர் தன் குடும்பத்துடன் மிஷினரியாக ஊழியம் செய்ய மத்திய கிழக்கு நாடுகளில் ஒன்றிற்குச் சென்றிருக்கிறார். ஆனால், அவருடைய குடும்பத்தார் அங்கு விபத்துகள் மற்றும் வியாதிகள் போன்ற பல துன்பங்களை எதிர்கொண்டார்கள். எல்லாவற்றையும் விட்டுவிட்டு தங்கள் சொந்த ஊருக்குத் திரும்பி விடலாமா என்று நினைக்கும் அளவிற்கு நிலைமை மோசமாயிற்று. அந்த இளைஞர் தான் வசித்த அடுக்குமாடி வீடு சபிக்கப்படுமோ என்று நினைத்தார், ஆனால் அதற்காக என்ன செய்வது என்று அவருக்குத் தெரியவில்லை. நன் அவருக்கு சாபத்தை முறிப்பது எப்படி என்று சொல்லிக் கொடுத்தேன். அவரும் அதை ஏற்றுக்கொண்டு, வீடு திரும்பி, தன் வீட்டின் மீது வந்திருக்கக் கூடிய எல்லா சாபத்தையும் முறித்து ஜெபம் செய்தார். அதன் பின்னர், அவருடைய குடும்பத்திற்கு வந்த கஷ்டங்கள் மறைந்து போயின, அவர்கள் சமாதானமாகத் தங்கள் வீட்டில் தங்கியிருந்தார்கள்.

இஸ்லாமியப் பின்னணியிலிருந்து வந்த விசுவாசிகள் உட்பட இஸ்லாமியர் மத்தியில் ஊழியம் செய்யும் அநேகர் இஸ்லாமியரின் சாபத்திற்கு ஆளாகி இருக்கிறார்கள். இவை

அல்லாஹ்-வின் நாமத்தில் அல்லது பில்லி சூன்யத்தின் மூலம் கொடுக்கப்படும் சாபங்களாக இருக்கலாம்.

நீங்களோ அல்லது உங்களுக்கு அன்பானவர்களோ இப்படி சாபத்தின் கீழ் இருப்பதாக நினைத்தால், அந்தச் சாபத்தை நீக்குவதற்கான ஒன்பது படிகள் பின்வருமாறு:

▪ முதலாவது, எல்லாப் பாவங்களையும் அறிக்கையிட்டு, மனந்திரும்பி, உங்கள் வாழ்க்கையை இயேசுவின் இரத்தத்தால் மூடுவதாக அறிக்கையிடுங்கள்.

▪ பின்னர், அவபக்தியான அல்லது அர்ப்பணிக்கப்பட்ட பொருட்கள் ஏதேனும் இருந்தால் அவற்றை நீக்கி விடுங்கள்.

▪ நீங்கள் உட்பட சாபமிட்டவர் யாராக இருந்தாலும், பாவம் அல்லது வேண்டுமென்றே சாபம் வருவிக்கும் செய்கையின் மூலம் அதைச் செய்திருந்தாலும், மன்னித்துவிடுங்கள்.

▪ கிறிஸ்துவுக்குள் உங்களுக்கு இருக்கும் அதிகாரத்தை அறிந்து, அதை உரிமைகோருங்கள்.

▪ "இயேசுவின் நாமத்தில் இந்த சாபத்தைக் கைவிட்டு, முறிக்கிறேன்" என்று சொல்லி சாபத்தைக் கைவிட்டு, முறியுங்கள். இருளின் எல்லா கிரியைகள் மீதும் இயேசு கிறிஸ்துவின் சர்வ வல்லமையையும், அதிகாரத்தையும் அவருடைய சிலுவையின் மூலம் கூறுங்கள்.

▪ கிறிஸ்து சிலுவையில் செய்து முடித்த கிரியையினால், எல்லாத் தீமையிலிருந்தும் கிறிஸ்துவுக்குள் விடுதலையை அறிவியுங்கள்.

▪ அந்த சாபத்துடன் தொடர்புடைய சகலவித பிசாசுகளும் உங்களையும், உங்கள் குடும்பத்தையும், உங்கள் வீட்டையும் விட்டுப் போகும்படிக் கட்டளையிடுங்கள்.

▪ பின்னர், "நான் சாவாமல் பிழைத்திருந்து கர்த்தருடைய செய்கைகளை விவரிப்பேன்" (சங்கீதம் 118:17) போன்ற வேதவசனங்களைப் பயன்படுத்தி சாபத்திற்கு எதிரான வார்த்தைகளைக் கொண்டு, உங்கள் மீதும், உங்கள் குடும்பம் மற்றும் வீட்டின் மீதும் ஆசீர்வாதத்தைக் கூறுங்கள்.

▪ தேவனுடைய அன்பு, வல்லமை மற்றும் கிருபைக்காக அவரைத் துதியுங்கள்.

சத்திய சந்திப்பு

நாம் சாபங்களிலிருந்து எப்படி விடுதலை பெறுகிறோம் என்பதைப் பற்றி இந்த வசனம் கூறுவதென்ன?

அவருடைய கிருபையின் ஐசுவரியத்தின்படியே, இவருடைய இரத்தத்தினாலே பாவமன்னிப்பாகிய மீட்பு இவருக்குள் நமக்கு உண்டாயிருக்கிறது. (எபேசியர் 1:7)

124

நாம் கிறிஸ்துவின் இரத்தத்தினால் மீட்கப்பட்டிருப்பதால் சாபங்களிலிருந்து விடுதலை பெற்றிருக்கிறோம்.

பொல்லாங்கின் வல்லமையின் மேல் ஒரு கிறிஸ்தவனுக்கு இருக்கும் அதிகாரம் என்ன?

இதோ, சர்ப்பங்களையும் தேள்களையும் மிதிக்கவும், சத்துருவினுடைய சகல வல்லமையையும் மேற்கொள்ளவும் உங்களுக்கு அதிகாரங் கொடுக்கிறேன்; ஒன்றும் உங்களைச் சேதப்படுத்தமாட்டாது. (லூக்கா 10:19).

சாபங்கள் உட்பட சத்துருவின் சகல வல்லமையின் மீதும் கிறிஸ்துவுக்குள் நமக்கு அதிகாரம் உண்டு என்பதை நாம் அறிந்து கொள்ள வேண்டும்.

அடுத்த வசனத்தின்படி, இயேசு இந்த உலகத்திற்கு ஏன் வந்தார்?

பிசாசினுடைய கிரியைகளை அழிக்கும்படிக்கே தேவனுடைய குமாரன் வெளிப்பட்டார். (1 யோவான் 3: 8)

இயேசு சாபங்கள் உட்பட சாத்தானின் சகல வல்லமைகளையும் அழிப்பதற்காக வந்தார்.

உபாகமம் 21:23-ல் உள்ள நியமத்தை இயேசுவின் சிலுவை மரணம் எப்படி நிறைவேற்றியது?

மரத்திலே தூக்கப்பட்ட எவனும் சபிக்கப்பட்டவன் என்று எழுதியிருக்கிறபடி, கிறிஸ்து நமக்காகச் சாபமாகி, நியாயப்பிரமாணத்தின் சாபத்திற்கு நம்மை நீங்கலாக்கி மீட்டுக்கொண்டார். ஆபிரகாமுக்கு உண்டான ஆசீர்வாதம் கிறிஸ்து இயேசுவினால் புறஜாதிகளுக்கு வரும்படியாகவும், ஆவியைக்குறித்துச் சொல்லப்பட்ட வாக்குத்தத்தத்தை நாம் விசுவாசத்தினாலே பெறும்படியாகவும் இப்படியாயிற்று. (கலாத்தியர் 3:13-14)

மரத்திலே தூக்கப்பட்ட எவனும் சபிக்கப்பட்டவன் என்று உபாகமம் 21:23 கூறுகிறது. இயேசு கிறிஸ்து சிலுவையில் மரித்ததால் சாபமானார், அதனால் நாம் சாபங்களிலிருந்து விடுதலை பெற்றிருக்கிறோம். நாம் ஆசீர்வதிக்கப்படும்படி அவர் நமக்காக சாபமானார்.

காரணமில்லாமல் இட்ட சாபத்தைப் பற்றி இந்த வசனம் கூறுவதென்ன?

அடைக்கலான் குருவி அலைந்துபோவதுபோலும், தகைவிலான் குருவி பறந்து போவதுபோலும், காரணமில்லாமல் இட்ட சாபம் தங்காது. (நீதிமொழிகள் 26:2)

இயேசுவின் இரத்தத்தின் பாதுகாப்பையும், சிலுவையின் விடுதலையையும் நாம் உரிமைகொண்டு நம்முடைய சூழ்நிலையில் அவற்றைப் பயன்படுத்தும்போது, நாம் சாபங்களிலிருந்து விடுவிக்கப்பட்டு, பாதுகாக்கப்படுவோம் என்பதை இந்த வசனம் நமக்கு நினைவுறுத்துகிறது.

சாபங்களின் மீது இயேசுவின் இரத்தத்திற்கு இருக்கும் வல்லமையைப் பற்றி அடுத்த வசனம் சொல்வதென்ன?

புது உடன்படிக்கையின் மத்தியஸ்தராகிய இயேசுவினிடத்திற்கும்,
ஆபேலினுடைய இரத்தம் பேசினதைப்பார்க்கிலும் நன்மையானவைகளைப்
பேசுகிற இரத்தமாகிய தெளிக்கப்படும் இரத்தத்தினிடத்திற்கும் வந்து
சேர்ந்தீர்கள். (எபிரெயர் 12:24)

தன் சகோதரன் ஆபேலின் இரத்தஞ்சிந்த காரணமான காயீனின் சாபத்தை விட
இயேசுவின் இரத்தம் நன்மையானதைப் பேசுகிறது. நாம் கட்டி வைக்கப்பட்டிருந்த
சாபங்களை விட நன்மையானவற்றையும் அந்த இரத்தம் பேசுகிறது.

லூக்கா 6-ம் அதிகாரத்திலும், பவுலின் நிருபங்களிலும், கொடுக்கப்பட்டுள்ள
நேர்மறையான கட்டளையும், உதாரணமும் என்ன?

எனக்குச் செவிகொடுக்கிற உங்களுக்கு நான் சொல்லுகிறேன்: உங்கள்
சத்துருக்களைச் சிநேகியுங்கள்; உங்களைப் பகைக்கிறவர்களுக்கு
நன்மைசெய்யுங்கள். உங்களைச் சபிக்கிறவர்களை ஆசீர்வதியுங்கள்; உங்களை
நிந்திக்கிறவர்களுக்காக ஜெபம்பண்ணுங்கள். (லூக்கா 6:27-28)

உங்களைத் துன்பப்படுத்துகிறவர்களை ஆசீர்வதியுங்கள்,
ஆசீர்வதிக்கவேண்டியதேயன்றி சபியாதிருங்கள். (ரோமர் 12:14)

எங்கள் கைகளினாலே வேலைசெய்து, பாடுபடுகிறோம்; வையப்பட்டு,
ஆசீர்வதிக்கிறோம்; துன்பப்பட்டு, சகிக்கிறோம். (1 கொரிந்தியர் 4:12)

கிறிஸ்தவர்கள் நண்பர்கள், எதிரிகள் என எல்லோருக்கும் ஆசீர்வாதமானவர்களாக
இருக்கும்படி அழைக்கப்படுகிறார்கள்.

சபிக்கும் சடங்குகளில் பங்குபெற்றதால் வந்த விளைவுகளிலிருந்தும், பிறர் கொடுத்த
சாபங்களிலிருந்தும் விடுதலை பெறுவதற்கான ஜெபம் கீழே கொடுக்கப்பட்டுள்ளது.
இது, அத்தியாயம் 2-ல் பார்த்த கோட்பாடுகளைப் பயன்படுத்துகிறது.

சாபமிடுதலைக் கைவிடுவதற்கான அறிக்கையிடல் மற்றும் ஜெபம்

இஸ்லாமின் பெயரில் மற்றவர்களுக்கு சாபம் கொடுத்த என்னுடையதும், என்
முன்னோர்கள் மற்றும் என் பெற்றோரின் பாவங்களை அறிக்கையிடுகிறேன்.

இந்தச் சாபங்களைக் கொடுக்க என்னையும், அவர்களையும் நடத்திய என்
முன்னோர்களையும், என் தகப்பனையும், இமாம்களையும், இந்தப் பாவம் செய்ய
என்னை ஊக்குவித்த எல்லோரையும், அதனால் என் வாழ்க்கையில் நேர்ந்த
விளைவுகளுக்காகவும் மன்னித்து விடுவிக்கிறேன்.

என்னை அல்லது என் குடும்பத்தை சபித்த எல்லோரையும் மன்னிக்கத்
தீர்மானிக்கிறேன்.

ஆண்டவரே, பிறரை சபிப்பதற்கு ஒப்புக்கொடுத்து, அதில் பங்குபெற்றதற்காக என்னை
மன்னிக்கும்படி வேண்டிக் கொள்கிறேன்.

உம்முடைய மன்னிப்பை இப்போது பெற்றுக்கொள்கிறேன்.

ஆண்டவரே, நீர் என்னை மன்னித்திருப்பதால், பிறரை சபித்ததற்காக என்னை நானே மன்னிக்கத் தீர்மானிக்கிறேன்.

சாபமிட்ட பாவத்தையும், அந்தப் பாவத்தால் வந்த சாபங்களையும் கைவிடுகிறேன்.

பிறர் மீதான வெறுப்பைக் கைவிடுகிறேன்.

பிறரை சபிப்பதில் தீவிரமாக உணர்ச்சிவசப்பட்டு பங்கேற்றதைக் கைவிடுகிறேன்.

சிலுவையில் கிறிஸ்து செய்த மீட்பின் கிரியையின் மூலம் என் வாழ்க்கையிலிருந்து (என் சந்ததியின் வாழ்க்கையிலிருந்தும்) இந்த வல்லமைகளை முறியடிக்கிறேன்.

ஆண்டவரே, நான் கொடுத்த எல்லாச் சாபங்களையும் முறித்துவிடும்படியும், நான் சபித்தவர்களை தேவராஜ்யத்தின் ஆசீர்வாதங்களால் ஆசீர்வதிக்கும்படியும் உம்மை வேண்டிக் கொள்கிறேன்.

இயேசுவின் நாமத்தினால், எனக்கு விரோதமாக கொடுக்கப்பட்ட எல்லா சாபங்களையும் நானும் கைவிடுகிறேன்.

எல்லா வெறுப்பு மற்றும் சாபத்தின் பிசாசுகளையும் நிராகரித்துக் கைவிட்டு, இயேசுவின் நாமத்தில் என்னை விட்டு வெளியேறும்படி அவற்றிற்குக் கட்டளையிடுகிறேன்.

எனக்கும், என் குடும்பத்திற்கும் விரோதமான எல்லா சாபங்களிலிருந்தும் தேவனுடைய விடுதலையைப் பெற்றுக்கொள்கிறேன். பிறரை ஆசீர்வதிக்கும்படி சமாதானத்தையும், சாந்தத்தையும், அதிகாரத்தையும் பெற்றுக்கொள்கிறேன்.

என் வாழ்நாள் முழுவதும் துதி மற்றும் ஆசீர்வாதத்தின் வார்த்தைகளைப் பேச என் உதடுகளைப் பரிசுத்தப்படுத்திக் கொள்கிறேன்.

இயேசுவின் நாமத்தில், என் மீதும், என் குடும்பத்தின் மீதும் ஜீவன், சுகம், சந்தோஷம் உள்ளிட்ட தேவராஜ்யத்தின் சகல ஆசீர்வாதங்களையும் அறிவிக்கிறேன்.

எல்லா அவபக்தியான தொடர்புகளையும், ஆத்தும கட்டுகளையும், சபித்தல் உள்ளிட்ட இஸ்லாமியச் சடங்குகளை என்னைக் கொண்டு செய்ய வைத்த இமாம்கள் மற்றும் மற்ற இஸ்லாமியத் தலைவர்களுடன் வைத்திருந்த தொடர்புகளையும் அறிக்கையிட்டுக் கைவிடுகிறேன்.

என்னுடைய அவபக்தியான ஆத்தும கட்டுகளை ஏற்படுத்த அல்லது காத்துக்கொள்ள உதவிய இந்தத் தலைவர்களை மன்னிக்கிறேன்.

இந்த அவபக்தியான ஆத்தும கட்டுகளைக் காத்துக்கொள்வதற்காக இஸ்லாமிய தலைவர்களுக்குக் கீழ்ப்படிந்திருந்ததால் என்னை மன்னிக்கிறேன்.

ஆண்டவரே, இந்த ஆத்தும கட்டுகளை ஏற்படுத்தியதுடன் அல்லது காத்துக் கொண்டதுடன் தொடர்புடைய பாவங்களுக்காக, குறிப்பாக பிறரை சபித்த மற்றும் வெறுத்த பாவங்களுக்காக என்னை மன்னிக்கும்படி வேண்டிக் கொள்கிறேன்.

இஸ்லாமியத் தலைவர்களுடன் [பெயர்கள் நினைவுக்கு வந்தால் குறிப்பிட்டுச் சொல்லவும்] உள்ள எல்லா அவபக்தியான ஆத்தும கட்டுகளையும், தொடர்புகளையும்

முறித்து, என்னை அவர்களிடமிருந்தும் [அல்லது அவரின் பெயர்], அவர்களை [அல்லது அவரின் பெயர்] என்னிடமிருந்தும் விடுவிக்கிறேன்.

ஆண்டவரே, என்னை உமக்கு சுயாதீனமாகக் கொடுக்கும்படி, அவபக்தியான சேர்க்கையின் எல்லா நினைவுகளையும் என் மனதிலிருந்து நீக்கிச் சுத்திகரியும்.

இந்த அவபக்தியான ஆத்தும கட்டுகளைக் காக்க முயற்சி செய்யும் பிசாசுகளின் வேலைகளைக் கைவிட்டு, ரத்து செய்து, இயேசுவின் நாமத்தில் இப்போதே என்னை விட்டுப் போகுமாறு கட்டளை கொடுக்கிறேன்.

என்னைக் கிறிஸ்துவுடன் இணைத்துக் கொண்டு, அவரை மட்டும் பின்பற்றத் தீர்மானிக்கிறேன்.

ஆமென்.

8

சுயாதீன சபை

"ஒருவன் என்னிலும் நான் அவனிலும் நிலைத்திருந்தால், அவன் மிகுந்த கனிகளைக் கொடுப்பான்."
யோவான் 15:5

இந்தப் அத்தியாயம், ஒரு ஆரோக்கியமான சீஷத்துவ பாதையை ஆதரிப்பது எப்படி மற்றும் இஸ்லாமியப் பின்னணியில் இருந்து வந்த விசுவாசிகளுக்கு (இபிவி), அதாவது இஸ்லாமை விட்டு கிறிஸ்துவைப் பின்பற்றத் தீர்மானித்தவர்களுக்கு ஒரு ஆரோக்கியமான சபைச் சூழலைக் கட்டி எழுப்புவது எப்படி என்பதற்கான ஆலோசனைகளை வழங்குகிறது. ஒவ்வொரு விசுவாசியும் தேவனுடைய விசேஷித்த நோக்கங்களை நிறைவேற்றும் விதத்தில் ஊழியம் செய்ய ஏற்றவராக மாற ஆயத்தமாகும் விருப்பம் கொண்டிருப்பது நல்லது (2 தீமோத்தேயு 2:20-21). ஆனால் இதைச் செய்ய, தங்கள் வளர்ச்சிக்கு உதவும் ஆரோக்கியமான சபைச் சூழல் ஒவ்வொருவருக்கும் அவசியம். இதை எப்படிச் செய்வது என்பதைப் பற்றிப் பார்ப்பதற்கு முன்னர், இப்படி மாற்றமடைந்தவர்கள் சந்திக்கும் மூன்று சவால்களைப் பற்றிப் பார்ப்போம். அவை, இஸ்லாமுக்குத் திரும்ப நினைத்து விலகுதல், கனியற்ற சீஷத்துவம், மற்றும் ஆரோக்கியமற்ற சபைகள் ஆகும்.

விலகுதல்

இஸ்லாமை விட்டுக் கிறிஸ்துவைப் பின்பற்றும் சிலர் மீண்டும் இஸ்லாமுக்குத் திரும்பிவிடுகிறார்கள். இதற்குப் பல காரணங்கள் உண்டு. கிறிஸ்தவத்திற்கு மாறிய ஒருவரை அவரின் இஸ்லாமிய குடும்பத்தினரும், நண்பர்களும் நிராகரிக்கிறார்கள் என்பதால், சமுதாய உணர்வை இழக்கும் வேதனை இதற்கு ஒரு காரணமாக இருக்கிறது. மற்றொரு காரணம், இஸ்லாமை விட்டு விலகுகிறவர்களுக்கு முன்பாக இஸ்லாம் போடும் பல தடைகளும், வழியடைப்புகளும் ஆகும். இன்னும் ஒரு காரணம், உபத்திரவம்.

இதற்கு மற்றுமொரு காரணமும் உண்டு: அது, கிறிஸ்தவர்கள் மற்றும் சபைகளால் அவர்களுக்கு ஏற்படும் ஏமாற்றம் ஆகும். இஸ்லாமை விட்டு விலகுகிறவர்கள் தங்களுக்கு அருகில் இருக்கும் கிறிஸ்தவர்களிடம் வழிநடத்தலுக்காகக் கேட்கும்போது, அவர்கள் கிறிஸ்தவ சமுதாயத்தில் முழுமையாக ஏற்றுக்கொள்ளப்படுவதற்கு நிராகரிப்பையும், எதிர்பாராத தடைகளையும் சந்திப்பதும் ஆகும். சபைகளே பலரைத் திரும்பிப் போகச் செய்திருக்கின்றன. இதற்கு, யாரும் இஸ்லாமை விட்டு விலக திம்மிக்கள் உதவக்கூடாது என்னும் இஸ்லாமின் கோரிக்கையினால் வந்த பயமே காரணம். யாராவது ஒருவர் இஸ்லாமை விட்டு விலக உதவுவது கிறிஸ்தவ சமுதாயத்திற்கு ஆபத்தாகிறது, ஏனென்றால் அதன் மூலம் இஸ்லாமியர் அல்லாதவர்களுக்குக் கொடுக்கப்பட்ட 'பாதுகாப்பு' நீக்கப்படுகிறது.

129

கிறிஸ்தவர்கள் மாற்றமடைந்தவர்களை இவ்வாறு நிராகரிக்கும் வழக்கத்தை மாற்ற, சபை திம்மா உடன்படிக்கையையும், அது சுமத்தும் பாரங்களையும் விளங்கிக் கொண்டு, அதை நிராகரிக்க வேண்டும். சபைகளும், தனிப்பட்ட கிறிஸ்தவர்களும் திம்மாவின் தாக்கத்தினால் ஆவிக்குரிய விதத்தில் கட்டப்பட்டிருக்கும் வரை, இஸ்லாமை விட்டு விலகுபவர்களுக்கு உதவி செய்யாமல் இருக்க கடும் ஆவிக்குரிய அழுத்தத்தை அனுபவிப்பார்கள். இந்தப் பிரச்சனையைத் தீர்க்க, சபை திம்மா அமைப்பை எதிர்த்து நின்று, அதைக் கைவிட்டு, நிராகரிக்க வேண்டியது அவசியம்.

மாற்றமடைந்தவர்களின் ஆத்துமாக்கள் மீது இஸ்லாமின் தாக்கம் தொடர்ந்து இருந்து, அவர்கள் யோசிக்கிற மற்றும் பிறருடன் தொடர்புகொள்கிற விதத்தைக் கட்டுப்படுத்துவது மற்றுமொரு காரணம் ஆகும். இதனால் அவர்கள் தொடர்ந்து கிறிஸ்தவர்களாக நிலைத்திருப்பதற்கு பதிலாக இஸ்லாமுக்குத் திரும்புவது சுலமாகிறது. அது ஒரு ஜோடி புதிய காலணிகளை வாங்குவது போன்றது: சிலசமயங்களில் பழைய காலணிகளே அதை விட அதிக சுலபமாகப் பொருந்துவதாகவும், சவுகரியமாக இருப்பதாகவும் தோன்றுவதைப் போன்றது.

கனியற்ற சீஷத்துவம்

இரண்டாவது பிரச்சனை கனியற்ற சீஷத்துவமாக இருக்கக் கூடும். இஸ்லாமியப் பின்னணியில் இருந்து வந்தவர்களுக்கு வலுவான உணர்ச்சிப்பூர்வ மற்றும் ஆவிக்குரிய தடைகள் மற்றும் கட்டுப்பாடுகள் உண்டாகலாம், அது அவர்களுடைய ஆவிக்குரிய வளர்ச்சியைத் தடுப்பதாக இருக்கும். பயம், பாதுகாப்பற்ற உணர்வு, பண ஆசை, நிராகரிப்படும் உணர்வு, பாதிக்கப்பட்ட மனநிலை, குற்றப்படுத்தப்படுவதை நினைத்து வருந்துதல், பிறரை நம்ப முடியாத நிலை, உணர்வுபூர்வமான வேதனை, பாலியல் பாவம், வீண்பேச்சு மற்றும் பொய் போன்றவை பொதுவாக இருக்கும் பிரச்சனைகள் ஆகும். இவையனைத்தும் மக்கள் வளருவதைத் தடுக்கும்.

இத்தகைய பிரச்சனைகளுக்குப் பின் இருப்பது, இஸ்லாமின் தாக்கத்தின் தொடர்ச்சியான ஆளுகையே. உதாரணமாக, இஸ்லாமில் மற்றவர்களை விட உயர்வாக இருப்பது வலியுறுத்தப்படுகிறது, இஸ்லாமியர்கள் இஸ்லாமியர் அல்லாதவர்களை விட உயர்ந்தவர்கள் என்றும் கற்பிக்கப்படுகிறது. உயர்வுநிலை கலாச்சாரத்தில், மக்கள் பிறரை விட உயர்வாக இருப்பதாக உணர்வதில் ஒரு ஆறுதலைப் பெறுகிறார்கள். ஆனால் இதுவே சபையில் போட்டி மனப்பான்மையை உண்டாக்கி விடும். உதாரணமாக, ஒருவரைத் தலைவராக நியமிக்கும்போது, மற்றவர்கள் தாங்கள் நியமிக்கப்படவில்லையே என்று வருந்துவார்கள். தங்களை உயர்வாக நினைத்துக் கொள்வது வீண்பேச்சுக் கலாச்சாரத்தைத் தூண்டிவிட்டு, மற்றவர்களை தாழ்த்த வழி வகுக்கிறது. தங்களை மற்றவர்களை விட உயர்வாக நினைப்பதாலேயே மக்கள் வீண்பேச்சு பேசுகிறார்கள். குற்ற உணர்வுடன் இருப்பது மற்றுமொரு பிரச்சனை, அது முஹம்மது நிராகரிப்புக்கு பதில் செய்த விதத்தினால் வருவது.

ஈராக்கிலிருந்து கிறிஸ்தவராக மாறிய இளைஞன் ஒருவர் கனடாவில் தஞ்சம் புகுந்தார். அவர் சபைக்குச் செல்ல முயற்சி செய்தார், ஆனால் ஒவ்வொரு முறை ஒரு புதிய சபைக்குச் செல்லும்போதும், ஏதாவது ஒன்றைப் பற்றிய குறையுடன் வருவார், மற்றும் சபைக்குச் செல்பவர்கள் மாய்மாலக்காரர்கள் என்றும் குறைசொல்வார். அதனால் அவர்

தன்னைத் தனிமைப்படுத்திக் கொண்டு, தனியாக வாழத் தொடங்கினார். அவர் கிறிஸ்தவராகத்தான் இருந்தார் என்றாலும், கிறிஸ்தவ சமுதாயத்தில் இருந்து தன்னை முற்றிலுமாக விலக்கிக் கொண்டார். அதனால் அவருடைய சீஷத்துவ வளர்ச்சி முற்றிலும் நின்று போயிற்று: அவரால் முதிர்ச்சிக்கு நேராக வளர முடியவில்லை. கனியும் கொடுக்க முடியவில்லை.

ஆரோக்கியமற்ற சபைகள்

புதிய விசுவாசிகள் சந்திக்கும் மிகப்பெரிய பிரச்சனைகளில் ஒன்று, ஆரோக்கியமான சபையைக் கண்டுபிடிப்பதாகும். சபை என்பது நீதிமான்கள் இளைப்பாறும் இடமல்ல, மாறாக அது பாவிகளுக்கான மருத்துவமனையாக இருக்கிறது – அப்படித்தான் சபை இருக்க வேண்டும். பாவிகளுக்குத்தான் சபை அவசியம், ஆனால் மருத்துவமனைக்குச் செல்பவர்களும் சுகவீனமடையக் கூடும் என்பது போல, சபையின் அங்கத்தினர் கிறிஸ்தவ முதிர்ச்சிக்கு நேராக வளராத பட்சத்தில், அவர்களுடைய பாவங்களும், பிரச்சனைகளும் பெரிதாக்கப்பட்டு, முழுச் சமுதாயத்தையும் பாதிப்பதாக மாறக் கூடும். இதன் மூலம் சபைகள் பிளவுபட்டுத் தோல்வியடைய நேரிடலாம். ஆரோக்கியமற்ற கிறிஸ்தவர்கள் ஆரோக்கியமற்ற சபையை உருவாக்கலாம், அதுபோல ஆரோக்கியமற்ற சபைகள் தங்கள் அங்கத்தினர் ஆரோக்கியமான விதத்தில் வளர்ந்து முதிர்ச்சியடைவதைத் தடுக்கின்றன.

சபையினர் தங்கள் போதகரைப் பற்றி வீண்பேச்சு பேசுவார்கள் என்றால், இறுதியில் அவர்களுக்கு மிஞ்சுவது பாதிப்பு ஏற்படுத்தப்பட்ட போதகராக இருக்கலாம் அல்லது போதகரே இல்லாமல் போகலாம். எல்லோருமே அதனால் கஷ்டப்படுவார்கள். இது சபை சமுதாயத்தில் பிரிவினைகளை ஏற்படுத்தி, சபையை உடைக்கக் கூடும். அத்தகைய சபையில் யாரும் தலைவராக இருக்க பயப்படுவார்கள். மற்றுமொரு உதாரணம்: சபையினரிடையே மற்றவர்களைக் காட்டிலும் தன்னை உயர்வாகக் கருதும் விருப்பம் கொண்ட போட்டி மனப்பான்மை இருக்குமென்றால், ஒரே பட்டணத்தில் இருக்கும் சபைகள் ஒருவரையொருவர் குற்றப்படுத்தும் நிலைக்கு ஆளாக்கி விடும், இருவருமே தாங்கள்தான் உயர்ந்தவர்கள் என்று சொல்லிக் கொள்வார்கள். இந்தச் சபைகள் எல்லாம் சேர்ந்து ஊழியம் செய்து ஆசீர்வாதத்தைக் காண்பதற்குப் பதிலாக, எல்லோரும் சுவிசேஷ ஊழியத்தில் பங்காளர்கள் என்று நினைப்பதற்கு பதிலாக, ஒரு சபை மற்ற சபையைத் தனக்கு அச்சுறுத்தலாக காணத் தொடங்குகின்றது.

தேவையுள்ளவர்கள் சுயாதீனமுள்ளவர்களாக இருக்க வேண்டும்

சாத்தான் குற்றஞ்சாட்டுபவன் என்றும், கிறிஸ்தவ விசுவாசிகள் மீது குற்றஞ்சாட்டுவதே அவனுடைய முக்கிய எண்ணம் என்று அத்தியாயம் 2-ல் படித்தது நினைவிருக்கலாம். அவர்களைக் குற்றப்படுத்த அவர்களுக்கு விரோதமாக தான் வைத்திருக்கும் அறிக்கை யிடாத பாவங்கள், மன்னியாமை, (ஆணைகள், பொருத்தனைகள், மற்றும் உடன்படிக் கைகள் போன்ற) நம்மைக் கட்டி வைக்கும் வார்த்தைகள், ஆத்தும காயங்கள் மற்றும் தலைமுறை சாபங்கள் போன்ற எந்தச் ‘சட்ட உரிமைகளையும்’ பயன்படுத்துவான். கிறிஸ்துவின் சீஷர்கள் இவற்றிலிருந்து விடுபட, இந்தச் ‘சட்ட உரிமைகளை’ ரத்து செய்து, கால்பதிக்கும் இடங்களைத் தவிர்த்து, திறந்த வாசல்களை அடைக்க வேண்டும்.

மத்தேயு 12:43-45-ல், ஒருவனிடமிருந்து துரத்தப்பட்ட அசுத்த ஆவி வேறு ஏழு ஆவிகளைக் கூட்டிக் கொண்டு வந்து மீண்டும் அந்த நபருக்குள் குடியேறி, அவனுடைய பின்னிலைமையை முதலில் பிசாசு துரத்தப்படுவதற்கு முன் இருந்த நிலைமையை விட மோசமானதாக மாற்ற முடியும் என்பதை பற்றிய ஒரு உவமையை இயேசு கூறினார். இந்த உவமையில் இயேசு பயன்படுத்தும் உருவம் ஒரு வீடு. அது பெருக்கி சுத்தமாகவும், மீண்டும் வந்து குடியேற ஆயத்தமாகவும் வைக்கப்பட்டிருக்கிறது. இந்த வீட்டில் எப்படி அசுத்த ஆவிகள் மீண்டும் குடியேறுகின்றன? முதலில், அதன் கதவு திறந்து வைக்கப்பட்டிருக்க வேண்டும்; இரண்டாவதாக, அந்த வீட்டில் "யாரும் இல்லாமல்" இருக்கலாம் (மத்தேயு மத்தேயு 12:44).

இதிலுள்ள இரண்டு பிரச்சனைகள்:

1. கதவு திறந்து வைக்கப்பட்டிருந்தது.
2. வீட்டில் யாரும் இல்லை.

ஆரோக்கியமான ஒரு சபையைக் கட்டி எழுப்ப ஆரோக்கியமான கிறிஸ்தவர்கள் தேவை. ஆரோக்கியமான கிறிஸ்தவராக இருக்க சுயாதீனத்துடன் இருப்பது அவசியம். அதாவது, அந்த நபர் சாத்தான் உட்புகுந்து தவறாகப் பயன்படுத்தக் கூடிய எல்லா திறந்த வாசல்களையும் அடைத்திருக்க வேண்டும். அவர் தம்மிடமிருந்து துரத்தப்பட்ட பொல்லாத காரியங்களுக்குப் பதிலாக நல்லக் காரியங்களால் தன் ஆத்துமாவை நிரப்ப வேண்டும்.

ஒன்று விடாமல் எல்லா திறந்த வாசல்களையும் மூடிவிட வேண்டும்! ஒரேயொரு திறந்த வாசலை மட்டும் மூடுவது போதாது என்பது ஆவிக்குரிய விடுதலைப் பற்றிய முக்கியமான விஷயமாகும். எல்லாவற்றையும் மூடிவிட வேண்டும். ஒரு வீட்டின் முன்வாசல் திறந்திருக்கும்போது, அதன் பின்வாசலை இந்த உலகத்திலேயே சிறந்த பூட்டைக் கொண்டு பூட்டினாலும் ஒரு பிரயோஜனமும் இல்லை. ஒருவருக்கு விரோதமாக சாத்தான் பயன்படுத்திய ஒரு சட்ட உரிமையை மட்டும் சரிசெய்து விட்டு, மற்றவைகளை விட்டுவிட்டால், அவர் இன்னும் விடுதலை ஆகவில்லை என்று அர்த்தம்.

விடுதலையைப் பெற்றுக்கொள்வது ஒரு காரியம் என்றால் அதைக் காத்துக் கொள்வது இன்னொரு காரியம். வாசல்களை மூடுவது போல அந்த வீட்டை வெறுமையாக வைக்காமல் நிரப்பி வைப்பதும் முக்கியம். அதாவது, அந்த நபர் பரிசுத்த ஆவியினால் நிரப்பப்பட வேண்டுமென்று ஜெபம் செய்வது அவசியம். ஒருவரின் ஆத்துமா நல்ல காரியங்களால் நிரம்பி இருக்கத்தக்கதாக, தேவபக்தியுள்ள வாழ்க்கையை வளர்த்துக் கொள்வது நல்லது என்றும் அர்த்தம் கொள்ளலாம்.

ஒருவர் அடிமைப்பட்டிருக்கக் காரணம் அவர்கள் சொன்ன மற்றும் நம்பிய பொய்கள் என்று வைத்துக்கொள்வோம். அவர் அந்தப் பொய்களைக் கைவிடுவதோடு, சத்தியத்தை ஏற்றுக்கொண்டு, அதை தியானித்து, அதில் மகிழ வேண்டும். பொய்களை அகற்றி, சத்தியத்தால் நிறைந்திருங்கள்!

இதிலிருந்து மாறுபட்ட ஒரு சூழ்நிலையைக் கவனியுங்கள்: வெறுப்பு என்னும் பிசாசினால் துன்புறுத்தப்பட்ட ஒருவர் அதனால் பல மோசமான காரியங்களைச் செய்யும்படி நடத்தப்படுகிறார், இதில் அவர் பிறருக்கு விரோதமாக வெறுப்புடன் சொன்ன சாப வார்த்தைகளும் அடங்கும். இந்த வெறுப்புப் பிசாசைத் துரத்திய பின், அவர் வெறுப்பைக் கைவிட்டு, நிராகரிப்பதோடு, பிறரை நேசித்து, ஆசீர்வதிக்கும் வாழ்க்கைமுறையை உருவாக்கிக் கொள்ள வேண்டும். இதன் மூலம் அவர் தன் சொந்த

ஆத்துமாவை தகர்ப்பதைத் தவிர்த்து, அதைக் கட்டி எழுப்பலாம். அவர்கள் தங்கள் வழக்கங்களையும், சிந்திக்கும் விதங்கள் முழுவதையும் மாற்றிக் கொள்ள வேண்டும். ஒருவர் தொடர்ந்து தன் விடுதலையைக் காத்துக் கொள்வதில் சபைச் சமுதாயம் முக்கிய பங்கு வகிக்கிறது. சபையானது ஒருவர் தன் ஆத்துமாவைப் புதுப்பித்து, மீண்டும் கட்டி எழுப்பி, மறுரூபமடைந்தவராக மாற உதவலாம்.

பவுல் தம் நிருபங்களில் அடிக்கடி இந்தச் செயல்முறையைக் குறித்து எழுதுகிறார். விசுவாசிகள் சத்தியத்திலும், அன்பிலும் வளர வேண்டுமென்று அவர் எப்போதுமே ஜெபித்து, அதற்காக உழைத்தார். விசுவாசிகள் ஒருகாலத்தில் எப்படி இருந்தார்கள் என்பதை அவர் எப்போதும் நினைவுகூர்ந்தார். சிலசமயங்களில், விசுவாசிகள் தொடர்ந்து வளரும்படி அவர்களை உற்சாகப்படுத்த அவர் பின்வருவதை நினைவுறுத்துகிறார்:

> ஏனெனில், முற்காலத்திலே நாமும் புத்தியீனரும், கீழ்ப்படியாதவர்களும், வழிதப்பி நடக்கிறவர்களும், பலவித இச்சைகளுக்கும் இன்பங்களுக்கும். அடிமைப்பட்டவர்களும், துர்க்குணத்தோடும் பொறாமையோடும் ஜீவனம்பண்ணுகிறவர்களும், பகைக்கப்படத்தக்கவர்களும், ஒருவரையொருவர் பகைக்கிறவர்களுமாயிருந்தோம். (தீத்து 3:3)

ஆனால் கிறிஸ்துவின் சீஷர்கள் இனி இப்படி வாழக்கூடாது. மாற்றமடைந்திருக்கும் நாம் மாசற்றவராக இருந்து சாத்தானுக்கு எவ்வித சட்ட உரிமைகளையும் கொடுக்காமல் வாழ்ந்த இயேசுவைப் போலத் தொடர்ந்து மாறிக் கொண்டே இருக்க வேண்டும்:

> உத்தமமானவைகளை நீங்கள் ஒப்புக்கொள்ளத்தக்கதாக உங்கள் அன்பானது அறிவிலும் எல்லா உணர்விலும் இன்னும் அதிகமதிகமாய்ப் பெருகவும், தேவனுக்கு மகிமையும் துதியுமுண்டாகும்படி இயேசுகிறிஸ்துவினால் வருகிற நீதியின் கனிகளால் நிறைந்தவர்களாகி, நீங்கள் கிறிஸ்துவின் நாளுக்கென்று துப்புரவானவர்களும் இடறலற்றவர்களுமாயிருக்கவும் வேண்டுதல் செய்கிறேன். (பிலிப்பியர் 1:9-11)

அன்பிலும், அறிவிலும், ஞானத்திலும் வளர்ந்து, தேவனுக்கு மகிமையைக் கொண்டு வரும் நல்ல கனியைக் கொடுக்கும் ஆரோக்கியமான ஒரு விசுவாசியை இது அழகாக சித்தரிக்கிறது! இவர் விடுதலை பெற்றுக் கொண்டதோடு, அவருடைய வீடாகிய ஆத்துமா ஆபத்தான விதத்தில் “ஆக்கிரமிக்கப்படாமல்” இருப்பதற்கு பதிலாக, இயேசு கிறிஸ்துவின் நன்மையினால் நிறைந்திருக்கிறது.

சீஷர்கள் சாத்தான் உட்புக முடியாதபடி எல்லாத் திறந்த வாசல்களையும் மூடவும், விசுவாசிகள் கிறிஸ்துவின் நன்மையினால் நிரப்பப்படவும் உதவுவதே சபை மற்றும் போதகரின் முக்கிய பொறுப்பாகும்.

சீஷர்களை உருவாக்குவது ஒரு மாபெரும் அழைப்பு, அதைப் பற்றிக் கற்றுக்கொள்ள ஏராளம் உண்டு. இங்கு, இஸ்லாமின் கட்டுகளிலிருந்து விடுதலை பெற்றுக்கொண்ட சீஷர்கள் ஆரோக்கியமாக வளர எப்படி உதவ முடியும் என்பதைப் பற்றிப் பார்ப்போம்.

சுகமடைதலும், விடுதலையும்

எல்லா திறந்த வாசல்களையும் மூடி, எல்லா கால்பதிக்கும் இடங்களையும் அகற்றுவதன் அவசியத்தைப் பற்றிப் பார்த்தோம். எந்த சீஷரின் வாழ்க்கையிலும் இஸ்லாமின் நேரடித் தாக்கத்தினால் இவற்றில் சில காரியங்கள் இருக்கலாம். இங்கு கொடுக்கப்பட்டிருக்கும் ஜெப உதவிகளைப் பயன்படுத்தி இஸ்லாமுக்கான வாசல்களை மூடிவிடலாம்.

இருப்பினும், இஸ்லாமின் நேரடித் தாக்கமற்ற மற்றும் சில கட்டுகளும் கிறிஸ்துவின் சீஷர்களிடம் காணப்படலாம். அவை அத்தியாயம் 2-ல் குறிப்பிடப்பட்ட அறிக்கையிடாத பாவம், மன்னியாமை, ஆத்தும காயங்கள், வார்த்தைகள் மற்றும் அவற்றுடன் தொடர்புடைய சடங்குகள், பொய்கள், மற்றும் தலைமுறை சாபங்கள் போன்ற எந்தப் பகுதிகள் மூலமாகவும் ஏற்படலாம். முன்பு இஸ்லாமியராக இருந்தவரின் வாழ்க்கையில் பின்வரும் காரியங்கள் பெரும் பாதிப்பை ஏற்படுத்துவதைக் காணலாம்:

- மன்னியாமை
- தவறாக நடத்தும் தந்தைமார்கள்
- குடும்பப் பிளவு (விவாகரத்து, பலதார மணம்)
- போதை அடிமைத்தனம்
- பேய் மற்றும் பில்லிசூன்யம்
- பாலியல்ரீதியான அதிர்ச்சிகள் (கடுமையாக நடத்தப்படுதல், கற்பழித்தல், முறையற்ற பாலியல் உறவு)
- வன்முறை
- தலைமுறை சாபங்கள்
- கோபம்
- நிராகரிப்பு மற்றும் சுய-நிராகரிப்பு
- பெண்கள் ஆண்களை நம்பாமல் இருத்தல், மற்றும் வெறுத்தல்
- ஆண்கள் பெண்களை அவமதித்தல்

இவற்றில் பல அம்சங்கள் கலாச்சாரத்திலும், குடும்ப வாழ்க்கையிலும் இஸ்லாம் ஏற்படுத்தும் தாக்கத்தினால் உண்டாகலாம், ஆனால் மனிதர்கள் தங்கள் வாழ்க்கையில் சேர்த்து வைத்த தங்களுக்கேயுரிய ஆவிக்குரிய மூட்டைகளும் உண்டு. கிறிஸ்தவ வளர்ச்சியில் முதிர்ச்சியடைய இஸ்லாமிலிருந்து விடுதலையாவது மட்டும் போதாது, இத்தகைய காரியங்களிலிருந்தும் விடுதலையடைவது அவசியம்.

கடுமையான வயிற்றுப் பிரச்சனைகளைக் கொண்டு வந்த குடும்பச் சூழ்நிலையினால் இளைஞர் ஒருவர் அவதிப்பட்டுக் கொண்டிருந்தார். அவருடைய உறவினர்களில் பலர் வயிற்றில் புற்றுநோய் கண்டு மரித்திருந்தார்கள். அவருடைய வயிற்றிலும் புற்றுநோய் வருவதற்கான அறிகுறிகள் இருப்பதால் தொடர்ந்து மருந்து உட்கொள்ள வேண்டும் என்று ஈரானிலும், அமெரிக்காவிலும் உள்ள மருத்துவர்கள் சொல்லிவிட்டார்கள். ஒரு கட்டத்தில், அவர் தன் குடும்பத்தின் மீதான சாபம் இதற்குக் காரணமாக இருக்கலாம் என்று அறிந்து, அந்தத் தலைமுறை சாபத்தைக் கைவிட்டு, முறித்து, தன்னை ஒரு புது மனிதனாக தேவனிடம் அர்ப்பணித்தார். அவருக்கு பூரண சுகம் கிடைத்துவிட்டது, மருந்துகளையெல்லாம் நிறுத்திவிட்டார். அதே நேரத்தில், சுலபமாக அழுத்தத்திற்கு ஆளாகி கவலையினால் கஷ்டப்படும் அந்த மனநிலையிலிருந்தும் அவர்

134

சுகமடைந்திருந்தார் என்பது இதில் குறிப்பிடத்தக்க இன்னொரு காரியமாகும். அவர் அதிகமாக அமைதியடைந்து, தன் வாழ்க்கையின் சூழ்நிலைகளில் தேவனை அதிகம் நம்பத் தொடங்கினார். இந்தச் சுகமும், விடுதலையும் பின்பு அவர் ஒரு போதகராக ஊழியம் செய்தபோது ஏற்பட்ட அழுத்தங்களை மேற்கொள்ள அவரை ஆயத்தப்படுத்தும் ஒரு முக்கியமான படியாக இருந்தது.

சபை ஆரோக்கியமாக இருக்க வேண்டுமானால், எல்லாவிதமான திறந்த வாசல்களை யும், கால்பதிக்கும் இடங்களையும் கையாள்வது போதகர்கள் விசுவாசிகளைப் பராமரிக்கும் ஊழியத்தில் இயல்பாகவே இடம் பெற்றிருக்க வேண்டும். ஒரு வீட்டை ஆயத்தப்படுத்தும்போது, ஒரேயொரு வாசலை மட்டுமோ அல்லது இஸ்லாமிய உடன்படிக்கைகளின் வாசலை மட்டுமோ மூடினால் போதாது: அந்த வீட்டின் எல்லா வாசல்களையும் மூடுவது அவசியம்.

இடைவெளிகளை நிரப்பும்படி போதித்தல்

ஒரு பழைய, நாசமடைந்த வீட்டை நினைத்துக்கொள்ளுங்கள். கூரை ஒழுகிக் கொண்டிருக்கிறது; அதன் வழியாக உங்களால் வானத்தைப் பார்க்க முடியும். கண்ணாடி ஜன்னல்கள் உடைந்து போயிருக்கின்றன, காற்று அவற்றின் வழியாகச் சரளமாக வீசிக் கொண்டிருக்கிறது. கதவுகள் கீல்முனைகளிலிருந்து கழன்று கீழே விழுந்து கிடக்கின்றன. வீட்டினுள், சுவர்கள் இடிந்து, ஆங்கங்கே ஓட்டையாக இருக்கிறது. தரை மோசமான நிலையில் இருக்கிறது. அஸ்திபாரங்கள் விரிசல் விட்டு உடைந்து போயிருக்கின்றன. அந்த வீட்டிற்குச் சொந்தமல்லாத யாரோ சிலர் அதில் குடியிருக்கிறார்கள். அவர்கள் அங்கு இருக்க வேண்டியவர்கள் அல்ல, அவர்கள் வீட்டை நாசம்தான் செய்து கொண்டிருக்கிறார்கள்.

இந்த வீட்டை மீட்டெடுக்க ஏராளமான வேலைகள் செய்யப்பட வேண்டும். முதலாவது, அந்த வீட்டைப் பாதுகாப்பானதாக மாற்ற வேண்டும்: கூரையைச் சரிசெய்து, புதிய ஜன்னல்களையும், தாழ்ப்பாள்களுடன் கூடிய உறுதியான கதவுகளையும் வைத்து, யாரும் உள்ளே வராமல் பார்த்துக் கொள்ள வேண்டும். இதுவே விடுதலை ஊழியத்தின் முதல் படி ஆகும்: அதாவது, எல்லா திறந்த வாசல்களையும் மூடுதல். எல்லா வாசல்களும் மூடப்படாவிட்டால், எந்த வாசல் திறந்திருக்கிறதோ அதன் வழியாக யாரேனும் அந்நியர்கள் (பிசாசுகள்) உள்ளே நுழைந்து விடலாம் என்பதால் இதை முதலாவது செய்ய வேண்டும்.

முதலில் வீட்டைப் பாதுகாப்பாக்கிவிட்டால், பின்னர் அஸ்திபாரங்களைச் சரிசெய்தல், சுவர்களைப் பழுதுபார்த்தல், வீட்டை அழகாகவும், வசிப்பதற்கு சவுகரியமாகவும் மாற்றுதல் போன்ற மற்ற வேலைகளைக் கவனிக்கலாம்.

ஒருவர் முன்பு இஸ்லாமியாராக இருந்து பின்னர் கிறிஸ்துவிடம் வரும்போது, அவர் இஸ்லாம் மற்றும் இஸ்லாமியக் கலாச்சாரத்தினால் தன் ஆத்துமாவில் ஏற்பட்ட பாதிப்புடன் வரலாம், அவற்றைச் சரிசெய்ய வேண்டும்.

விசுவாசியின் ஆத்துமா ஒரு வாளியைப் போன்றது. அதில் நாம் சுத்தமான, இனிமையான தண்ணீரை வைத்திருக்க வேண்டும்: அந்தத் தண்ணீர் இயேசு கிறிஸ்துவிடமிருந்து வரும் ஜீவத் தண்ணீராகும். நம் வாழ்க்கை இப்படித்தான் இருக்க வேண்டும். ஆனால், நம்முடைய குணத்தில் இருக்கும் பலவீனத்தைப் போல அந்த வாளியில் ஒரு ஓட்டையோ அல்லது பக்கவாட்டில் ஒரு விரிசலோ இருந்தால், அதில்

நிறைய தண்ணீர் பிடித்து வைக்க முடியாது. கீழேயுள்ள ஓட்டை அல்லது விரிசல் வரைக்கும்தான் அதில் தண்ணீர் பிடிக்க முடியும். அந்த வாளி முழுவதும் தண்ணீர் நிரப்ப வேண்டுமானால், முதலில் விரிசல் அல்லது ஓட்டையை அடைக்க வேண்டும்.

உலகெங்கும், இஸ்லாம் வேர்கொண்டிருக்கும் இடங்களில் எல்லாம், இந்த ஆத்தும பாதிப்பு காணப்படுகிறது. "வெவ்வேறு சூழல்களில் இஸ்லாமின் தாக்கம் கிறிஸ்துவுக்காக வாழ நினைக்கும் முன்னாள் இஸ்லாமியர்களுக்கு ஒரேவிதமான தடைகளை உண்டாக்குகிறது" என்று டான் லிட்டில் சொல்வது முற்றிலும் சரியே..[15]

ஒருவர் மோசமான ஒரு விபத்துக்குள்ளாகி, அதிலிருந்து மீண்டு வர நீண்டகாலமாகும் போது என்ன நடக்கிறது என்பதைப் பற்றிப் பார்ப்பது இதைப் பற்றி யோசிக்க மற்று மொரு வழியாக இருக்கும். வழக்கமாக, அவர்களுடைய சில தசைகள் பலவீனமடைந்து, பயன்படுத்தாமல் இருந்ததால் பயனற்றுப் போய்விடக் கூடும். அதிலிருந்து அவர் முற்றிலும் மீண்டு வர, அவருடைய பலவீனமடைந்த தசைகளைப் பயிற்றுவிக்கும் குறிப்பிட்ட சில பயிற்சிகளைச் (உடற்பயிற்சி சிகிச்சை) செய்ய ஒருவர் உதவ வேண்டும். இந்தப் பயிற்சிகளை நீண்ட காலம் செய்ய வேண்டும் மற்றும் அவற்றினால் மிகுந்த வலியும் ஏற்படும். ஆனால் அவருடைய சரீரம் முழுவதும் மீண்டும் இயங்க இந்தப் பயிற்சிகள் மிகவும் அவசியம். மிகவும் பலவீனமடைந்த தசை எந்த அளவுக்கு இயங்க முடிகிறதோ அந்த அளவுக்கு மட்டுமே உங்களால் பயிற்சி செய்ய முடியும்.

இஸ்லாமியப் பின்னணியில் இருந்து வந்த விசுவாசிகளைக் கொண்ட சபையில் போதிக்கும் திட்டம் இந்தப் பாதிப்பை கவனமாகவும், முறையாகவும் கையாளும் விதத்தில் அமைக்கப்பட வேண்டும் என்பதுதான் இதன் அர்த்தம். இதனை நாம் "இடைவெளியை நிரப்பும்படி போதித்தல்" என்கிறோம்: அதாவது, முன்பு பொய்கள் ஆதிக்கம் செலுத்திய பகுதிகளில் வேத சத்தியங்களைப் பேசுதல். இப்படிக் கையாளப்பட வேண்டிய பகுதிகள் ஏராளம் உண்டு.

முஹம்மது வலியுறுத்திய காரியங்களில் ஒன்று, ஒருவர் மற்றவரை விடத் தன்னை உயர்வாகக் கருதுவதாகும்; உதாரணம்: இஸ்லாமியர் அல்லாதவரை விட இஸ்லாமியர் தங்களை உயர்வாகக் கருதுதல். ஒருவரை விடத் தாழ்வாகவோ அல்லது அவருக்குக் கீழ்ப்பட்டோ இருப்பதை அவர் அவமானமாகக் கருதினார். வழக்கமாக, இஸ்லாமியச் சமுதாயங்களில், மற்றவரை விடத் தாம் சிறந்திருப்பது கலாச்சார உணர்வுபூர்வ உலகக் கண்ணோட்டத்தின் ஒரு பகுதியாக இருக்கிறது. ஈரானிய கலாச்சாரத்தில், ஒருவர் தெருவில் கீழே விழுந்து கிடப்பதையோ அல்லது தேர்வில் தோல்வியுற்றவரையோ பார்த்து சந்தோஷப்படுவார்கள் என்று கிறிஸ்தவர் ஒருவர் தெரிவித்தார். விழுந்ததோ அல்லது தோற்றுப்போனதோ தாங்கள் இல்லை என்பதற்காக அவர்கள் சந்தோஷப்பட்டு, தங்களை உயர்வாக நினைத்துக் கொள்வார்களாம்.

இப்படி ஒரு மனிதனை மதிப்பிடுவது சபைகளில் பல பிரச்சனைகளை உண்டாக்கக் கூடும். உதாரணமாக, ஒரு சபையில் இருப்பவர்கள் தாங்கள் மற்ற சபையில் இருப்பவர்களைக் காட்டிலும் உயர்ந்தவர்கள் என்று சொல்லிக் கொள்ளலாம். வருத்தத்தை உண்டாக்கும் இந்த மனப்பான்மையினால் ஒரு குறிப்பிட்ட பகுதியில் இருக்கும் சபைகள் சேர்ந்து வேலை செய்ய மறுக்கின்றன. இந்த மனப்பான்மையினால், ஒருவர் தலைமைத்துவ பொறுப்புக்கு நியமிக்கப்படும்போது, மற்றவர் தான் நிராகரிக்கப்பட்டதாக உணர்ந்து, பொறாமைப்படுகிறார். "ஏன் அவர்கள் என்னைத்

15. டான் லிட்டில், *எஃபெக்டிவ் டிசைப்லிங் இன் முஸ்லிம் கம்யுனிட்டிஸ்*, பக்.170.

தெரிந்தெடுக்கவில்லை? நான் அதற்கேற்றவன் இல்லை என்று நினைக்கிறார்களா?" என்று கேட்கவும் செய்யலாம். இதன் காரணமாக, சபையில் உள்ளவர்கள் விமர்சனம் செய்து தாக்கக் கூடும் என்ற பயத்தினால் அநேகர் தலைமைத்துவப் பொறுப்புகளை ஏற்றுக்கொள்ளத் தயங்கும் மோசமான நிலைக்குச் செல்லக் கூடும்.

இந்த மனப்பான்மை இருந்தால், சபை வாழ்க்கையில் முன்னேற்றங்களைக் கொண்டு வரத்தக்க நல்ல கருத்துக்களைத் தாழ்மையாகத் தெரிவிப்பது எப்படி என்பதை மக்கள் அறியாமலே போய்விடுவார்கள். அதற்கு பதிலாக, தாங்கள்தான் எல்லாவற்றிலும் நிபுணர்கள் போலப் பேசுவார்கள். பெருமையாகப் பேசி, மற்றவர்களை உணர்வற்ற வழியில் திருத்த முற்படுவார்கள்.

இத்தகைய மனப்பான்மை வீண்பேச்சுக்கு இடமளிக்கிறது. மக்கள் பிறரைப் பற்றித் தாழ்வாகப் பேசுவதில் சந்தோஷமடைவார்கள்.

இந்த ஆழமான பிரச்சனையைச் சரிசெய்ய, ஒரு ஊழியாக்கரனின் இருதயத்தை உருவாக்கிக் கொள்வதைப் பற்றிப் போதிப்பது அவசியம்: இயேசு ஏன் தம் சீஷர்களின் பாதங்களைக் கழுவினார் என்பதையும், அதையே நாமும் செய்யும்படிக் கட்டளையிட்டிருக்கிறார் என்பதையும் பற்றி மக்கள் அறிந்து கொள்ள வேண்டும். அதோடு, மக்கள் தாங்கள் செய்வது அல்லது மற்றவர்கள் தங்களைப் பற்றி என்ன சொல்கிறார்கள் அல்லது நினைக்கிறார்கள் என்பதில் அல்ல, கிறிஸ்துவுக்குள் தாங்கள் யாராக இருக்கிறார்கள் என்று தங்களை அடையாளம் கண்டுகொள்வது அவசியம். அவர்கள் தங்கள் பலவீனங்களைக் குறித்து "மேன்மைபாராட்டவும்", "மனமகிழவும்" கற்றுக்கொடுக்க வேண்டும் (2 கொரிந்தியர் 12:9-10). பிறரை நேசிப்பது என்பது அவர்களின் வெற்றிகளில் களிகூர்ந்து, அவர்கள் துன்பப்படும்போதோ அல்லது துக்கப்படும்போதோ அவர்களோடு சேர்ந்து துக்கப்படவும் வேண்டும் என்பதையும் அவர்கள் கற்றுக்கொள்ள வேண்டும் (ரோமர் 12:15; 1 கொரிந்தியர் 12:26). அன்புடன் சத்தியத்தைப் பேசுவதைப் பற்றியும் அவர்கள் அறிந்துகொள்ள வேண்டும். வீண்பேச்சு பேசுவதன் அழிவுக்கேதுவான விளைவுகளைப் பற்றியும், ஒரு சகோதரன் அல்லது சகோதரியைப் பற்றி ஏதேனும் புகார் எழுந்தால் அதை எப்படிக் கையாள வேண்டும் என்றும் விசுவாசிகளுக்குக் கற்றுக்கொடுக்க வேண்டும்.

இஸ்லாமிலிருந்து கிறிஸ்துவிடம் வருபவர்களுக்கு இருக்கும் மற்றுமொரு பிரச்சனை உண்மை பேசுவதாகும். இஸ்லாமியக் கலாச்சாரங்களில், பெரும்பாலும் அவமானத்தைத் தவிர்க்க, திறந்த மனதுடன் இல்லாதிருக்கவும், வெளிப்படையாகப் பேசாதிருக்கவும் பயிற்சி கொடுக்கப்படுகிறது (வஞ்சகம் பற்றிய அத்தியாயம் 7-ஐ பார்க்கவும்). உதாரணமாக, சபையில் உடன் கிறிஸ்தவர் ஒருவர் ஏதோ ஒன்றில் தடுமாறிக் கொண்டிருப்பதைப் பார்க்கும்போது, நீங்கள் முதலில் சென்று, "எப்படி இருக்கிறீர்கள்? எல்லாம் நன்றாக இருக்கிறதா?" என்று கேட்க வேண்டும். அவர்களுக்குப் பிரச்சனை இருந்தும், "நான் நன்றாக இருக்கிறேன், நன்றி. எல்லாம் நன்றாகப் போய்க்கொண்டிருக்கிறது" என்று சொன்னால், அவர்கள் ஒரு முகமூடியைப் போட்டுக் கொண்டிருக்கிறார்கள் என்று அர்த்தம். ஒருவர் இவ்விதமாகத் தன் பிரச்சனைகளை மறைக்க முற்படும் மனப்பான்மை இஸ்லாமிலிருந்து வந்தவர்களிடம் பொதுவாகக் காணப்படும். சாத்தான் இதைப் பயன்படுத்தி அவர்கள் யாரிடமும் உதவி கேட்காமல் தடுத்து, சீஷர்கள் வளருவதைத் தடை செய்கிறான்.

137

இந்தப் பிரச்சனையைக் கையாள, சீஷர்கள் ஒருவருக்கொருவர் உண்மையைப் பேச வேண்டியதன் முக்கியத்துவத்தையும், தனிப்பட்ட வளர்ச்சி மற்றும் விடுதலைக்கு இது எப்படி முக்கியமானது என்பதையும் மீண்டும் மீண்டும் சொல்லிக் கொடுக்க வேண்டும்.

'இடைவெளியை நிரப்பும்படி போதிக்க' வேண்டிய மற்றும் பல பகுதிகள் இஸ்லாமியக் கலாச்சாரங்களில் உண்டு. அவை:

- மன்னிப்பு மற்றும் அதைக் கைக்கொள்வது எப்படி என்பதை அறிவதன் அவசியம்
- எளிதில் நிராகரிக்கப்படுவதாக உணர்வதும், பிறரால் வருத்தப்படுவதுமான மனப்பான்மையை மேற்கொள்ளுதல்
- மக்கள் மத்தியில் நம்பிக்கையைக் கட்டி எழுப்பும் விதத்தில் ஊழியம் செய்யக் கற்றுக்கொள்ளுதல்
- பில்லிசூன்ய பழக்கங்களைக் கைவிடுதல்
- ஆண்களும் பெண்களும் ஒருவரையொருவர் மதித்து, தங்கள் உறவில் பெருமையின்றி, அன்புடனும், தாழ்மையுடனும் உண்மையைப் பேசக் கற்றுக்கொள்ளுதல்
- பெற்றோர் தங்கள் பிள்ளைகளைச் சபிப்பதற்கு பதிலாக ஆசீர்வதிக்கக் கற்றுக்கொள்ளுதல்

(அத்தியாயம் 4-ன் இறுதியில் கொடுக்கப்பட்டுள்ள இஸ்லாமும், முஹம்மதுவைப் பின்பற்றுவதும் உண்டாக்கும் பிரச்சனைகளின் பட்டியலைப் பார்க்கவும்.)

'இடைவெளியை நிரப்பப் போதிப்பது' முறைசார்ந்ததாகவும், முழுமையானதாகவும் இருக்க வேண்டும் என்பதை வலியுறுத்துவது அவசியம். மக்கள் தங்கள் உணர்வுபூரவமான மற்றும் இறையியல் உலகக் கண்ணோட்டங்களை மீண்டும் கட்டியெழுப்பும் விதத்தில் இந்தப் பிரச்சனைகளை ஆழமாக ஆய்வு செய்து சரிசெய்ய வேண்டும்.

இந்தப் பகுதிகளில், விசுவாசிகளையும், தலைவர்களையும் உருவாக்குவது எப்படி என்று பார்ப்போம்.

நன்றாகத் துவங்குங்கள்

வட ஆப்பிரிக்காவில் இஸ்லாமியர் மத்தியில் நற்செய்திப்பணி செய்யும் இரண்டு மிஷினரிகளை ஒப்பிடுவோம். இவர்கள் இருவரும் அங்கு பல ஆண்டுகளாக ஊழியம் செய்திருக்கிறார்கள்..[16]

ஸ்டீவ் இஸ்லாமியர்களை சீக்கிரமாக கிறிஸ்துவுக்குத் தங்களை ஒப்புக்கொடுக்க வைத்துவிடுவார். சிலசமயங்களில் முதல்முறை அவர்களுடன் பேசும்போதே இது நடந்துவிடும். இருப்பினும், ஏறக்குறைய இப்படி மாறியவர்களில் எல்லோருமே பெரும்பாலும் தாங்கள் இயேசுவைப் பின்பற்றத் தீர்மானித்து ஒருசில வாரங்களிலேயே பின்மாற்றத்திற்குள் போய்விடுவார்கள். வெகுசிலர் மட்டும் ஒரு வருடத்திற்கு மேல் நிலைத்திருப்பார்கள். கிறிஸ்துவை விசுவாசிக்க மக்களைத் துரிதமாக நடத்தி, அவர்கள் வளர்ந்து கிறிஸ்தவ விசுவாசத்தைப் பற்றி அதிகம் கற்றுக்கொள்ள பரிசுத்த ஆவியானவரை நம்ப வைப்பது ஸ்டீவ் பயன்படுத்திய முறையாகும்.

---

16. டான் லிட்டில், *எஃபெக்டிவ் டிசைப்லிங் இன் முஸ்லிம் கம்யுனிட்டிஸ்*, பக்.26-27.

செரி-யின் அணுகுமுறையும், வெற்றி விகிதமும் இதற்கு எதிராக இருந்தது. மக்களை கிறிஸ்துவுக்குள் நடத்த செரிக்கு நீண்ட காலமாகும், சிலசமயங்களில் பல ஆண்டுகள் கூட ஆகலாம். தாம் கிறிஸ்துவுக்குள் நடத்தும் பெண்கள் உபத்திரவப்படுதல், தங்கள் கணவர்களால் விவாகரத்து செய்யப்படுதல் போன்றவற்றிற்கு இருக்கும் வாய்ப்புகள் உட்பட, கிறிஸ்துவுக்குள் முழுவதுமாக தங்களை ஒப்புக்கொடுப்பதன் அர்த்தத்தை முழுமையாக விளங்கிக் கொண்ட பின்னரே அவர்களை சீஷராகும்படி அழைப்பார். அவர்கள் இவ்வாறு கிறிஸ்துவுக்குள் நடத்திய பெண்கள் அனைவருமே நன்கு அர்ப்பணித்த விசுவாசிகளாக மாறினார்கள், செரியை வட ஆப்பிரிக்காவிலிருந்து அனுப்பிவிட்ட பின்னரும் அவர்களின் விசுவாசம் மாறாமல் தொடர்ந்தது.

இஸ்லாமியரை கிறிஸ்துவுக்குள் நடத்தி, அவர்களை சீஷராக்குவதற்கு, அந்த வேலையை அவர்களிடம் துவங்கும் செயல்பாடு முழுமையாக இருக்க வேண்டும். அத்தியாயம் 5-ல் படித்த கிறிஸ்துவைப் பின்பற்றுவதற்கான ஐந்து படிகளை நினைவுகூருக:

1. இரண்டு அறிக்கையிடல்கள்
   ▪ நான் ஒரு பாவி, என்னை நானே இரட்சித்துக் கொள்ள முடியாது.
   ▪ ஒரேயொரு தேவன் மட்டுமே உண்டு, அவரே நம் சிருஷ்டிகரும், என்னுடைய பாவங்களுக்காக மரிக்கும்படித் தம்முடைய குமாரனாகிய இயேசுவை அனுப்பியவரும் ஆவார்.

2. என்னுடைய பாவங்களிலிருந்தும், பொல்லாங்கான எல்லாவற்றிலிருந்தும் மனந்திரும்புதல்.

3. பாவமன்னிப்பையும், விடுதலையையும், நித்திய ஜீவனையும், பரிசுத்த ஆவியானவரையும் வேண்டிக் கொள்ளுதல்.

4. என் வாழ்க்கையின் ஆண்டவராக கிறிஸ்துவை ஏற்றுக் கொண்டு அவர் மீது என் விசுவாசத்தை மாற்றிக் கொள்ளுதல்.

5. என் வாழ்க்கையைக் கிறிஸ்துவுக்கு அர்ப்பணித்து, அவருக்கு ஊழியம் செய்ய வாக்குப்பண்ணி, பிரதிஷ்டை செய்தல்.

6. கிறிஸ்துவுக்குள் என் அடையாளத்தை அறிவித்தல்.

ஸ்டீவ் புதிய விசுவாசிகளை 1-2 படிகள் வழியாகவும், ஒருவேளை படி 3-ன் வழியாகவும் நடத்தி, 4-6 படிகளின் வழியாக நடத்தாமல் விட்டிருக்கலாம் என்று தெரிகிறது. விசுவாசத்தை முற்றிலும் மாற்றுவதற்கு (படி 4) இஸ்லாமுடனான பிணைப்புகளை அறுத்து, அவற்றிற்கு பதிலாக இயேசுவின் மீது முழு விசுவாசத்தையும் வைப்பது அவசியமாகிறது. இதற்கான வாக்குறுதி மற்றும் பிரதிஷ்டையில் (படி 5), உபத்திரவத்திற்கு ஆளாவதையும் ஒப்புக்கொள்ள வேண்டும், உங்களை நீங்களே பிரதிஷ்டை செய்து கொள்ளும் வேதாகம நெறிமுறையை விளங்கிக் கொள்ள, நீங்கள் எப்படிப்பட்ட வாழ்க்கை வாழப் பிரதிஷ்டை செய்கிறீர்கள் என்பதைப் புரிந்து கொள்வது அவசியம். புதிய அடையாளத்தை அறிவிப்பதற்கு (படி 6), கிறிஸ்தவ அடையாளத்தை விளங்கிக் கொள்ளவும், அல்லாஹ்-விடம் "சரணடைந்தவராக" இருப்பதற்கு மாறாக இயேசு கிறிஸ்துவின் மூலம் தேவனுடைய பிள்ளையாக இருப்பது என்றால் என்ன என்பதையும் அறிந்திருக்க வேண்டும். இதற்கு, நண்பர்கள் மற்றும் குடும்பத்தினரிடமிருந்து பிரிக்கப்படக்கூடும் என்னும் கருத்துடைய உம்மா-விலிருந்து

139

விலக்கப்படுவதன் மூலம் உங்கள் பழைய அடையாளத்தை இழப்பது என்றால் என்ன என்பதையும் அறிந்திருக்க வேண்டும்.

அதோடு, படி 3-ல், கிறிஸ்துவுக்குள் சுயாதீனமாக இருப்பது, பிறரை மன்னிப்பது, ஆவியில் வாழும் வாழ்க்கையின் தன்மை என்றால் என்ன என்பதைப் பற்றிய முதிர்ச்சியடைந்த ஒரு புரிதல் அவசியமாகிறது.

இந்தப் படிகளின் வழியாகக் கடந்து செல்ல ஆழமாக அர்ப்பணிப்பதற்கு, சீஷத்துவ செயல்முறையை முழுமையாக விளங்கிக் கொள்ள வேண்டும். இந்தச் செயல்முறையின் மூலம், ஒருவர் இஸ்லாமிய வெளித்தோற்றத்தை கவனமாகவும், நன்கு யோசித்தும் புறம்பே தள்ளிவிட்டு, வேதாகமத்தின் அடிப்படையிலான ஒன்றைத் தரித்துக் கொள்ளக் கற்றுக்கொள்ள வேண்டும்.

ஒருவர் கிறிஸ்துவிடம் வந்து அவரைப் பின்பற்றத் தீர்மானிக்கும்போது, உண்மையில் சாத்தானுடன் யுத்தம் செய்ய முன்வருவதை அறிவிக்கிறார். அவர்கள் சாத்தானின் உரிமைகளைப் பறித்து, தங்கள் வாழ்க்கையின் மீதான எல்லா உரிமைகளையும் இயேசு கிறிஸ்துவிடம் ஒப்படைக்கத் தங்களை அர்ப்பணிக்கிறார்கள். இது எளிதான அல்லது மேலோட்டமான ஒரு தீர்மானம் அல்ல. இதன் பின்னணியில் அந்த நபரின் புரிந்துணர்வும், சித்தமும் முழுமையாக ஈடுபட்டிருக்க வேண்டும்.

இந்தக் காரணங்களால், சுவிசேஷ ஊழியர்கள் ஞானஸ்நானம் கொடுப்பதிலும், இயேசுவைப் பின்பற்றுவதற்கான அர்ப்பணிப்பின் ஜெபம் செய்வதற்கு மக்களை நடத்துவதிலும் பொறுமையாக இருக்க வேண்டும். இவை அனைத்தும் தங்களுக்கும், தங்களுக்கு அன்பானவர்களுக்கும் என்ன அர்த்தம் கொடுக்கின்றன என்பதை அவர்கள் முழுவதுமாக அறிந்து கொண்ட பின்னர்தான் ஊழியர்கள் இவற்றைச் செய்ய வேண்டும்.

முழு புரிந்துணர்வுடனும், அர்ப்பணிப்புடனும், 'ஷஹாதாவைக் கைவிட்டு, அதன் வல்லமைகளை முறிப்பதற்கான அறிக்கையிடல் மற்றும் ஜெபத்தை' சொல்லாத வரை யாருக்கும் ஞானஸ்நானம் கொடுக்காமல் இருப்பது நல்லது. இதைச் செய்வதற்கு முன்னர், அதன் முக்கியத்துவத்தை அவர்களுக்கு விளக்க வேண்டும். இது ஞானஸ்நானம் பெற்றுக்கொள்வதற்கு சிலகாலத்திற்கு முன்னர் செய்யப்பட வேண்டும். ஞானஸ்நான சடங்கின் ஒரு பகுதியாக கைவிடல் ஜெபத்தைச் சேர்த்துக் கொள்ளலாம். இந்தக் கைவிடல், ஒருவர் தன் வாழ்க்கையில் இஸ்லாம் கோரும் எல்லா உரிமைகளையும் நிராகரித்து, இயேசு கிறிஸ்துவை ஆண்டவராக ஏற்றுக்கொண்டு, அவரை முற்றிலுமாக விசுவாசிக்கும் நான்காம் படிக்கு முற்றிலும் அர்ப்பணிக்க உதவுகிறது.

வளர்ந்து வரும் தலைவர்களை உருவாக்குதல்

இன்றைய உலகில் இஸ்லாமியப் பின்னணியில் இருந்து வரும் விசுவாசிகள் சந்திக்கும் மிகப்பெரிய தேவைகளில் ஒன்று, முன்பு இஸ்லாமியராக இருந்து கிறிஸ்தவ விசுவாசியாகிப் பின்னர் அதிக முதிர்ச்சியடைந்த போதகர்களாக மாறியவர்கள் ஆகும். ஆரோக்கியமற்ற தலைவர்கள் ஆரோக்கியமற்ற சபைகளை வளர்க்கிறார்கள். விசுவாசிகள் முதிர்ச்சியிலும், விடுதலையிலும் வளரும் ஆரோக்கியமான சபை உருவாக வேண்டுமானால், ஆரோக்கியமான தலைவர்கள் அவசியம். முன்பு இஸ்லாமிய மார்க்கத்திலிருந்து வந்து ஆரோக்கியமான சபைகளை நடத்தக்கூடிய

போதகர்களுக்காக அதிக முதலீடு செய்வது முக்கியம். பல ஆண்டுகள் பராமரிப்பும், ஆதரவும் கொடுப்பதுதான் இந்த முதலீடு.

நல்ல தலைவர்களாக மாறக் கூடியவர்களுக்காக முதலீடு செய்வதற்கு முன்னர், அப்படிப்பட்டவர்களைக் கண்டுபிடிக்க வேண்டும்! இதில் உள்ள முக்கிய கோட்பாடு இதுவே: மக்களைத் தலைவர்களாக உருவாக்குவதில் பொறுமை காண்பிக்க வேண்டும். ஒருவரை மிகத் துரிதமாக தலைவராக உயர்த்திவிட்டீர்கள் என்றால், பின்னர் அவரை விடச் சிறந்தவர் வரும்போது வருந்த வேண்டியதாக இருக்கும். இஸ்லாமியப் பின்னணியில் இருந்து வந்தவர்கள் நிராகரிப்பையும், போட்டியையும் எதிர்கொண்டு போராட வேண்டியதாகி விடும், ஆகவே ஒருவரைத் தலைவராக உயர்த்துவதற்கு முன்னர், இவற்றை உறுதி செய்து கொள்ளுங்கள்:

- அவர்கள் அழைக்கப்பட ஆயத்தமாக இருக்க வேண்டும்
- தலைமைத்துவப் பொறுப்பை ஏற்க அவர்கள் தாழ்மையாக இருக்க வேண்டும்.
- கற்றுக்கொள்ளக் கூடியவர்களாக இருக்க வேண்டும்.
- தங்களுக்கு வரக்கூடிய தவிர்க்க முடியாத விமர்சனங்களைக் கையாளும் சகிப்புத்தன்மை கொண்டிருக்க வேண்டும்.

நீங்கள் இஸ்லாமியப் பின்னணியில் இருந்து வந்தவராகவும், ஒரு சபையை நடத்தும் அழைப்பைப் பெற்றிருப்பதாக நினைப்பவராகவும் இருந்தால், அதற்கு ஆயத்தமாக துரிதமான அல்லது எளிதான வழியை நாடாதீர்கள். நீங்கள் ஆயத்தமாக நேரமெடுக்கும் என்பதைத் தாழ்மையுடன் புரிந்து கொள்ளுங்கள். பயிற்சிக்கு உங்களை அர்ப்பணிக்க விருப்பம் கொள்ளுங்கள். பொறுமையாக இருங்கள், கற்றுக் கொள்ள முன்வாருங்கள்.

மிகத் துரிதமாக முன்னேறிச் செல்வதால் இஸ்லாமிய மார்க்கத்திலிருந்து வந்த தலைவர்களின் நிலைமை மோசமாகக் கூடும். அவர்கள் வேகமாக முன்னேறிச் செல்வார்கள் என்றால், தாழ்மையைக் கற்றுக்கொள்ளமாட்டார்கள்: தாங்கள் அறிய வேண்டியதை எல்லாம் அறிந்திருப்பதாகவும், அதற்கு மேல் தங்களை உருவாக்கவோ, பயிற்சியளிக்கவோ தேவையில்லை என்றும் நினைப்பார்கள். தலைவராகும் ஆற்றல் கொண்டவர்களிடம் முதலில் குறுகிய கால தலைமைப் பொறுப்புகளைக் கொடுத்து, பயிற்சியளிக்கவும், பரிசோதிக்கவும் செய்யலாம். அவர்கள் சபையினர் முன்பாகத் தங்கள் அழைப்பையும், பொறுப்புக்கு ஏற்ப நடப்பதையும் நிரூபிக்கும்போது, படிப்படியாக அவர்களை நிரந்தர தலைமைப் பொறுப்புகளுக்கு நியமித்து உறுதி செய்யலாம். அவர்கள் சபையினருக்கு முன்பாகத் தங்களை நிரூபிக்காமல், மிக வேகமாக முன்னேறிச் செல்வார்கள் என்றால், அவர்கள் சமாளிக்கக் கற்றுக்கொள்ளும் முன்னரே சீக்கிரமாக நிராகரிப்பை எதிர்கொள்ள வேண்டியதாகலாம். அது அவர்கள் தலைவர்களாக உருவாவதைப் பாதிக்கலாம்.

ஆரோக்கியமான தலைவர்களை உருவாக்க அதிக காலமாகும், நல்ல முதிர்ந்த கிறிஸ்தவத் தலைவர்களை உருவாக்க நீண்ட-காலக் கண்ணோட்டங்கள் அவசியம். தலைவராகக் கூடிய எந்த புதிய விசுவாசியும் கிறிஸ்தவ முதிர்ச்சி அடைய பல ஆண்டுகளாகும். அவர்கள் கற்றுக்கொள்ள வேண்டியது அதிகம். இஸ்லாமியப் பின்னணியிலிருந்து வருபவர்கள் வாழ்க்கை மற்றும் உறவுகளைக் குறித்து குறிப்பிட்ட

வழிகளில் யோசிப்பதும், உணர்வதும் முழுவதுமாக மாற்றி அமைக்கப்பட வேண்டியதாக இருக்கிறது.

தலைவர்களை முதிர்ச்சிக்கு நேராக வழிநடத்துவதற்கான 12 முக்கிய அம்சங்கள் பின்வருமாறு:

1. பயிற்சி பெறுபவர் (பயிற்றுவிக்கப்படுபவர்) தன்னைப் பயிற்றுவிக்கும் ஒருவரை (பயிற்சியாளர்) வாரத்திற்கு ஒரு முறையாவது தொடர்ந்து சந்திக்க வேண்டும்.

2. பயிற்றுவிக்கப்படும் தலைவர்கள் வாழ்க்கை அனுபவங்களை விசுவாசத்துடன் இணைத்து எப்படி இறையியல் ரீதியாக சிந்திக்க வேண்டுமென்று கற்றுக்கொடுக்க வேண்டும். இது, அனுதின வாழ்க்கை மற்றும் ஊழியத்தின் நடைமுறை சவால்களுக்கு வேதாகம மற்றும் விசுவாசக் கருத்துக்களை பிரயோகிக்கக் கற்றுக்கொள்வதாகும். நேரமெடுத்து தானாக முன்வந்து இறையியல் ரீதியாக யோசிப்பதன் மூலம், ஒருவரின் குணத்தை சத்தியத்திற்கு முன்பாக நிறுத்திப் பார்த்து, படிப்படியாக இயேசு கிறிஸ்துவைப் போல மாற முயற்சி எடுக்கலாம்.

3. வெளிப்படைத்தன்மையோடும், நேர்மையோடும் பயிற்சி கொடுங்கள்: இதைப் பொறுத்தவரை மிகுந்த எதிர்பார்ப்பு இருக்க வேண்டும். பயிற்றுவிக்கப்படுபவர் ஒரு முகமூடியை அணிந்து கொண்டிருப்பார் என்றால், அந்த முகமூடிதான் முதிர்ச்சியடையும்! ஒருநாள் உண்மையான நபர் அந்த முகமூடியைக் கழற்றி வைத்துவிட்டு அறையை விட்டு வெளியேறக் கூடும். அப்போது நீங்கள் நினைத்தபடி அவர் இல்லை என்பது உங்களுக்குத் தெரிய வரும்.

தலைவராகக் கூடியவர் தன் போராட்டங்களைக் குறித்து வெளிப்படைத்தன்மையுடன் இருக்க எதிர்பார்க்கும் பயிற்சியாளரும் வெளிப்படைத்தன்மையுடன் இருப்பது என்றால் என்ன என்பதை மாதிரியாகக் காண்பிக்க வேண்டும்.

முன்னாள் இஸ்லாமியராக இருந்தவர்களைக் கொண்ட ஒரு சபைக்குப் போதகராக மாறக்கூடிய ஒரு தம்பதியரை முதலில் நான் சீஷர்களாக உருவாக்கிக் கொண்டிருந்தேன். முதல் சந்திப்பில் அவர்களிடம், "உங்களுக்கு ஏதேனும் பிரச்சனைகள் இருக்கிறதா?" என்று கேட்டதற்கு அவர்கள் "இல்லை" என்றார்கள்.

அடுத்த வாரமும் சந்தித்தோம். மீண்டும் நான் "உங்களுக்கு ஏதேனும் பிரச்சனைகள் இருக்கிறதா?" என்று கேட்டதற்கு, "இல்லை" என்ற பதிலே வந்தது.

மூன்றாம் வாரம் சந்தித்தபோது, மீண்டும் ஒருமுறை, "உங்களுக்கு ஏதேனும் பிரச்சனைகள் இருக்கிறதா?" என்று கேட்டேன்.

மீண்டும் பதில் "இல்லை" என்பதுதான்.

அப்போது நான், "இதைக் கேட்க வருத்தமாக இருக்கிறது. ஒன்று, உங்களுக்குப் பிரச்சனைகள் இருக்க வேண்டும், அல்லது பிரச்சனை இருப்பது உங்களுக்குத் தெரியாமல் இருக்க வேண்டும். அது நல்லதல்ல. அல்லது உங்களுக்குப் பிரச்சனைகள் இருக்கிறது, ஆனால் என்னிடம் சொல்லத் தயங்குவதாகவும் இருக்கலாம். அதுவும் நல்லதல்ல. இதில் எது உங்கள் நிலை?" என்றேன்.

142

அப்போது அந்தத் தம்பதியர் மனந்திறந்து பேசத் தொடங்கினார்கள்: அவர்களுக்குப் பிரச்சனைகள் இருந்தன, ஆனால் பலவீனங்கள் அல்லது சிரமங்களை மற்றவர்களிடம் தெரிவிப்பது அவமானம் என்று அவர்களுடைய இஸ்லாமியப் பின்னணி கற்றுக் கொடுத்திருந்தது. இருப்பினும், அவர்கள் தங்கள் சிரமங்களையும், சவால்களையும் மனந்திறந்து பகிர்ந்து கொள்ளத் தொடங்கியதில் இருந்து எங்களுடைய உறவு சுமூகமாக மாறியது. அன்று முதல், என்னால் அவர்களுக்கு உதவி செய்ய முடிந்தது. இந்தச் செயல்முறையின் மூலம், நம்பிக்கை வளர்ந்தது, அவர்களும் கிறிஸ்தவ முதிர்ச்சியில் வேகமாக முன்னேறத் தொடங்கினார்கள்.

4. பயிற்சியாளரும், தலைவராகப் பயிற்றுவிக்கப்படுபவரும் பிரச்சனைகளை எழுப்பி அவற்றைக் கையாள முன்வருபவர்களாகவும், தானாக முன்வந்து அதைச் செய்பவர்களாகவும் இருக்க வேண்டும். பிரச்சனைகளை அறிந்து, நீங்கள் சந்திக்கும்போது அவற்றைக் கொண்டு வர நீங்கள் பயிற்றுவிக்கும் நபரை உற்சாகப்படுத்துங்கள்.

5. பயிற்றுவிக்கப்படுபவரும், அவரின் பயிற்சியாளரும், சபையின் வாழ்க்கையை பாதிக்கும் முக்கியமான பிரச்சனைகளையும், தீர்மானங்களையும் கையாள சேர்ந்து போராட வேண்டும். இவ்விதமாக, போதக ஊழியத்தில் ஏற்படும் சவால்களை எப்படி தேவபக்தியுள்ள விதத்திலும், வேதாகமத்தின் அடிப்படையிலும் கையாள முடியும் என்பதை தலைவராகப் பயிற்றுவிக்கப்படுபவர் அறிந்து கொள்ளலாம்.

6. ஒருவரை நீங்கள் பயிற்றுவிக்கும்போது, அவர்கள் சுதந்திரமாகச் செயல்பட அனுமதியுங்கள். ஊழியப் பயிற்சியில் ஒரு பகுதியாக ஏறக்குறைய எல்லோருமே ஏதோ ஒன்றிலிருந்து விடுதலையடைய வேண்டியது அவசியமாகலாம். அடிமைத்தனங்களைப் பற்றிப் பேசி, காயங்களை குணப்படுத்தாவிட்டால், முழுமையாகக் குணமடையாமலும், விடுதலை பெறாமலும் இருக்கும் நிலையில் அவர்கள் எதிர்காலத்தில் பயன் தருவது குறையும். தனிப்பட்ட சுதந்திரத்தைப் பாதிக்கும் பிரச்சனைகள் எழும்போது, கிறிஸ்துவுக்குள் நமக்கு இருக்கும் உதவியைக் கொண்டு அந்தப் பிரச்சனைகளைத் தீர்க்கப் பாருங்கள். இவற்றை படம் 2-ல் காணலாம். மேலும், விடுதலை பெற்ற செயல்முறையின் வழியாகக் கடந்து வந்த ஒருவருக்கு மற்றவர்கள் விடுதலையாக உதவி செய்வது எப்படி என்பது தெரியும்.

7. முன்னாள் இஸ்லாமியராக இருந்து தலைவராகப் பயிற்சி பெறுபவரை சுய-பராமரிப்பில் பயிற்றுவியுங்கள். முன்னாள் இஸ்லாமியராக இருந்த தலைவர்கள் தங்களையும், தங்கள் குடும்பத்தையும் பராமரிப்பதற்கு முன்னுரிமை கொடுப்பது அவசியம். இந்தக் கடினமான ஊழியத்தில் அநேக சவால்கள் உண்டு, ஒரு போதகர் தன்னையும், தன் குடும்பத்தையும் பராமரிக்க முன்னுரிமை கொடுக்காவிட்டால், அவர்களால் நீண்டகாலம் நிலைத்திருக்க முடியாமல் போகலாம். ஒரு போதகர் தன் சொந்தக் குடும்பத்தைப் பராமரிக்கத் தவறினால், அவருடைய ஊழியம் நம்பத்தக்கதாக இருக்காது. “அவர்கள் தங்கள் சொந்தக் குடும்பத்தையே பரமரிக்காதபோது எப்படி சபையைப் பராமரிப்பார்கள்?” என்று எல்லோரும் கேட்பார்கள்.

8. தலைவர்கள் தம்பதிகளாக இல்லை என்றால், ஒருவர் மீது ஒருவர் ஆதிக்கம் செலுத்திக் கட்டுப்படுத்துவது அல்ல, ஊழிய-மனப்பான்மை கொண்ட பரஸ்பர அன்பு மற்றும் மரியாதையின் அடிப்படையிலான கிறிஸ்தவத் திருமணம் என்றால் என்ன என்பதை அவர்கள் புரிந்து கொள்ள வேண்டும்.

9. ஊழியத்தில் தன்னைப் பற்றிய விழிப்புணர்வைக் கொண்டிருக்க வலியுறுத்த வேண்டும். மக்கள் போட்டி மனப்பான்மையுடனும், வெளிப்படைத்தன்மை இல்லாமலும், மற்றவர்களை விட உயர்வாகக் கருதும்போதும், தங்களைப் பற்றிய விழிப்புணர்வு இல்லாமல் இருக்கிறார்கள் என்று அர்த்தம். இது இஸ்லாமினால் வந்த பாதிப்பில் ஒரு பகுதி. பயிற்சி பெறும் ஒருவர் வளருவதற்கு, தன்னைப் பற்றிச் சொல்லப்படும் விமர்சனங்களை விலையேறப்பெற்ற பரிசாகவும், உதவியாகவும் மதிக்கக் கற்றுக்கொள்ள வேண்டும். அதாவது, விமர்சனம் எதிர்மறையாக இருக்கும்போது, அதனால் வருத்தப்படாமல் அல்லது அச்சுறுத்தப்படாமல், குற்ற உணர்வடையாமல் அல்லது நிராகரிக்கப்படுவதாக உணராமல் இருக்க வேண்டும். அதே சமயம், பயிற்சியாளர் விமர்சனங்களை நாடி, அவற்றிற்கு எப்படி பதில் செயல்படுவது என்பதற்கு முன்மாதிரியாக இருந்து சுய-விழிப்புணர்வை ஏற்றுக்கொள்ளும் மற்றும் திறந்த மனதுடன் கையாளும் மாதிரியாக இருக்க வேண்டும். பயிற்சியாளர் குறைகூறும் விமர்சனங்களை ஏற்றுக்கொள்கிறார் என்பதை பயிற்சி பெறுபவர்கள் பார்க்கும்போது, அவர்களும் அதை ஏற்றுக் கொள்ள முன்வருவார்கள்.

10. பயிற்சி பெறுபவர் ஏமாற்றங்களை தேவபக்தியுள்ள விதத்தில் கையாள உதவி செய்யுங்கள், அப்போதுதான் அவருக்கு சகிப்புத்தன்மை வரும். பிறர் தங்களைத் தாழ்மைப்படுத்தும்போது அல்லது வாழ்க்கையின் சூழ்நிலைகள் கையாள முடியாததாக மாறும்போது, வேதாகம சத்தியங்களை எப்படி பிரயோகிப்பது என்று தலைவராகப் பயிற்சி பெறும் முன்னாள் இஸ்லாமியருக்குக் கற்றுக்கொடுத்து ஆயத்தப்படுத்துங்கள்.

11. ஆவிக்குரிய யுத்தம் செய்ய அவர்களை ஆயத்தம் செய்யுங்கள். கிறிஸ்துவிடம் வரும் மக்களுக்கு ஊழியம் செய்யும்போது பின்னாலிருந்து பொல்லாங்கன் தள்ளிக் கொண்டுதான் இருப்பான்: அதைத் தவிர்க்க முடியாது. இஸ்லாமியப் பின்னணியிலிருந்து வந்த விசுவாசிகளுக்கு சாத்தான் தாக்கும்போது எப்படி நிலையாக இருக்க வேண்டும் என்பதைப் பயிற்றுவிக்க வேண்டும்.

12. மற்ற கிறிஸ்தவர்கள் மீது நம்பிக்கை வைப்பதிலும், அவர்களுடன் ஒத்துழைப்பதிலும் மாதிரியாக இருங்கள். மற்ற ஊழியங்களுடன் தேவபக்தியுள்ள விதத்தில் பங்காளராகிக் கொள்ளுங்கள். இது, முன்னாள் இஸ்லாமியர்கள் கிறிஸ்துவின் சரீரத்தை அறிந்து கொள்வதற்கு உதவியாக இருக்கும்: அது தேவனைக் கனம் பண்ணுவதாகவும், உங்கள் சபைக்கான தேவனுடைய ஆசீர்வாதங்களைப் பெற்றுக்கொள்ளும் வழியாகவும் இருக்கும். இது தாழ்மையைக் கற்றுக்கொடுப்பதற்கான நல்ல வழியாகவும் இருக்கும்.

கூடுதல் உதவி

இஸ்லாமைப் பற்றி இங்கு கற்றுக் கொடுக்கப்பட்ட பல தலைப்புகளைப் பற்றிய கூடுதல் தகவலுக்கு, மார்க் டியூரி எழுதிய *த தர்ட் சாய்ஸ்: இஸ்லாம், திம்மிட்டியூட் அன்ட் ஃப்ரீடம்* (மூன்றாம் தெரிவு: இஸ்லாம், திம்மியாக்குதல் மற்றும் விடுதலை) என்ற புத்தகத்தைப் பார்க்கவும்.

ஜெபங்களுடன் கூடிய *லிபர்டி டு த கேப்டிவ்ஸ்* (சிறைப்பட்ட மாந்தர்க்கு விடுதலை) உபகரணங்களை luke4-18.com என்ற இணையதளத்தில் பல மொழிகளில் காணலாம்.

பிசாசுகளிடமிருந்து மக்களை விடுவிப்பதற்கான படிகளைப் பற்றிய கூடுதல் தகவலுக்கு, பாப்லோ பாட்டரி எழுதிய *ஃப்ரீ இன் க்ரைஸ்ட்* என்னும் புத்தகத்தை மார்க் டியூரி பரிந்துரைக்கிறார். இப்புத்தகம் ஆங்கிலம் மற்றும் ஸ்பானிய மொழிகளில் உள்ளது. அதற்கான பயிற்சி உபகரணங்களை (ஆங்கிலத்திலும், மற்றும் சில மொழிகளிலும்) freemin.org என்னும் இணையதளத்தில் காணலாம்.

மக்களை விடுவிக்க உதவும் மேலும் சில ஜெபங்கள் இங்கு கொடுக்கப்பட்டுள்ளன.

மன்னிப்பிற்கான ஜெபம்[17]

பிதாவே, நான் பிறரை மன்னிக்க வேண்டும் என்பதை நீர் தெளிவாக உணர்த்தியுள்ளீர். மன்னிப்புக் கொடுக்கும் சுகத்தையும், விடுதலையையும் நான் பெற்றுக்கொள்ள வேண்டும் என்பது உம்முடைய விருப்பம்.

இன்று, என்னைப் பாவத்தில் நடத்திய எல்லோரையும் [பெயரைக் குறிப்பிடவும்], என்னைப் புண்படுத்திய எல்லோரையும் [பெயரைக் குறிப்பிடவும்] நான் மன்னிக்கிறேன். அவர்கள் ஒவ்வொருவரையும் [அவர்கள் செய்த தவறுகளைக் குறிப்பிடவும்] இதிலிருந்து விடுவிக்கிறேன்.

என் இருதயத்தில் அவர்களுக்கு விரோதமாக வைத்திருந்த எல்லா நியாயத்தீர்ப்புகளையும், தண்டனைகளையும் விட்டுக் கொடுக்கிறேன். [பெயரைக் குறிப்பிடவும்] அவரை உம்மிடம் ஒப்புவிக்கிறேன், நீரே நீதியுள்ள நியாயாதிபதியாக இருக்கிறீர்.

ஆண்டவரே, என்னுடைய செய்கைகளால் பிறரையும், என்னையும் புண்படுத்தியதை எனக்கு மன்னியும்.

நீர் என்னை மன்னித்திருப்பதால், இந்த வேதனை என் மனப்பான்மைகளையும், நடத்தையையும் பாதிக்க அனுமதித்ததற்காக என்னை நானே மன்னிக்கத் தீர்மானிக்கிறேன்.

17. அடுத்து வரும் இரு ஜெபங்களும் செஸ்டர் அன்ட் கைல்ஸ்ட்ரா எழுதிய *ரெஸ்டோரிங் த ஃபவுன்டேஷன்ஸ்*-ல் உள்ள ஜெபங்களை அடிப்படையாகக் கொண்டவை.

பரிசுத்த ஆவியானவரே, என் வாழ்க்கையில் மன்னிப்பை செயல்படுத்தியதற்காகவும், மன்னிப்பதற்குக் கிருபை கொடுத்ததற்காகவும், தொடர்ந்து மன்னிக்க உதவியதற்காகவும் நன்றி.

இயேசுவின் நாமத்தில்,

ஆமென்.

பொய்களை (அவபக்தியான நம்பிக்கைகள்) நிராகரிப்பதற்கான ஜெபம்

பிதாவே, இந்தப் பொய்யை [பெயர் குறிப்பிடவும்] நம்பிய என் (மற்றும் என் முன்னோரின்) பாவத்தை அறிக்கையிடுகிறேன்.

இந்த அவபக்தியான நம்பிக்கையை உருவாக்கக் காரணமானவர்களை, குறிப்பாக [பெயர்களைக் குறிப்பிடவும்], மன்னிக்கிறேன்.

ஆண்டவரே, நான் இந்தப் பாவத்திலிருந்து மனந்திரும்புகிறேன், இந்த அவபக்தியான நம்பிக்கையைக் கொண்டிருந்ததற்காகவும், அதன் அடிப்படையில் என் வாழ்க்கையை அமைத்துக் கொண்டதற்காகவும், அதனால் மற்றவர்களை நியாயந்தீர்த்ததற்காகவும் என்னை மன்னியும். இப்போது உம்முடைய மன்னிப்பைப் பெற்றுக்கொள்கிறேன் [காத்திருந்து, தேவனுடைய மன்னிப்பைப் பெற்றுக்கொள்ளுங்கள்].

நீர் என்னை மன்னித்திருப்பதால், இந்தப் பொய்யை நம்பியதற்காக என்னை நானே மன்னிக்கத் தீர்மானிக்கிறேன்.

இந்த அவபக்தியான நம்பிக்கையுடன் நான் செய்த எல்லா ஒப்பந்தங்களையும் கைவிட்டு, முறிக்கிறேன். இருளின் ராஜ்யத்துடன் செய்த ஒப்பந்தங்களை ரத்து செய்கிறேன். அதனுடன் தொடர்புடையதாக பிசாசுகளுடன் செய்த ஒப்பந்தங்களையும் முறிக்கிறேன்.

ஆண்டவரே, இந்த அவபக்தியுள்ள நம்பிக்கையைப் பற்றி நீர் எனக்கு வெளிப்படுத்தும் சத்தியம் என்ன? [காத்திருந்து, கர்த்தர் சொல்வதைக் கவனித்து, அந்தப் பொய்யைச் சரிசெய்யும் சத்தியத்தை அறிக்கையிடலாம்.]

[சத்தியத்தைக் குறிப்பிட்டு] இந்தச் சத்தியத்தை அறிக்கையிடுகிறேன்.

இயேசுவின் நாமத்தில்,

ஆமென்.

தலைமுறை பாவத்திற்கான ஜெபம்

என் முன்னோர்களின், என் பெற்றோரின் மற்றும் என்னுடைய பாவங்களை அறிக்கையிடுகிறேன் [பாவங்களைக் குறிப்பிடவும்].

என் முன்னோர்களையும், இந்தப் பாவங்களையும், அவற்றின் விளைவுகளையும் கொண்டு என்னில் தாக்கத்தை ஏற்படுத்திய மற்றும் என் வாழ்க்கையில் பல விளைவுகளை [குறிப்பிட்டுச் சொல்லவும்] ஏற்படுத்திய எல்லோரையும் மன்னித்து விடுவிக்கத் தீர்மானிக்கிறேன்.

ஆண்டவரே, அவர்களுக்கும், சாபங்களுக்கும் என்னை விட்டுக்கொடுத்த பாவங்களுக்காக என்னை மன்னியும்.

நீர் என்னை மன்னித்திருப்பதால், இந்தப் பாவங்களைச் செய்ததற்காக என்னை நானே மன்னிக்கத் தீர்மானிக்கிறேன்.

[பெயர் குறிப்பிடவும்] இதனால் வந்த பாவம் மற்றும் சாபங்களைக் கைவிடுகிறேன்.

இந்தப் பாவங்கள் மற்றும் சாபங்களின் வல்லமையை என் வாழ்க்கையிலும், என் சந்ததியின் வாழ்க்கையிலும் சிலுவையில் கிறிஸ்து நிறைவேற்றிய மீட்பின் கிரியை மூலம் முறிக்கிறேன்.

இந்தப் பாவங்கள் மற்றும் அவற்றால் வந்த சாபங்களிலிருந்து உம்முடைய விடுதலையைப் பெற்றுக்கொள்கிறேன். [நீங்கள் விசுவாசத்தில் பெற்றுக்கொள்ளும் தேவனுடைய ஆசீர்வாதத்தைக் குறிப்பிடவும்] இந்த ஆசீர்வாதத்தைப் பெற்றுக்கொள்கிறேன்.

இயேசுவின் நாமத்தில்,

ஆமென்.